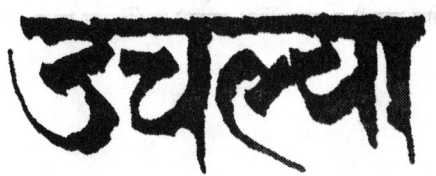

उचल्या

साहित्य अकादमी पुरस्कारप्राप्त पुस्तक

AA000695

लक्ष्मण गायकवाड

साकेत
प्रकाशन

पहिली आवृत्ती १५ ऑगस्ट १९८७
बारावी आवृत्ती एप्रिल २०१३
श्रीविद्या प्रकाशन, पुणे.

उचल्या
आत्मचरित्र
लक्ष्मण गायकवाड

प्रकाशन क्रमांक - १७९५
साकेत सहावी आवृत्ती - २०२५

प्रकाशक
साकेत बाबा भांड
साकेत प्रकाशन प्रा. लि.
११५, म. गांधीनगर, स्टेशन रोड
छत्रपती संभाजीनगर - ४३१ ००५
फोन - (०२४०)२३३२६९२/९५
www.saketprakashan.in
saketpublication@gmail.com

पुणे कार्यालय
साकेत प्रकाशन प्रा. लि.
ऑफिस नं. ०२, 'ए' विंग
पहिला मजला, धनलक्ष्मी कॉम्प्लेक्स
३७३ शनिवार पेठ
कन्या शाळेसमोर, कागद गल्ली
पुणे - ४११ ०३०
फोन - (०२०) २४४३६६९२

Uchalya
Autobiography
Laxman Gaikwad

© लक्ष्मण गायकवाड, २०१६

लक्ष्मण गायकवाड
जी - ३०४, पद्मावतीनगर
चित्रनगरी रोड, गोरेगाव (पूर्व)
मुंबई ६३
फोन : ९८७०४५२४१०

साकेत पहिली आवृत्ती - २०१६
साकेत दुसरी आवृत्ती - २०१८
साकेत तिसरी आवृत्ती - २०२१
साकेत चौथी आवृत्ती - २०२३
साकेत पाचवी आवृत्ती - २०२४

अक्षरजुळणी : धारा प्रिंटर्स प्रा.लि.
मुखपृष्ठ : संतुक गोळेगावकर

मुद्रक :
प्रिंटवेल इंटरनॅशनल प्रा. लि.
जी-१२, चिकलठाणा, छत्रपती संभाजीनगर

ISBN-978-93-5220-094-8

किंमत : २७५ रुपये

परिवर्तनाच्या लढ्यामध्ये काम करणाऱ्या
माझ्या तमाम दोस्तांना...

■ श्री. लक्ष्मण मारुती गायकवाड यांचा जन्म २३ - ७ - ५२ रोजी धनेगाव, लातूर येथे झाला.

■ शोषित, पीडित समाजघटकांमध्ये सामाजिक परिवर्तन करणारे आणि विमुक्त, भटक्या जमातीच्या लोकांना न्याय्य हक्क मिळवून देण्यासाठी १९७८ पासून कार्यरत असलेले गायकवाड महाराष्ट्र पातळीवरील विमुक्त भटके संघर्ष महासंघाचे संस्थापक अध्यक्ष म्हणून काम करतात.

■ कामगार, शेतमजूर, हॉटेल बॉईज्, स्त्री मुक्ती इत्यादी चळवळींत ते सक्रीय सहभागी असतात.

■ १९८४ साली निघालेल्या विमुक्त भटक्यांच्या लातूर ते मुंबई या शोधयात्रेचे ते संयोजक होते.

■ समाजकार्य व लेखनाची आवड असलेल्या गायकवाड यांनी मुंबई येथे भरलेल्या पहिल्या जागतिक मराठी परिषदेमध्ये दलित समाजाबद्दल विचार मांडले.

■ भटक्या विमुक्तांचे प्रश्न सोडविण्यासाठी भारताच्या राजीव गांधी, व्ही.पी. सिंग, पी.व्ही. नरसिंह राव या तीन पंतप्रधानांबरोबर चर्चा केली.

■ भारताच्या महत्त्वपूर्ण साहित्यिकांच्या सहा लोकांच्या शिष्ट मंडळामध्ये अभ्यासासाठी १९९४ मध्ये त्यांनी चीनचा महत्त्वपूर्ण दौरा केला.

■ श्री. गायकवाड हे विविध पुरस्कारांनी सन्मानित आहेत. या पुरस्कारांमध्ये राष्ट्रीय साहित्य अकादमी, नवी दिल्ली यांचा पुरस्कार, माजी पंतप्रधान राजीव गांधी यांच्या हस्ते एक लाख रुपयांचा महाराष्ट्र गौरव पुरस्कार, पानघंटी पुणे समता पुरस्कार, संजीवनी पुरस्कार यांचा विशेष उल्लेख करावा लागेल.

■ 'उचल्या' या त्यांच्या अत्यंत गाजलेल्या आत्मचरित्राचे हिंदी, इंग्रजी, कन्नड, तेलुगू, उर्दू फ्रेंच, बंगाली इत्यादी भाषांमध्ये भाषांतर झालेले आहे.

■ याशिवाय ते राष्ट्रीय साहित्य अकादमीचे माजी ज्युरी मेंबर, सोसायटी फॉर कम्युनल हार्मोनीचे माजी ज्युरी मेंबर (दिल्ली) आणि राष्ट्रीय मानवी हक्क आयोगाचे सदस्य होते.

मनोगत

मी- लक्ष्मण गायकवाड - हाडाचा कार्यकर्ता. ज्या समाजात जन्मलो तो समाज वर्णव्यवस्थेने व समाजव्यवस्थेने नाकारलेला. शेकडो नव्हे हजारो वर्षांपासून मनुष्य म्हणून सर्वांच्याकडून नाकारलेला व पशुतुल्य जीवन जगण्यास भाग पाडला गेलेला. इंग्रज सरकारने तर गुन्हेगार म्हणून आमच्या जमातीवर शिक्का मारला व सर्वांनी गुन्हेगार म्हणून आमच्याकडे पाहिले व आजही पाहत आहेत. उपजीविकेची सर्व साधने आमच्यासाठी बंद केल्यामुळे चोरी करून जगणे, हाच आमच्यासमोर एकमेव पर्याय राहिला. आमच्यावर थोपवलेल्या या व्यवसायाचा उपयोग वरच्यांनी स्वतःचे स्वार्थ पूर्ण करण्यासाठी केला. जन्मतःच गुन्हेगारीचा शिक्का बसवलेली कदाचित ही जगातील एकमेव जमात असावी. हे असे का झाले? याचा समाजशास्त्रीय अभ्यास कधीतरी होईलच.

लहानपणापासून माझ्या आवतीभोवतीच्या या उचल्या लोकांचे दारिद्र्य व त्यांची ससेहोलपट मी पाहत राहिलो. हळूहळू कार्यकर्ता म्हणून उभा राहिलो. या समाजात जगत असताना प्रत्येकाला गुदमरल्यासारखे वाटत असते. त्यांच्या या व्यथा मी व्याख्यानातून आणि चर्चेतून मांडत असतो. माणूस म्हणून जगण्याचा आपणास हक्क आहे व या उचलेगिरीपासून दूर राहून स्वकर्तृत्वावर आपण जगायला पाहिजे, शिक्षण घेतले पाहिजे, अन्यायाच्या विरुद्ध संघटित झाले पाहिजे हे यांना पटवून देत असतानाच हे जाणवू लागले की तथाकथित प्रतिष्ठितांना, बुद्धिवाद्यांना व मध्यमवर्गीयांना या समाजाच्या दुःखाची अजिबात कल्पना नाही.

म्हणून ही सर्व दुःखे लोकांच्यासमोर मांडावी हा या लेखनप्रपंचाचा हेतू. प्रस्थापितांनी आपले पूर्वग्रह बाजूला ठेवून आमच्याबद्दल नव्याने विचार करावा व त्याच वेळी या जाति-जमातींतून नवीन पद्धतीचे शिक्षण घेऊन जगणाऱ्यांनी या समाजाबद्दलची आपली बांधिलकी सांगावी, या दुहेरी हेतूने मी या व्यथा मांडतोय.

एके ठिकाणी भूक आणि निवाऱ्यासाठी सर्व कायदेशीर रस्ते बंद झाल्यामुळे चोरी करून जगणारी ही जमात आहे, तर दुसऱ्या ठिकाणी कोट्यवधी रुपयांची कायदेशीर चोरी करणारे तथाकथित प्रतिष्ठित, सुशिक्षित आहेत. लाच आणि भ्रष्टाचारावर लाखो रुपये मिळविणारी माणसे गुन्हेगार समजली जात नाहीत, तर पोटासाठी पंधरा-वीस रुपयांची चोरी करणारे गुन्हेगार समजले जातात. आपल्या सर्व भौतिक गरजा पूर्ण झालेल्या असतानाही केवळ ऐशआरामासाठी बेकायदेशीर मार्गाने लाच घेणारी मंडळी येथे आहे. जसजसा मी या समाजव्यवस्थेकडे बारकाईने पाहू लागलो तसतसा अस्वस्थ होऊ लागलो. सतत जाणवू लागले की, या समाजावर शेकडो वर्षांपासून अन्याय होत आहेत. त्यांच्या कल्याणासाठी कुठल्याच योजना राबवल्या जात नाहीत आणि ज्या राबवल्या जातात त्या त्यांच्यापर्यंत पोहोचत नाहीत. माणूस म्हणून जगण्याचे हक्कच हिरावून घेतले आहेत. हे हक्क अचानक एका रात्रीत मिळणार नाहीत. यासाठी सतत प्रबोधन, संघर्ष आणि संघटनेची गरज आहे. त्याचबरोबर प्रस्थापित समाजास अंतर्मुख होऊन आमच्याबद्दल नव्याने विचार करण्याची गरज आहे.

कार्यकर्ता म्हणून समाजातील विविध थरांतून मी हिंडत असतो आणि यामुळे मला सतत असे जाणवते की, आपल्या नीतिमूल्यांच्या व प्रामाणिकपणाच्या संकल्पनेत प्रचंड विरोधाभास आहे. आपण प्रत्येक जमातीच्या चारित्र्याबद्दल, त्याच्या प्रामाणिकपणाबद्दल वेगवेगळ्या चौकटी तयार केलेल्या आहेत. या चौकटींप्रमाणेच आपण प्रत्येकाचे मूल्यमापन करीत आलेलो आहोत. अशा वेगवेगळ्या चौकटींमुळे संपूर्ण समाजच ढोंगीपणाने जगत आहे. यात तेच भरडले जात आहेत जे उपेक्षित आहेत, दरिद्री आहेत, जन्मतः गुन्हेगार आहेत. इच्छा असूनसुद्धा ज्यांना प्रामाणिकपणे जगू दिले जात नाही. हे सर्व बदलावे असे वाटते, बदलेल की नाही हे काळ ठरवणार आहे.

माझ्यावर शिक्षणाचे संस्कार फार कमी झालेले आहेत. नॉन-मॅट्रिक शिकलेल्या एका कार्यकर्त्याचे हे मनोगत आहे. त्यामुळे या लेखनाचे साहित्यिक मूल्यमापन

करण्यापेक्षा समाजशास्त्रीय मूल्यमापन व्हावे ही अपेक्षा. संवेदनक्षम मनाचा हा एक प्रामाणिक प्रयत्न आहे. या लेखनाच्या मुळाशी 'उपराकार लक्ष्मण माने' व विमुक्त-भटक्या जमातीचे कार्याध्यक्ष श्री. बाळकृष्ण रेणके यांची प्रेरणा महत्त्वाची आहे. कार्यकर्ता म्हणून अनेक ठिकाणी बोलत असताना या दोघांनी असा आग्रह धरला की, मी हे सर्व लिहून काढावे. चळवळीसाठी याची गरज आहे. त्यांच्या या प्रोत्साहनामुळेच मी हा प्रयत्न सुरू केला. बोलणे सोपे असते; पण लिहिणे अवघड असते याची जाणीव पदोपदी होऊ लागली. 'अक्करमाशीकार' श्री. शरणकुमार लिंबाळे अशा वेळी माझ्या पाठीशी खंबीरपणे उभे राहिले. विस्तारत चाललेल्या या माझ्या लेखनास सुटसुटीतपणा देण्याचा त्यांनी प्रयत्न केला. त्यांच्या मार्गदर्शनामुळे मी ही आत्मकथा पूर्ण केली; पण याच्या मर्यादा मला जाणवत होत्या. श्री. शरणकुमार हे लातूरहून बऱ्याच दूरवर असल्यामुळे यावर शेवटचा हात फिरवणे त्यांनाही शक्य नव्हते. अशा वेळी दयानंद महाविद्यालय, लातूर येथील इंग्रजी व हिंदीचे प्राध्यापक गो. न. मग्गिरवार व डॉ. सूर्यनारायण रणसुभे हे मदतीस धावले. त्यांच्या प्रयत्नातून आत्मकथा व्यवस्थित आकार घेत राहिली; पण अत्यंत कमी वेळात मुद्रणप्रत तयार करावयाची होती. यासाठी सर्वश्री शिंदे, डावरे, पवार, तांदळे, घोडके, राठोडकर व कु. कोष्टगावकर ही तरुण मंडळी ठाण मांडून बसली. यातही श्री. धनंजय कुलकर्णी, सौ. मंजू फलटणकर व माझ्या अनेक तरुण मित्रांनी रात्रंदिवस लिहून हे पूर्ण केले त्या सर्व मित्रांना श्रेय द्यावे लागेल; या तरुण मंडळींनी सामाजिक बांधिलकी पत्करलेली आहे, यासाठी चळवळीचे काम म्हणूनच त्यांनी हे केलेले आहे. या सर्व मंडळींच्या सहकार्याने व प्रेरणेने ही आत्मकथा तुमच्यासमोर येत आहे.

सामाजिक कार्य करीत असताना श्री. प्रवीण महाजन यांनी ऑक्सफॅमची आर्थिक मदत केली ती फारच मोलाची होती.

उपेक्षित समाजातील उपेक्षित तरुण कामाच्या शोधात लातूरला येतो, सूतगिरणीत लागतो व १५ ऑगस्टला तो आयुष्यात पहिल्यांदा समूहासमोर ५-१० वाक्ये बोलतो अशा या अर्धशिक्षित, उपेक्षित तरुणास घडविण्याचे काम श्री. भगवानराव देशपांडे यांनी मोठ्या चिकाटीने केले. त्यानंतर श्री. आसाराम गुरुजी, प्रा. मोतीराज राठोड व यल्लपा वैदू गुरुजी यांचा या दरम्यान मला सहवास घडू लागला. यातून माझा आत्मविश्वास वाढू लागला. श्री. लक्ष्मण

माने व श्री. बाळकृष्ण रेणके यांच्यासोबत मी आजही मोठ्या निष्ठने काम करीत आहे. माझे साडू श्री. डी. एस. गायकवाड आणि प्रा. बी. एल. गायकवाड यांची वेळोवेळी वेगवेगळ्या प्रकारची मदत मिळत गेली.

या सर्व प्रक्रियेत माझी पत्नी सौ. छबूताई ही छायेसारखी माझ्या या चळवळीत सहकार्य करीत आलेली आहे. अशिक्षित ग्रामीण भागातील ही स्त्री आपल्या सर्व हौसा व इच्छा जाळूनच माझ्यासोबत उभी आहे. घरावर तुळशीपत्र ठेवलेल्या माझ्यासारख्या कार्यकर्त्याबरोबर पत्नी म्हणून जगत असताना या स्त्रीने त्याग आणि मनाचा जो मोठेपणा दाखवलेला आहे त्यामुळेच मी आज जीवनात उभा आहे.

महाराष्ट्रातील उपेक्षित आणि संवेदनशील तरुणांच्या आत्मकथा प्रकाशित करण्याचे व्रत श्रीविद्याचे श्री. मधूकाका कुलकर्णी यांनी घेतलेले आहे. त्यांच्या सतत आग्रहामुळे मी हे लेखन पूर्ण करू शकलो. तुमच्यापर्यंत ही आत्मकथा आणण्याचे श्रेयही मधूकाका यांनाच जाते.

१ ऑगस्ट, १९८७ लक्ष्मण गायकवाड
टिळकनगर, लातूर - ४१३ ५१२

चौथ्या आवृत्तीचे निवेदन

प्रिय वाचकांनो,

आपल्या हातात माझ्या 'उचल्या' या आत्मचरित्राची चौथी आवृत्ती देताना मला अत्यानंद होत आहे. मी 'उचल्या' या पुस्तकामुळे आपणा सर्वांचा मित्र झालो. 'उचल्या' या पुस्तकामुळे मला प्रसिद्धी, मानमान्यता आणि पैसापण मिळाला आहे; पण त्याहीपेक्षा भटक्या-विमुक्तांना सामाजिक न्याय मिळण्यास ह्या पुस्तकामुळे खूपच मदत झाली.

'उचल्या' पुस्तकाला 'साहित्य अकादमी पुरस्कार' मिळाल्याने त्याचे भारतातल्या अनेक भाषांत 'भाषांतर' झाले. अजून अनेक भाषांत भाषांतर होण्याच्या मार्गावर आहे. 'उचल्या'मुळे माझे मराठी भाषिकांनी उदंड कौतुक केले. एवढेच नव्हे तर 'जागतिक मराठी परिषद' मुंबई येथे भरली, तेव्हा मला त्या परिसंवादामध्ये प्रमुख पाहुणा म्हणून बोलावले. मी अनेक राष्ट्रीय व आंतरराष्ट्रीय परिसंवादांमध्ये भाग घेऊन माझे विचार मांडले. यात कानपूर, भोपाळ, कोचीन, दिल्ली इत्यादी ठिकाणी सहभागी होऊन मी माझा पेपर वाचला.

यापेक्षाही माझ्या आयुष्यातील सर्वांत स्मरणीय व आनंदी क्षण म्हणजे १९९४ मध्ये मला भारत सरकारतर्फे साहित्य अकादमीने 'चीन' येथे पाठविले. भारतातून केवळ सहा प्रांतांतून सहा लोकांची चीनला जाण्यासाठी निवड झाली होती. त्यात महाराष्ट्रातून माझा नंबर लागला होता. याबद्दल पुढे कधीतरी सविस्तर लिहिणारच आहे; पण चीनचा अनुभव हा माझ्या आयुष्यात अविस्मरणीय

आहे. मी चीनमध्ये बीजिंग येथे पेपर वाचला, तेव्हा मला संपूर्ण चीनमध्ये बातम्यांत टी.व्ही.वर दाखवले होते.

'उचल्या' पुस्तकामुळे जितके आनंदाचे दिवस पाहिले तेवढेच दुःखाचे दिवस पण मला पहावयास मिळाले. काही लोकांना माझ्या मोठेपणामुळे जेवढे चांगले वाटले तेवढेच काही लोकांना वाईटसुद्धा वाटले. काही लोकांना माझा मोठेपणा सहन न झाल्याने त्यांनी माझ्या अत्यंत जवळच्या लोकांना हाताशी धरून, काही जातीयवादी लोकांनीपण माझ्यावर प्राणघातक हल्ला करण्यापासून ते कोर्टकचेरी, पोलीस स्टेशन इत्यादी कारवाया करण्याचे प्रयत्न केले गेले. एवढेच काय तर माझ्या अपरोक्ष माझ्या कुटुंबीयांतील लोकांना त्रास देण्याचे व मारहाण करण्याचे भयंकर (वाईट) कृत्य केले आणि मला वाटू लागले की, आपण पूर्वीचेच लक्ष्मण गायकवाड होतो ते बरे होतो, यापूर्वी असा त्रास तरी होत नव्हता.

अनेक वेगवेगळ्या मानसिक त्रासाला कंटाळून वाटू लागले की, आपण लातूर सोडून इतर ठिकाणी कुठेतरी राहण्यासाठी जावे. तेव्हा लातूरचे सर्वकाही विकून मुंबईला स्थायिक झालो. आजही मी सामाजिक जाणीव ठेवून भटक्या विमुक्तांच्या संघटनेत व परिवर्तन चळवळीमध्ये काम करतच आहे. आज मी एका भटक्या-विमुक्त संघटनेचा महाराष्ट्राचा अध्यक्ष म्हणून काम पाहत आहे. महाराष्ट्रभर आजही माझ्या संघटनेचे कार्यकर्ते भटक्या-विमुक्तांना न्याय देण्यासाठी कार्यरत आहेत.

माझ्यासारख्या लेखकाला अनेक काही गोष्टी पहावयास मिळाल्या. देशाच्या दोन पंतप्रधानांबरोबर माझी भेट झाली. त्यांना जवळून पाहता व बोलता आले. त्यांना भटक्या विमुक्तांच्या समस्या सांगण्याची संधी मिळाली. खरं तर हे माझ्या आयुष्यातील महत्त्वपूर्ण प्रसंग म्हणावे लागतील. त्या वेळचे मुख्यमंत्री श्री. शरद पवार यांनी मला एक लाख रुपयांचा 'महाराष्ट्र गौरव पुरस्कार' राजीव गांधींच्या हस्ते दिला, तर दुसरे पंतप्रधान व्ही. पी. सिंग यांनी माझ्याशी विचार-विनिमय करून लोकसभेचे सोलापूर मतदारसंघातून तिकीट दिले. त्या वेळी पंतप्रधान व्ही. पी. सिंग यांच्याबरोबर सहा-सात तास एका गाडीमध्ये एकत्र प्रचार करून त्यांच्यासोबत भाषणे केली.

माझ्यासारख्या चोर, गुन्हेगार समजल्या जाणाऱ्या व पालावर राहणाऱ्या लेखकाला (कार्यकर्त्याला) अनेक अनुभव मिळाले आहेत. येणाऱ्या काळात या

सर्व गोष्टींचे लिखाण करावयाचे मी ठरविले आहे. मुंबईत आल्यापासून वाचनाला व लिखाणाला वेळ मिळत असल्याने भूकंपावर आधारित 'दुभंग' नावाची कादंबरी पूर्ण केली, तर चळवळीवर 'उठाव' नावाची कादंबरी लिहून पूर्ण झाली आहे. येणाऱ्या काळात मला माझ्या वाचकांशी लिखाणातून आणखीनसुद्धा खूप काही सांगायचे आहे.

माझे महाराष्ट्र व देशभर वाचकांनी उदंड कौतुक केले. हजारो पत्रांचा वर्षाव झाला. अनेक महाराष्ट्रातील संस्थांनी, महाविद्यालयांनी, महानगरपालिकांनी, मित्रपरिवाराने एवढे सत्कार केले की, चारशेच्या वर शाली आल्या होत्या. या प्रेमाचे पांघरूण माझ्या अंगावरती घातलेले मी आयुष्यभर विसरणार नाही. ज्यांनी ज्यांनी माझ्यावरती लिखाण केले आणि पुरस्कार देऊन सन्मानित केले व मला पुढे पुढे जाण्याचा मार्ग दाखविला अशा सर्व मित्रपरिवाराचा व वाचकांचा मी आभारी आहे. तसेच आमचे प्रकाशकमित्र व 'प्रकाशनामा'चे लेखक मधूकाका कुलकर्णी सत्तरी उलटल्यावरही तेवढ्याच जोमाने वाचनाचे व प्रकाशनाचे काम मनापासून करतात. त्यांचे प्रेम व उपेन्द्र कुलकर्णी यांचे आणि श्रीविद्या प्रकाशनाचे सहकार्य माझ्यासाठी खूप मोलाचे आहे.

आपला

लक्ष्मण गायकवाड

जी/३०४ पद्मावतीनगर
चित्रनगरी रोड, गोरेगाव (पूर्व)
मुंबई ६३

लक्ष्मण गायकवाड यांची इतर पुस्तके

किंमत : १७५/-

एकीकडे आधुनिक व प्रगत देशातील उच्चभ्रू समाज चकचकीत, घरात राहतो, तर दुसरीकडे या समाजाला ना घर... ना गाव.. एक माणूस म्हणून त्यांना त्यांचे हक्क, अधिकार कधी मिळणार..?

अशा भटक्या-विमुक्त जाती-जमातींना माणूस म्हणून जगण्याच्या हक्कासाठी लेखक गेली चार दशकांपासून लढतोय आणि आजही हा संघर्ष सुरूच आहे.

आक्रोश, विद्रोह अनु वेदनांची चिरशांती आजही स्वातंत्र्याची वाट पाहतेय.

प्रज्येकजण स्वातंत्र्याचा उपभोग घेत असतो; पण जे भारत स्वातंत्र्यासाठी हजारो वर्षांची संस्कृती जतन करून अग्रभागी राहिले अशा विमुक्त भटक्या जमातींच्या **स्वातंत्र्याचे काय**?

किंमत : २२५/-

किंमत : २५०/-

पोटापाण्यासाठी भटकंती करणाऱ्या, अन्याय-अत्याचार, संकटे ज्यांच्या वाट्याला आले अशा वडार समाजाची एक वास्तवदर्शी कहाणी.

मनोगत

प्रिय वाचक बंधू आणि भगिनींनो, आपल्या हातात माझ्या 'उचल्या' या पुस्तकाची पाचवी आवृत्ती देताना मला अतिशय आनंद वाटत आहे. श्रीविद्या प्रकाशनचे स्वर्गवासी मालक मधूकाका कुलकर्णी यांनी साहित्यातला एक नव्याने आलेला चित्तथरारक अनुभव माझ्या 'उचल्या' या पुस्तकात आल्याने १९८७ साली या पुस्तकाची पहिली आवृत्ती काढली आणि माझ्या या पुस्तकाचा प्रकाशन समारंभ मुंबई येथे घडवून आणला. थोर विचारवंत तर्कतीर्थ लक्ष्मणशास्त्री जोशी आणि माधव गडकरी यांच्या हस्ते प्रकाशन झाले. या पुस्तकावर भालचंद्र फडके, वसंत आबाजी डहाके, रा. ग. जाधव, हातकणंगलेकर, शरणकुमार लिंबाळे, मधू जांबकर, गंगाधर पानतावणे इ. सारख्या अनेक थोर समीक्षकांनी आपल्या समीक्षा लिहिल्या आणि बघता बघता माझ्या पुस्तकाची पहिली आवृत्ती लगेच संपली आणि त्याच्या पाठोपाठ तीन आवृत्त्याही आजपर्यंत संपून गेल्या. एक आवृत्ती चार ते पाच हजारांची छापल्यानंतरही मराठी साहित्यात एवढ्या लवकर लोकांपर्यंत जाऊन पोहोचणारे 'उचल्या' हे पहिलेच पुस्तक ठरावे, एवढ्या विक्रमी प्रती खपल्या. 'उचल्या' पुस्तकामुळे माझ्यासारख्या नवोदित लेखकाचे महाराष्ट्रात नव्हे तर देशभर कौतुक झाले. अनेक मानसन्मान आणि प्रतिष्ठा मिळाली. याचे सर्व श्रेय माझ्या तमाम वाचकांना आणि माझ्यावर प्रेम करणाऱ्या सर्व मित्रांना आणि सहकाऱ्यांना आहे.

माझ्या 'उचल्या' या पुस्तकाचे आपल्या देशातील विविध भाषांत अनुवाद झाले आणि त्या त्या भाषेमधीलदेखील वेगवेगळ्या प्रांतातील 'उचल्या' या

पुस्तकाचे हजारो वाचक आज माझ्यावर भरभरून प्रेम करत आहेत. यामुळे मला देशभर विविध साहित्याच्या कार्यक्रमांसाठी बोलावले जाते. माझ्या 'उचल्या' या एका पुस्तकामुळे विमुक्त भटक्या समाजाच्या समस्येला, त्यांच्या अन्याय, अत्याचाराला वाचा फोडण्याचे काम मोठ्या प्रमाणात झाले. माझ्या 'उचल्या' या पुस्तकाचे इंग्रजी, हिंदी, कन्नड, गुजराती, तेलगू, उर्दू भाषिकांना तर माझे अनुवादित पुस्तक वाचून 'डिनोटीफाइड ट्राइब्ज' जमातीच्या व्यथा प्रथमच कळल्या यामुळे भारतातल्या अनेक विद्यापीठांना पुस्तके तर लागलीच; पण चार-पाच लोकांनी तर या पुस्तकावर पीएच.डी. करून डॉक्टरेट मिळविली. हे सर्व सांगण्याचे तात्पर्य एवढेच की, एका उपेक्षित, अतिक्षुद्र जमातीमध्ये जन्मलेल्या लक्ष्मण गायकवाड यांची जीवनकहाणी ही एका माणसापुरती सीमित नसून, हे दुःख लाखो नव्हे तर कोट्यवधी लोकांचे आहे हे माझ्या पुस्तकावरून सिद्ध झाले.

आज माझ्या 'उचल्या' या पुस्तकामुळे भारतातल्या अनेक दिग्गज साहित्यिकांशी आणि नेत्यांशी विविध कार्यक्रमाच्या माध्यमातून माझ्या गाठीभेटी झाल्या. भटक्या विमुक्तांच्या प्रश्नांसाठी भारताच्या चार पंतप्रधानांशी बोलण्याची आणि भेटण्याची संधी मिळाली, तर साहित्यक्षेत्रात तात्यासाहेब शिरवाडकर, पु.ल देशपांडे, दया पवार, गंगाधर गाडगीळ, दुर्गा भागवत, मधु मंगेश कर्णिक, रा.रं बोराडे, गंगाधर पानतावणे, यशवंत मनोहर अशा कितीतरी मराठीतील मंडळींचा माझा मित्रपरिवार झाला; पण मराठीच्या बाहेरही भीष्म सहानी, राजेंद्र यादव, निर्मल वर्मा, अनंत मूर्ती, अमृता प्रीतम अशा अनेक हिंदी, कन्नड, गुजराती, तेलगू, पंजाबी अशा कितीतरी भाषांमधील दिग्गज साहित्यिकांच्या बरोबर भारतात कितीतरी ठिकाणी, साहित्याच्या कार्यक्रमानिमित्ताने एकत्र आलो, बसलो, बोललो आणि विचारांचे आदानप्रदान झाले. एवढेच काय पण जगप्रसिद्ध बंगाली लेखिका- ज्ञानपीठ आणि मॅगसेसे पुरस्कारप्राप्त श्रीमती महाश्वेता देवी यांच्यासोबत देशभर आणि महाराष्ट्रात डिनोटीफाइड आणि नोमॅडिक ट्राइब्जच्या लोकांना न्याय देण्यासाठी संगठन बांधून गेल्या दोन-तीन वर्षांपासून एकत्र फिरत आहोत. आज महाश्वेतादेवी यांच्या आणि माझ्या प्रयत्नामुळे प्रथमच देशभर डिनोटीफाइड आणि नोमॅडिक ट्राइब्जच्या सामाजिक न्यायासाठी लढा निर्माण झाला. आमच्या या लढ्यामुळे डॉ. जी. एन. देवी, केरळचे लेखक आनंद, ऊर्मिला धावर, अजय दांडेकर, बी. डी. शर्मा यासारखे अनेक लोक संघटनेशी जोडले गेले. म्हणूनच आज महाराष्ट्रात गेल्या २५ वर्षांपासून मी करत असलेल्या डिनोटीफाइड आणि नोमॅडिक ट्राइब्जच्या

सामाजिक कामाला एक चांगले बळ प्राप्त झाले आणि हा लढा गुजरात, म.प्रदेश, उ. प्रदेश, कर्नाटक, आंध्र आणि बंगाल या प्रांतातसुद्धा पोहोचला. आज महाश्वेतादेवीची आणि माझी एकच मागणी आहे की, "देशातील आठ करोड लोकसंख्या असलेल्या माणसांना, जन्मतःच चोर-गुन्हेगार ठरविणाऱ्या ब्रिटिश कायद्याची आजही भारतात अंमलबजावणी केली जाते, ती ताबडतोब थांबवून त्यांना भारताच्या सर्व नागरिकांबरोबर समान अधिकार देऊन मानवीय हक्क प्रदान केले पाहिजेत." यासाठी आज आम्ही भारतभर 'डिनोटीफाइड ट्राइब्ज आणि नोमॅडिक ट्राइब्ज राइट ॲक्शन ग्रूप इंडिया' या नावाची संघटना स्थापून प्रथमच या लोकांच्या न्याय्य मागणीचे आंदोलन सुरू झाले आहे. गुजरातचे डॉ. गणेश देवी हे आमच्या संघटनेचे सेक्रेटरी म्हणून बडोद्यात काम पाहत आहेत. आम्ही नुकतेच मानवीय हक्क आयोगाकडे त्या काळचे अध्यक्ष आणि आजचे घटनेच्या पुनर्विलोकनाचे अध्यक्ष न्या. व्यंकटचलैया यांना डी. एन. टी. च्या मुक्तीचा आणि त्यांना अनुसूचित जाती, जमातीप्रमाणे भारतभर सारख्याच सवलती मिळाव्यात म्हणून एक अहवाल सादर करण्यात आला. त्यावर आज भारत सरकार भटक्या-विमुक्तांसाठी थर्ड शेड्युल्ड तयार करण्याचे विचार करत आहे. ही माझ्या 'उचल्या' पुस्तकाच्या माध्यमातून सर्वांत मोठी लढाई आणि क्रांतीच झाली असे म्हणावे लागेल.

भारतातल्या क्षुद्र, अतिक्षुद्र माणसांना न्याय मिळवून देण्यासाठी प्रथम म. जोतिबा फुले, छत्रपती शाहू महाराज यांनी काम केले; पण भारताच्या घटनेचे शिल्पकार डॉ. बाबासाहेब आंबेडकर यांनी आमच्यासारख्या समाजव्यवस्थेमध्ये खितपत पडलेल्या तरुणांना समानतेचे अधिकार देऊन प्रथमच हातात लेखणी दिली आणि लेखणीच्या किमयेतून ज्या जातींना उचल्या, भामटे, घंटीचोर, गिरणी वडार, टकारी अशा नावांनी शिव्या दिल्या जात, त्याच पुढे आमच्या जाती झाल्या आणि जातीवाचक शब्दाची, शिवीची आम्ही साहित्याच्या माध्यमातून ओवी तयार केली आणि त्या त्या समाजाला दलित साहित्याच्या रूपाने प्रतिष्ठा मिळवून दिली. हा विसाव्या शतकातला सर्वांत मोठा चमत्कारच मानावा लागेल. कारण ज्या समाजांच्या पिढ्यान्‌पिढ्या शेकडो वर्षे गुलामगिरीत आणि लाचारीत गेल्या असे उपेक्षित दलित, आदिवासी आज लिहू लागले आहेत. ही स्वातंत्र्यानंतरची प्रगतीच मानावी लागेल.

माझ्यासारख्या समाजाच्या किंवा त्याहीपेक्षा खालचे आणि भयावह लाचारीचे जीवन जगणाऱ्या जाती, जमाती आजही अस्तित्वात आहेत. त्यांचेही साहित्य, आत्मचरित्र विविध मार्गांने प्रकाशात येण्याची गरज आहे, त्याशिवाय समाजाला खालच्या समाजाची दुःखे समजणार नाहीत. कारण आज मी विमुक्त भटके संघर्ष महासंघाबरोबर पारधी, आदिवासी समाजाला न्याय मिळवून देण्यासाठी लढा तीव्र केला आहे. गावकुसाबाहेर एखाद्या पशूसारखे विकासापासून कायमच्या तुटलेल्या पारध्यांना चोर-गुन्हेगार म्हणून समाज व शासन वागणूक देते. अर्थहीन, साधनहीन पारध्यांचे जीवन आज मला सर्वांत भयावह वाटते. आज या पारधी समाजाची महाराष्ट्रात १५-२० लाख लोकसंख्या असून १/२ टक्के शिक्षणसुद्धा या समाजात पोहोचले नाही. साडे नव्याण्णव टक्के अशिक्षित असलेल्या या समाजाला इतर समाजाच्या बरोबरीने न्याय, हक्क मिळावा म्हणून आजही माझा लढा अहोरात्र चालू आहे. आज माझ्या संघटनेचे शेकडो कार्यकर्ते सामाजिक कार्यासाठी समाजात कार्यरत आहेत. यात हरिभाऊ गायकवाड, दीपक जाधव, पी. एन गाडेकर, अविनाश गायकवाड, विठ्ठल जाधव, रामदास पाटील, राजेश भांडे, माधव क्षीरसागर, शिवाजी शेलार, अशोक बोडरे असे कितीतरी निष्ठावंत कार्यकर्ते पारध्यांच्या माणसांना न्याय मिळवून देण्यासाठी जीव तोडून कार्य करत आहेत. म्हणूनच बारामती या गावी पारध्यांचा एक तरुण पीन्या हरी काळे याला अत्यंत अमानुषपणे पोलिसांनी चोरीच्या आरोपाखाली अटक करून मारून टाकले, तेव्हा त्याची केस मी मानवीय हक्क आयोगाकडे दिली आणि मानवीय हक्क आयोगाने पीन्या हरी काळेचा खून झाला म्हणून, खुनाच्या आरोपाखाली प्रथमच एक फौजदार आणि तीन कॉन्स्टेबलना ३०२ कलमाखाली अटक केली. याच प्रकारच्या एका घटनेत पुण्याच्या जवळच डिक्सळ या गावी पोलिसांनीच पारध्यांची घरेदारे आणि त्यांचा संसार त्यांच्या डोळ्यांदेखत जाळून टाकला. याही केसमध्ये आमच्या संघटनेने शेवटपर्यंत लढा दिला आणि शेवटी पोलिसांनीच घरे जाळल्याचे सिद्ध झाले. यात १४ ते १५ पोलिसांना निलंबित करण्यात आले. फलटण, जि. सातारा येथे एका १७ वर्षांच्या सुटकी टरंग्या भोसले नावाच्या मुलीवर बलात्कार करून गावच्या जमीनदाराने विष पाजून मारून टाकले. आमच्या विमुक्त भटके संघर्ष महासंघाने हीदेखील केस हातात घेतली. पोलीस स्टेशनमध्ये या मुलीचा नैसर्गिक मृत्यू दाखवला होता; पण मी स्वतः

फलटणमध्ये जाऊन मोर्चे, आंदोलने करून साडेतीन महिन्यानंतर त्या बलात्कारित मुलीचा मृतदेह बाहेर काढून नव्याने तपासणी केली आणि त्या मुलीच्या शरीरामध्ये विषबाधा होऊन ती मेल्याचे सिद्ध झाले आणि एक वर्षानंतर जमीनदार आरोपीला अटक करण्यात आली. अशाच एका प्रकारात नगर जिल्ह्यात निगोज या गावी, त्या गावच्या पाटलांनी १८-२० पारध्यांची घरे होळीच्या दिवशी आगी लावून होळी साजरी केली, तेव्हा मी त्या गावात जाऊन कायदेशीर कारवाई करून महाराष्ट्र सरकारला कायदेशीर कारवाई करण्यास भाग पाडले आणि गावातील पोलीस पाटलांना आणि त्यांच्या सहकाऱ्यांना अटक करण्यात आली. आता आता गेल्या फेब्रुवारी महिन्यात पारध्यांवर होणाऱ्या अत्याचारांचा तर कळसच झाला. श्रीगोंदा तालुक्यातील, घटेवाडी या गावी निरपराध पारध्यांच्या दहा बायकांना जबरदस्तीने एका टेम्पोमधून पकडून आणून त्या भागातील जमीनदाराने आणि घुटेवाडीच्या चेअरमनने त्या बायकांवर सामूहिक बलात्कार करण्याचा प्रकार घडला. यात एक महिला जागीच मरण पावली, तर बाकीच्या महिला गंभीररीत्या जखमी झाल्या होत्या. चार पाच दिवस याची पोलीस स्टेशनला नोंदही घेतली गेली नव्हती; पण त्याही ठिकाणी मी गेल्यावर खून आणि बलात्काराच्या गुन्ह्याची नोंद करून गावातील या जमीनदार लोकांना खुनाच्या आरोपाखाली अटक करावयास लावले. या सर्व अन्यायाचे पाढे मी आपणास जाणीवपूर्वक एवढ्यासाठी सांगत आहे की, 'उचल्या' या पुस्तकाच्या माध्यमातून मान, प्रतिष्ठा, पैसा सारे काही मिळाले, म्हणून मी माझे सामाजिक कार्य थांबवले नाही. उलट ते मी आज जोमाने, नव्या ताकदीने, नव्या उमेदीने चालूच ठेवले आहे. या पाठीमागे तुम्हा सर्व वाचकांचे बळ आहे हे मी मान्य करतो. वरील सर्व पारधी समाजाच्या अन्याय, अत्याचाराला बळी पडलेल्या कुटुंबांना सात ते आठ लाख रु. सरकारशी भांडून मिळवून दिले. एवढेच नव्हे तर राजकीय आणि सामाजिकदृष्ट्या आणि संस्कृतीचे माहेरघर समजल्या जाणाऱ्या पुणे जिल्ह्याच्या बारामती या गावी, गेल्या दोन महिन्यांपूर्वी आदिवासी पारधी झोपेत असताना पोलिसांनी आपल्या हातातील हत्यारांनी आणि बंदुकीच्या टोकाने पारध्यांना भोसकून भोसकून आणि कापून कापून त्यांच्यातील तीन लोकांना जीवे मारले, तर चार माणसांना गंभीर जखमी करून कायमचे अपंगत्व आणले. यात चार बायकाही आहेत. या लोकांचा एकही कार्यकर्ता आमच्या संघटनेला कारवाई

करताना मिळू नये म्हणून त्या पारधी वस्तीवरील लहान मोठ्या सर्वच लोकांना पोलिसांच्या खोट्याच खुनाच्या आरोपाखाली पुरोगामी महाराष्ट्रात अटक करून त्याची पिळवणूक करण्यात आली. त्यांना सळो की पळो करून सोडण्यात आले.

परंतु त्यांचे सामाजिक परिवर्तन करून त्यांच्या मुला-बाळांना शिक्षण देण्याचे काम आजतागायत केले जात नव्हते; पण माझ्या या अखंड प्रयत्नातून आज राजकीय आणि सामाजिक भान असलेली काही नेते मंडळी कामाला लागलेली दिसत आहे. पारध्यांचे संपूर्ण पुनर्वसन करून, त्यांच्या मुलांना संपूर्ण शिक्षण मोफत देण्याचे, त्यांना उद्योगधंद्याची सोय करण्याचे काम नुकतेच महाराष्ट्र सरकारनेही हाती घेतले आहे. यात मा. ना. मधुकरराव पिचड, रामराजे निंबाळकर, राज्यमंत्री आवाडे, मा. ना. विलासराव देशमुख यांच्यासारख्या नेत्यांनी पारध्यामध्ये परिवर्तन घडवून आणण्यासाठी, वेळोवळी माझ्याशी याबाबत सल्लामसलत करून नवीन काही कार्यक्रम ठरवत आहेत, याबद्दल त्यांचे आभारच मानावे लागतील.

स्वातंत्र्याच्या सुवर्णमहोत्सवीदिनी भटक्या विमुक्तांच्या लोकांना अजूनही स्वातंत्र्य मिळाले नाही, त्यांना जन्मतःच चोर-गुन्हेगार म्हणतात, त्यांना भाऊ कुणीच म्हणत नाही. त्यांना माणुसकीचे कसलेच जीवन जगता येत नाही. म्हणून भटक्या विमुक्तांना आतातरी न्याय द्या म्हणून, मुंबईच्या आझाद मैदानापासून दहा हजार लोकांचा एक बोंबाबोंब मोर्चा काढण्यात आला होता. या मोर्चाला त्यावेळचे उपमुख्यमंत्री मा. गोपीनाथ मुंडे सामोरे येऊन त्यांनी भटक्या-विमुक्तांच्या कल्याणाच्या काही घोषणा केल्या. आमच्या मागण्यातील या भटक्या विमुक्तांसाठी स्वतंत्र मंत्रालय करण्यात यावे, ही मागणी मा. गोपीनाथ मुंडे यांनी प्रतिष्ठेची करून, स्वातंत्र्याच्या नंतर प्रथमच भटक्या विमुक्तांच्या विकासासाठी स्वतंत्र मंत्रालय केले. हे आमच्या संघटनेला आलेले सर्वांत मोठे यश तर आहेच; पण याबद्दल त्यांचे आभार मानावे लागतील. शेवटी मी एवढ्या अभिमानाने सांगेन की, ही सर्व क्रांती, हे सर्व भटक्या-विमुक्तांचे परिवर्तन करण्याचे सारे बळ माझ्या या 'उचल्या' पुस्तकामुळेच मला प्राप्त झाले.

हे 'उचल्या' पुस्तक ज्या मधूकाकांनी काढण्यासाठी मला सहकार्य केले त्या श्रीविद्या प्रकाशनचे अनंत उपकार मी विसरूच शकत नाही. या पाचव्या आवृत्तीच्या निमित्ताने मधूकाकांना अत्यंत दुःखी अंतःकरणाने श्रद्धांजली अर्पण करून, त्यासोबतच त्यांचे चिरंजीव उपेंद्र कुलकर्णी यांनी सर्व सामाजिक दृष्टी अंगी

बाळगून काकांचे राहिलेले काम पूर्ण करण्यासाठी त्यांना बळ लाभावे आणि त्यांच्या मार्गावर, पावलावर पाऊल टाकून श्रीविद्या प्रकाशनची भरभराट करावी अशी मी सदिच्छा व्यक्त करतो.

माझ्या देशभरातल्या तमाम वाचकांच्या बरोबरच माझी पत्नी सौ.छबूबाई यांनी मला जी अखंड साथ दिली, जिच्यामुळे मी सामाजिक आणि साहित्याची चळवळ पुढे चालू ठेवू शकलो, त्या माझ्या पत्नीचे करावे तेवढे कौतुक कमीच आहे. तसेच माझी मोठी कन्या सौ. संगीता किशोर काळे हिचे बी.एस्सी. झाल्यावर, मराठीतील प्रसिद्ध लेखक डॉ. किशोर शांताबाई काळे यांच्याबरोबर - म. फुले आणि डॉ. बाबासाहेब आंबेडकर यांच्या विचारप्रेरणेतून केवळ बोलण्याऐवजी कृती केली पाहिजे म्हणून जाणीवपूर्वक एका भटक्या जमातीतील कोल्हाटी-डोंबारी या जातीच्या एका मुलाबरोबर - लग्न लावून एक नवे सामाजिक काम केल्याचे समाधान आज मला आहे. माझी दुसरी मुलगी कु. मंजुषा गायकवाड ही आज फिजिओथेरपी ही डॉक्टरची पदवी मिळविण्यासाठी मुंबईच्या के. ई. एम. हॉस्पिटलमध्ये शिक्षण घेत आहे, तर माझा मुलगा प्रफुल्ल गायकवाड हा मेकॅनिकल इंजिनिअरिंगचे ठाणे येथील पॉलिटेक्निकमध्ये शिक्षण घेत आहे. माझे कुटुंबीय मला सामाजिक कार्य करण्यासाठी फार मोठा आधार मिळवून देतात त्यामुळे मी समाधानी आहे.

आज माझ्यासोबत या मनोगतात व्यक्त केलेल्या मित्रांचे आणि विमुक्त भटके संघर्ष महासंघाच्या सर्व कार्यकर्त्यांचे त्यांनी केलेल्या सहकार्याबद्दल मी मनापासून आभार मानतो. येणाऱ्या काळात मी वाचकांना पाचव्या आवृत्तीच्या निमित्ताने एवढेच अभिवचन देत आहे की, तुमच्या विश्वासाला पात्र राहून, साहित्याबरोबरच सामाजिक कार्य व पारध्यांना न्याय मिळवून देण्यासाठी लढा लढत राहण्याचे काम सदैव करीत राहीन.

आपला

लक्ष्मण गायकवाड

जी - ३०४, पद्मावतीनगर
चित्रनगरी रोड
गोरेगाव (पूर्व), मुंबई ६३

प्रकाशकीय मनोगत

श्री. लक्ष्मण मारुती गायकवाड यांच्या 'उचल्या' या साहित्य अकादमी पुरस्कारप्राप्त आत्मकथनात्मक कादंबरीचे पुनर्प्रकाशन प्रसिद्ध करताना आम्हाला विशेष आनंद होत आहे.

मागच्या चाळीस वर्षांपासून साहित्यक्षेत्रात कार्यरत असलेल्या साकेत प्रकाशनाला राज्य व राष्ट्रीय पातळीवरचे अनेकविध प्रतिष्ठित पुरस्कार मिळालेले आहेत. त्यामध्ये सुप्रसिद्ध कादंबरीकार राजन गवस यांची 'तणकट' ही कादंबरी, ज्ञानपीठ पुरस्कारप्राप्त भालचंद्र नेमाडे यांचा 'टीकास्वयंवर' हा समीक्षा ग्रंथ, तसेच श्री. बाबा भांड यांचे समग्र बालसाहित्य अशा पुस्तकांना साहित्य अकादमीचे पुरस्कार मिळाले आहेत.

श्री. लक्ष्मण गायकवाड हे विमुक्त भटक्यांच्या प्रश्नांवर सातत्याने आवाज उठवून विविध जातीजमातींमध्ये पोटतिडकीने सामाजिक परिवर्तनाचे काम करीत आहेत. एक कार्यकर्ता म्हणून भटक्या विमुक्तांच्या चव्वेचाळीस जातींना न्याय मिळवून देण्यासाठी मोर्च्यांच्या, मेळाव्याच्या निमित्ताने ते सतत लढा देत आहेत. केवळ लिखाण हेच त्यांचे उद्दिष्ट नसून सामाजिक चळवळींतून विमुक्त भटक्या आदिवासींना न्याय मिळवून देण्यासाठी ते सतत कार्यरत आहेत. असा सामाजिक पिंड असलेला लेखक साकेत परिवाराशी जोडला जातोय त्याचे आम्हाला अप्रूप आहे.

फुले-आंबेडकरी विचारांच्या मुशीतून आकारास आलेले हे लेखन मनोरंजनाबरोबरच सामाजिक वास्तवाचे भान वाचकांना देईल यात शंका नाही.

- **साकेत प्रकाशन**

तेराव्या आवृत्तीची प्रस्तावना

माझे राजकारण

मी १९७६ पासून विमुक्त भटक्यांचा लढा, हॉटेल कामगार, रोजगार हमीवरील कामगार, झोपडपट्टी बचाव संघटना इ. सामाजिक संघटनांमधून माझ्या कार्यास सुरुवात झाली. मी स्वतःच एक सूतगिरणीचा कामगार असल्याने कामगारांच्या शोषणाविरुद्धचा लढा प्रथम 'लातूर' येथे सुरू करून कामगारांचे बरेचसे प्रश्न सोडवले. यासाठी मला ७७, ७८च्या काळात तुरुंगवासपण भोगावा लागला. माझ्यावरती अनेक केसेस त्यादरम्यान टाकण्यात आल्या होत्या. त्या कित्येक वर्षं चालूच होत्या.

१९८० पासून माझ्या सामाजिक कामाची व्याप्ती मराठवाड्याच्या विविध जिल्ह्यांमध्ये पसरून विमुक्त भटक्यांचे मोर्चे, आंदोलने, धरणे धरणे, वडार समाजाची रॉयल्टी माफ करण्यापासून ते विमुक्त भटक्यांच्या पुनर्वसनासाठी साऱ्या मराठवाड्यात एक संघर्ष उभा केला. १९८२ चा मी 'कत्ती-हातोडा' मोर्चा काढला. तो संपूर्ण महाराष्ट्रभर गाजला. मी फक्त आता विमुक्त भटक्यांच्याच सामाजिक चळवळीचे नेतृत्व करत होतो. मराठवाड्यातील या माझ्या कामाची दखल घेऊन अनेक सामाजिक कार्यकर्ते माझ्या कार्याला पाठिंबा देऊ लागले; पण माझे संघटन हे स्वतंत्र होते. मी कुणाच्या प्रभावाखाली किंवा नेतृत्वाखाली किंवा कोणाच्या संघटनेअंतर्गत काम करत नव्हतो. मी स्वतंत्र मराठवाड्यामध्ये आंदोलने उभी करून भटक्या विमुक्तांची एक चळवळ उभी केली. माझ्या या सामाजिक कार्याची दखल अनेक राजकीय पक्षांचे लोक घेत होते. कधी-कधी

तर माझ्या मोर्चामध्ये सर्वच पक्षाचे लोक सहभागी होत. कारण विमुक्त भटक्यांचा सामाजिक लढा सर्वांनाच महत्त्वपूर्ण वाटत होता. अशातच १९८४ साली लोकसभेची निवडणूक जाहीर झाली. मी कुठल्याही पक्षाचा साधा सदस्यही नव्हतो. निवडणूक लढवणे हे माझ्या ध्यानीमनी नव्हते, फक्त विमुक्त भटक्यांच्या लोकांना न्याय मिळावा एवढेच धोरण होते; पण १९८४ मध्ये कांशीरामजीच्या बहुजन समाज पार्टीच्या लोकांनी मला गळ घातली आणि त्यांच्या पक्षाच्या प्रचाराच्या दृष्टीने मला लोकसभेचा उमेदवार म्हणून उभा करण्यासाठी अनेक दलित कार्यकर्त्यांनी गळ घातली. मोठमोठे स्वप्न दाखवले. आपण हमखास कसे निवडून येणार याचे जातीवार गणितं पटवून द्यायला लागले. मी कधी ग्रामपंचायतीची निवडणूक न लढलेला मला एकदम लोकसभेची उमेदवारी बहुजन समाज पार्टीच्या लोकांनी बहाल केली. निवडून आणण्याचे गोजिरे स्वप्न दाखवल्याने मी मागचा-पुढचा विचार न करता लोकसभेच्या निवडणुकीस उभा राहिलो. त्यावेळी मी २७-२८ वर्षांचा असेल.

या लोकसभेच्या निवडणुकीत माझ्यासमोर काँग्रेसचे दिग्गज उमेदवार शिवराज पाटील चाकूरकर, तर अन्य विरोधी पक्षाच्या वतीने डॉ. पद्मसिंह पाटील हे मातब्बर पैसेवाले उमेदवार उभे ठाकलेले होते. त्यावेळी बहुजन समाजाची निवडणुकीची निशाणी उंट ही होती. समोरच्या उमेदवाराच्या गल्ली-बोळातून, जीप-गाड्या, मोटार-सायकली, ऑटो-रिक्षा रात्रंदिवस प्रचार करत फिरत होती. आणि माझा प्रचार मात्र निशाणीप्रमाणे उंटावरून चाललेला होता. केवळ सायकलीवर माझे कार्यकर्ते उपास-तापासपोटी सामाजिक चळवळीसाठी काम करू लागले. निवडणुकीच्या ऐन भरात भटक्या-विमुक्तांतील हिंदू-धर्माच्या प्रभावाखाली असलेले काही कार्यकर्ते तर आम्हाला हे डॉ. बाबासाहेब आंबेडकरांचे फोटो असलेले पत्रक, बॅनर आमच्या हातात देऊन इज्जत घालवत आहात म्हणून बहुजन समाज पार्टीचे पोस्टर, बॅनर आणि निळे झेंडे हे प्रचाराचे सारे सामान कुठेतरी खड्ड्यात, शेतात पुरून टाकायचे किंवा फेकायचे. त्यामुळे या लोकसभेच्या निवडणुकीत माझी हालत अशी झाली की कार्यकर्त्याला एक टाइम जेवणही देऊ शकत नव्हतो; म्हणून अनेक कार्यकर्ते काँग्रेसच्या प्रचारात फुकट जेवण मिळते म्हणून तिकडे पळून जाऊ लागले. अशा परिस्थितीत माझ्याकडे विकण्यासारखेही काही नव्हते. एक पानपट्टी आणि बँकेच्या कर्जाने १२ सायकली

विकत घेतल्या होत्या. सायकली तर प्रचारासाठी लागत होत्या. मी शेवटी कार्यकर्त्यांच्या जेवणाची व्यवस्था व्हावी म्हणून ३,००० रु. ला पानपट्टी विकून कसा- बसा निवडणुकीचा खर्च भागवू लागलो. अशामध्ये बी. एस. पी. चे काही कार्यकर्ते अधूनमधून मदत करायला यायचे; पण त्यांची ही मदत म्हणजे 'मुंग्याला साखर' टाकल्याप्रमाणे होती. त्यामुळे मी एवढा वैतागून गेलो आणि राजकारण करणे आपले काम नव्हे, आपली विमुक्त भटक्यांची सामाजिक चळवळच बरी म्हणून यापुढे कधी कुठल्या पक्षात जायचे नाही व फक्त सामाजिक चळवळीतच कार्य करायचे, असे मनात पक्के बांधले. राजकारणात सर्वसामान्य कार्यकर्त्यांचे विचार-आचार कितीही चांगले असले आणि त्यांचे सामाजिक कार्य प्रभावी असले तरी तो निवडणुकीत, आजच्या लोकशाही प्रणालीच्या निवडणुकीत निवडून येईल असे चित्र नाही. आजही भारतात सर्वसामान्यांना स्वातंत्र्य मिळाले असले तरीही मतदान करण्याचे स्वातंत्र्य मात्र त्याच्या हातात राहिले नाही. कारण स्वतंत्र भारतात पूर्वी कधी राजेशाही चालत होती. प्रजेने राजाला नमन केले पाहिजे, त्याचा स्वीकार केला पाहिजे, तोच आपला सर्वस्वी सांभाळ करणारा आहे अशी प्रथा होती. स्वातंत्र्यानंतर राजेशाही गेली असली तरी त्याच राजघराण्यातील किंवा जमीनदार लोकांचा प्रभाव राजकारणात कायमचा राहिला. म्हणून आजही कुठल्याही निवडणुकीमध्ये त्या त्या मतदारसंघातील प्रभावी व्यक्तिमत्त्व, जमीनदार, करोडो रुपये खर्च करण्याची ऐपत, आपल्या विरोधकांना नेस्तनाबूत करण्याची ताकद, निवडणुकीच्या काळात आपल्या विरोधात मतदान करणाऱ्या किंवा प्रचार करणाऱ्या लोकांना वठणीवर आणण्यासाठी ५०-१०० गुंडाचा फौजफाटा आपल्या मागे-पुढे ठेवून धाक-धडपशा दाखवून मतदान करणारे लोक बाळगण्याची प्रथा निर्माण झाली आहे. अशी ज्याची निवडणुकीमध्ये ऐपत आहे, तोच उमेदवार निवडून येऊ शकतो, याचा प्रत्यय आणि अनुभव मला प्रथमच १९८४ च्या निवडणुकीत मिळाला. या निवडणुकीत सपाटून मार खाल्ल्यानंतर आणि डिपॉझिटही जप्त झाल्यामुळे मी गुपचूप माझ्या सामाजिक संघटनेच्या कार्याला लागलो आणि पुढे मी भटक्या विमुक्ताची चळवळ मोठ्या प्रमाणात वाढवून महाराष्ट्र पातळीवर काम करू लागलो. माझे सामाजिक चळवळीत चांगले नाव झाले, त्याच्याने भटक्या-विमुक्तांमधील अनेक कार्यकर्त्यांसोबत मिळून मिसळून काम करू लागलो. पुढे आम्ही सर्व भटक्या विमुक्त संघटनेच्या

कार्यकर्त्यांनी मिळून लातूर ते मुंबई भटक्या-विमुक्तांची शोधयात्रा काढून महाराष्ट्रातील राजकीय लोकांचे लक्ष भटक्या-विमुक्तांच्या प्रश्नाकडे वेधून घेण्यासाठी एक चांगला प्रयोग केला; पण भटक्या विमुक्तांच्या अठरा पगड जाती - जातीजमातींचे आणि अनेक धर्मांचे भटक्या विमुक्तांचे कार्यकर्ते वेगवेगळ्या राजकीय लोकांच्या आमिषाला बळी पडून प्रत्येकाला कुठल्या ना कुठल्या राजकीय पार्टीत स्थान मिळविण्यासाठी भटक्या विमुक्तांच्या ७६० संघटना निर्माण झाल्या! आणि जो-तो पुढारीपणाचा बिल्ला छातीला लावून वेगवेगळ्या राजकीय पक्षासोबत पाठिंबा देऊन - सहभागी होऊन काम करू लागला. स्वार्थी आणि मतलबी धोरणामुळे काही कार्यकर्ते राजकारणात 'तुला आधी मिळेल की मला आधी मिळेल' म्हणून आपापले भटक्या विमुक्तांचे लेटर पॅड आणि काम केल्याचे परिचयपत्र जोडून तडजोडी करू लागले. ज्या भटक्या-विमुक्तांच्या लातूर ते मुंबई शोधयात्रेच्या निमित्ताने या संघटनेला जे राजकीय वलय निर्माण झाले होते व सर्व राजकीय पक्षांचे या चळवळीकडे लक्ष वेधले होते, ते भटक्या विमुक्तांच्या फाटा-फुटीमुळं एक अडचण निर्माण होऊन भटक्या विमुक्तांची चळवळ धोक्यात आली. याचाच फायदा महाराष्ट्रातील सर्व राजकीय पक्षांनी उचलून आपापल्या पार्टीत भटक्या-विमुक्तांचा सेल उघडून भटक्या-विमुक्तांच्या कार्यकर्त्यांना या सेलच्या पदव्या देऊन काही कार्यकर्त्यांना मधाचे बोट तोंडाला लावून भटक्या-विमुक्तांच्या चळवळीचा बेंद्या पाडला; पण भटक्या-विमुक्तांची चळवळ त्यांच्या हितरक्षणासाठी होऊन कुठल्याही पक्षांशी न जोडता 'विमुक्त भटके आदिवासी संघ' या नावाने मी माझे हे कार्य चालूच ठेवले. पुढे मी माझे आत्मकथन लिहून मला लेखक म्हणून मानसन्मान मिळाला. मला पंतप्रधान राजीव गांधी यांच्या हस्ते 'महाराष्ट्र गौरव पुरस्कार' ही प्राप्त झाला. याचदरम्यान व्ही. पी. सिंगच्या (पंतप्रधान) मंडल आयोगाच्या अंमलबजावणीचा आणि साऱ्या भारतात एक शोषितांचा लढा मोठ्या प्रमाणात उभारला गेला. व्ही.पी. सिंग हा इतर मागासवर्गीयांचा हिरो ठरला. मनात राजकारणाची नफरत होऊनही मला व्ही. पी. सिंगांच्या चळवळीने भुरळ घातली. माझी एक-दोन वेळा पंतप्रधान व्ही. पी. सिंगांसोबत भेटगाठ झाली आणि वाटू लागले सामाजिक बदलासाठी महाराष्ट्रातील भटक्या-विमुक्तांच्या लोकांना न्याय देण्यासाठी आपल्याला राजकीय भूमिका घ्यावी लागेल, असे वाटून मी एक दिवस 'जनता दला'च्या मुंबईच्या मेळाव्यामध्ये

व्ही.पी. सिंगच्या नेतृत्वाखाली जनता दलात प्रवेश केला. वाटू लागले आता आपले डायरेक्ट संबंध भारताच्या पंतप्रधानाबरोबर आले आहेत. त्यांना मी त्या मेळाव्यात भटक्या-विमुक्तांचे प्रश्नही समजावून सांगितले आणि ते म्हणाले, "तुमच्यासारखे कार्यकर्ते अशा प्रश्नाला हात घालून न्याय देऊ शकतात, तुम्ही आता कामाला लागा." पुढे माझे काही दिवस जनता दलातील अनेक समाजवादी नेते यांच्याबरोबर मीटिंगमध्ये संबंध येऊ लागले. मला महाराष्ट्राच्या युवा संघटनेचा पदाधिकारी करण्यात आले. अशात १९९१-१९९२ मध्ये लोकसभेची निवडणूक आली. आणि मला जनता दलातील काही भटक्या-विमुक्तांच्या चळवळीच्या सहानुभूतीदारांनी आणि व्ही.पी.सिंगांनी परत मला लातूर मतदारसंघातून लोकसभेची उमेदवारी देण्याचे ठरवले; पण इथे ही जनता दलाच्या समाजवादी नेत्यांचेही गट-तट आणि जातीचे चश्मे पहावयास मिळू लागले व माझ्यासारख्याला वाटू लागले नाव समाजवादी व काम विषमतावादी असा प्रत्यय येऊ लागला. दिल्लीवरून मला लोकसभेचे टिकीट डिक्लेअर झालेले असताना मराठवाड्यातील एका मातब्बर पुढाऱ्याने चक्क मला लातूर मतदारसंघाच्या ऐवजी सोलापूर मतदारसंघात उभा राहा म्हणून गळ घालण्यास सुरुवात केली. आणि शेवटी मला लातूर मतदारसंघाऐवजी सोलापूर मतदारसंघाचा फॉर्म भरावा लागला. खरेतर मी अपेक्षा केली होती की, जनता दलाचे लोक म्हणजे समाजवादी विचाराचे आपल्या विचाराच्या जवळचे आहेत. ज्या भटक्या-विमुक्तांना स्वातंत्र्याच्या नंतर ५ वर्षं १६ दिवसांनी स्वातंत्र्य देऊन गुन्हेगारांचे विमुक्तीकरण करून त्यांना विमुक्त ही पदवी बहाल केली; पण त्यांना घटनेअंतर्गत कुठल्याही सोयी-सवलत न देता विकासापासून वंचित ठेवले, अशा समाजाला न्याय देण्यासाठी जनता दलातील लोक साह्यभूत ठरतील असे मला वाटले होते. म्हणून मी सोलापूर मतदारसंघातून निवडणूक लढवून लोकसभेत गेल्यावर आपल्या भटक्या-विमुक्तांच्या प्रश्नांवर आवाज उठवता येईल, त्यांना सामाजिक न्याय मिळविता येईल, अशा मोठ्या अपेक्षेने सोलापूरच्या लोकसभेच्या निवडणुकीत उतरलो. निवडणुकीच्या प्रचाराला जोरात सुरुवात झाली. पंतप्रधान व्ही.पी.सिंग माझ्या प्रचाराला सोलापूरला आले. मृणालताई गोरे आणि मी सोलापूर, मंगळवेढा आणि पंढरपूर असे एकाच गाडीत ७-८ तासांचा प्रवास केला. मी निवडून यावे म्हणून व्ही.पी.सिंगांनी माझ्या मतदारसंघात २ सभा घेतल्या. एक मंगळवेढ्याला

व दुसरी सोलापूरला. माझे वक्तृत्व आणि भाषण यांचा प्रभाव अल्पसंख्याक, ओबीसी, दलित, भटक्या-विमुक्तांवर चांगला झाला. अनेक दलितांचे, भटक्या-विमुक्तांचे आणि मुस्लिम अल्पसंख्याकांचे कार्यकर्ते आपल्या खिशातील पदरमोड करून रात्रंदिवस प्रचार करत होते. सोलापूरचे वातावरण चांगलेच तापले होते. मी जिंकून येणार अशी लोकांमध्ये चर्चा सुरू झाली. माझ्या नावाची जिकडे-तिकडे चर्चा सुरू झाल्याने लोकसभेची निवडणूक चांगलीच रंगात आली होती. रंगाअण्णा वैद्यासारखा पत्रकार माझ्या बाजूने भरभरून लिहीत होता. साऱ्या पेपरमध्ये माझ्या नावाची चर्चा होत होती. तेथील जनता दलाचे काही कार्यकर्ते तर एखाद्या नवरीला नटवून थटवून नवरदेवापुढे उभे करतात, तसे मला मोठ-मोठ्या कारखानदार व व्यापाऱ्यांच्या समोर उभा करत आणि सांगत, हेच ते साहित्यिक उचल्याकार लक्ष्मण गायकवाड' आमच्या जनता दलाच्या पक्षाचे उमेदवार आहेत, त्यांना तुम्ही सढळ हातांनी देणगी द्यावी, अशी विनंती करण्यासाठी आम्ही तुमच्याकडे आलो आहोत, असे सांगायचे. तेव्हा कारखानदार व व्यापारी माझ्या हातात एखाद्या नवरीच्या हातात शगुन ठेवल्यासारखे कुणी १०,०००-२०,००० रु. माझ्या हातात बंडल ठेवायचे; तेव्हा एखाद्या घारणीने कोंबड्याच्या पिल्लाला झडप घालून दोन्ही पायात उचलून आकाशात उडून जावे, तसेच त्याप्रकारे काही जनता दलाचे सोलापूरमधले पुढारी माझ्या हातात दिलेल्या पैशावर दोन्ही हाताची झडप घालून आपल्या खिशात ठेवत. हे सारे जनता दलाचे पुढारी रात्री एकांतात मीटिंगमध्ये बोलत की, पक्षाला चांगला उमेदवार मिळाला आहे, एका दृष्टीने आपल्याला हा चांगलाच बकरा मिळाला आहे. याचे नाव एवढे आहे की, समोरचे व्यापारी, कारखानदार आपल्याला कधी निवडणुकीत मदत करीत नव्हते; पण या आपल्या उमेदवाराला वर्गणी मागण्यासाठी गेल्यास दहा-वीस हजार रु. देत आहेत. आता लोकसभेच्या नंतर महानगरपालिकेच्या निवडणुका तोंडावर आल्या आहेत. या उमेदवाराच्या निमित्ताने आपल्याकडे पार्टीसाठी चांगला फंड निर्माण होऊ शकतो, त्यातून पुढील निवडणूक लढवता येईल; म्हणून मला निवडणुकीतून काही वेळ काढून त्यांच्याबरोबर निवडणूक फंड गोळा करत फिरावे लागत होते. जनता दलातील काही कार्यकर्ते दिवसभर प्रचारात माझ्याबरोबर राहायचे आणि रात्रीला मात्र कधी भारतीय जनता पार्टीबरोबर तर कधी काँग्रेसबरोबर सौदे करत फिरायचे. हे सारे मला माझे

कार्यकर्ते अधूनमधून सांगायचे; पण यांना दुखवले तर आपला प्रचार पडायचा, या भीतीने मी अनेक गोष्टी माहीत असून गप्प राहायचो.

एकदा तर पार्टीकडून दीड-दोन लाखाचा फंडाचा चेक आला; पण तो चेक माझ्या नावाने आल्याने स्थानिक पुढाऱ्याची पंचाईत झाली. ते मला म्हणाले की, या Withdraw वरती सह्या करा, प्रचार आपला जोरात आहे. आपल्याला ह्याचे पैसे द्यायचे, त्याचे पैसे द्यायचे म्हणून ते आलेले सारे पैसे त्यांना हडप करायचे होते. मी त्यांना म्हणालो, मी सही करणार नाही, व्यापाऱ्यांकडून जमा झालेले पैसे तुम्हीच घेता, पार्टीच्या फंडाचे पैसे ही तुम्हीच सर्व मागता मग मी माझ्यासोबत बाहेरगावाहून आलेल्या कार्यकर्त्यांना जेवणखाण, माझ्या फिरत्या गाडीला पेट्रोल याच्यासाठी माझ्याकडील सारे पैसे संपले आहेत यातील किमान मला अर्धे-निम्मे तरी पैसे द्या म्हणून हट्ट केला, तेव्हा त्यांनी पैसे देण्याचे मान्य केले. मग मी ही माझ्या प्रचारासाठी माझ्याकडे पाच-पन्नास हजार रु. घेतल्यास बाकीचे उरलेले पैसे त्यांनी घेतले म्हणजेच पैसे काढणाऱ्या व्हॉउचरवर सह्या घेतल्या. या प्रचारासाठी माझ्यासोबत माझे सारे घर-परिवार, बायको-मुले प्रचार करत होते. अनेक पुढारी महाराष्ट्रातून प्रचारासाठी आले होते. काही कार्यकर्त्यांनी तर आपल्या घरातील किडूक-मिडूक विकून माझ्या भाषणाच्या कॅसेट तयार करून, त्या चौकाचौकात लावून माझा प्रचार करत होते. अनेक अल्पसंख्याक आणि भटक्या-विमुक्त व दलित कार्यकर्त्यांनी तर सोलापूरमधील चांगले सिल्कचे नेहरू शर्ट व पॅण्टी विकत आणून मला रोज एक नवीन कपडे घालायला लावत आणि आपला उमेदवार नीटनेटका उठून दिसला पाहिजे, निवडून आला पाहिजे म्हणून मनापासून प्रयत्न करीत. अशा या निवडणुकीच्या धामधुमीतच भयानक अशी घटना त्या दिवशी घडली.

या रोजी भारताचे पंतप्रधान राजीव गांधी यांची हत्या झाल्याची बातमी साऱ्या सोलापूरमध्ये वाऱ्यासारखी पसरली. खरे तर राजीव गांधी हे माझे सर्वांत आवडते व्यक्तिमत्त्व होते. मा. शरद पवारांच्या व सुशीलकुमार शिंदेंच्या माध्यमातून दोन वेळा त्यांच्याबरोबर भेट घडून आली होती. याच सोलापूर शहरात ज्याच्या हातून १ लाख रु. चा महाराष्ट्र गौरव पुरस्कार स्वीकारला होता. असा भारताचा तेजस्वी, कर्तृत्ववान पंतप्रधान राजीव गांधी यांची हत्या व्हावी, ही माझ्यासाठी सर्वांत मोठी दुःखद घटना होती. या घटनेनंतर निवडणुकीचे सारे वातावरण

बिघडून गेले. याउलट माझ्या विरोधात काही लोकांनी अशी अफवा उठवली की, त्या राजीव गांधीकडून १ लाख रु. चा पुरस्कार स्वीकारला आणि त्याच पैशातून लक्ष्मण गायकवाड राजीव गांधींच्या विरोधात निवडणूक लढवतोय. त्या उचल्याकाराला आता सोलापूरमधून उचलून टाका, अशा बातम्या काही जणांनी दिल्या. पुढे मला पोलिसाचे संरक्षण घेऊन प्रचारासाठी फिरावे लागले. राजीव गांधींच्या हत्येमुळे निवडणुकीचे वातावरण पूर्णपणे काँग्रेसच्या बाजूने निर्माण होऊन जनता दलाची लाट हवेत विरून गेली. जिथे माझी निवडून येण्याची चर्चा होती तिथे माझे डिपॉझिट जप्त झाले आणि मी कायमची राजकारणाला सोडचिठ्ठी देऊन ठरवले की, राजकारणात आपल्यासारख्याचे काम नाही, आपण या स्पर्धेत टिकू शकत नाही. आपले राजकीय मार्गाने भटक्या-विमुक्तांना न्याय मिळवून देण्याचे स्वप्न हे स्वप्नच राहणार, म्हणून मी परत भटक्या-विमुक्तांच्या न्याय-हक्कासाठी देशभर लेखक म्हणून नाव असल्याने अनेक लेखकांना सोबत घेऊन- यात महाश्वेतादेवींसारख्या बंगाली लेखिकाही होत्या. माझ्या संघटनेच्या निमित्ताने महाराष्ट्रात आणि देशभर भटक्या-विमुक्तांच्या न्याय-हक्काचा लढा चालूच ठेवला. यातूनच मी मागणी केलेल्या निवेदनाप्रमाणे 'विमुक्त-घुमंतु आदिवासी आयोग' देशात स्थापन झाला; पण न्याय मात्र मिळू शकला नाही. ही शोकांतिका, मला माझ्या प्रदीर्घ कामानंतरही पाहावी लागत आहे.

सध्याचे महाराष्ट्रातील निराशाजनक राजकारण पहावयास मिळते. महाराष्ट्रासारख्या पुरोगामी प्रांतात फुले, शाहू, आंबेडकरांचे नाव घेऊन राज्य करणारे लोक विमुक्त भटक्या जमातींच्या लोकांना न्याय, हक्क मिळवून देऊ शकत नाही, याच्यासारखी शोकांतिका काय असेल? ज्या विमुक्त भटक्यांना 'जमाती' नाव देण्यात आले त्यांच्यासाठी स्वतंत्र मंत्रालय स्थापन झाले; पण या विमुक्त-भटक्यांच्या नावाने महाराष्ट्राच्या बजेटमध्ये आजपर्यंत कसलीच तरतूद करण्यात आली नाही. या समाजाच्या उन्नतीकरिता बजेटची सुविधा नसेल तर त्याचा उद्‌धार कसा होणार? महाराष्ट्रातील २ कोटी भटक्या-विमुक्तांचा एक प्रतिनिधीही निवडून कुठला पक्ष आणत नाही. यासाठी राखीव मतदारसंघ कुठेच नाही. पूर्वी विधानपरिषदेवर यांचे १-२ आमदार असायचे आता तीही प्रथा बंद झाली आहे. दुसरीकडे, महाराष्ट्राच्या बाजूला असलेल्या कर्नाटक व आंध्रने मात्र आपल्या प्रांताच्या अधिकारात या विमुक्त भटक्यांना १९७६

मध्ये अनुसूचित जाती-जमातीचा दर्जा दिला. महाराष्ट्रातील पुरोगामी म्हणणाऱ्या राजकीय लोकांनी घटनेनुसार हा अनुसूचित जाती-जमातीचा वर्ग मान्य करूनही जाणीवपूर्वक स्वार्थी राजकारणाने सवलत देण्याचे टाळले आणि त्यांच्या हातात भिकेचा कटोरा दिला. महाराष्ट्राच्या दिग्गज राजकर्त्यांनी भटक्या-विमुक्तांचा विकास न करता त्यांच्यावर अन्यायच करण्याचे काम केले. हा कलंक कधीच पुसला जाणार नाही.

महाराष्ट्रातील राजकर्त्यांची भटक्या-विमुक्तांबद्दल भेदभावाची दिली जाणारी दुय्यम वागणूक, त्यांचा नाकर्तेपणा, वरवरचे राजकारण करून संघटित आणि प्रभावी लोकांचा राजकीय लोक फायदा करतात; पण उपेक्षित, वंचित असलेल्या घटकांकडे विशेष लक्ष देऊन त्यांनाही राजकीय पक्षात आणावे ही भावना आज न राहिल्याने माझ्यासारख्याने राजकारणापासून चार हात लांब राहून जमेल तेवढे सामाजिक कार्य करण्याचे आणि आपल्या लेखनाद्वारे भटक्या-विमुक्तांचे प्रश्न मांडणे एवढेच काम करण्याचे ठरवले आहे. महाराष्ट्रांच्या राजकीय लोकांविषयी काही चांगल्या अपेक्षा होत्या, वाटत होते महाराष्ट्रात आज ना उद्या विमुक्त-भटक्यांच्या लोकांना न्याय मिळेल; पण वरचेवर महाराष्ट्रातील जातीच्या, धर्माच्या, नात्यागोत्यांच्या राजकारणाविषयी माझ्यासारख्याला तर वीटच आला आहे.

साकेत प्रकाशनाचे माझे मित्र ज्येष्ठ लेखक बाबा भांड व सर्व मित्रपरिवारांचा आभारी आहे.

लक्ष्मण गायकवाड
१-६-२०१६

ना जन्मदिवस, ना गाव, ना घर, ना शेत, ना एक जात. अशा एका उचल्या जातीत लातूर तालुक्यातील धनेगावला जन्मलो. थोडा मोठा होईपर्यंत वाढलो. यालाच वतनाचा गाव म्हणतो. मी जरा बारीक असताना माझं घर गवताच्या काड्यानं केलेलं एक छप्पर होतं. ते छप्पर चिमणीच्या खोप्यासारखं मला वाटायचं. जाता-येता आमच्या घरात समद्याला मधी बसूनच जावं लागायचं. समदा संसार माझी आजी नरसाबाई चालवायची. आजा तसा कुचकामी होता. त्याला दिवसातून दोन वेळा पोलिसाची हजेरी होती. त्यामुळे त्याला कुठलेच काम करता येत नव्हते. आमचं सारं घर तसं आधी आजा लिंगप्पाच चालवत होता. लांब लांब बाजारच्या गावी खिस्तंग मत्ताया, मुट्टल त्यचिंग, तिरगेंग एलगाड्या (खिसे कापाया, गठुडे आणाया बाजारानी फिराया जायाचा.) आणि कमाई करून घर चालवीत होता. तसा तो आमच्या इलाख्यात चोऱ्या करण्यासाठी मशहूर होता. त्याच्या नावाला कोणी जात नव्हतं. तो लय मोठा चोर होता, म्हणून निजाम सरकारात त्याचं नाव होतं. बरं, असंच एकदा चोऱ्या कराया गेल्यावर दारूच्या नशेत भारतपत्तीनं एकाचा बाजारात खिसा कापाया जाऊन त्या माणसाच्या कंबरंत धोतरात गाठ मारून ठेवलेल्या पैशाला कापाया गेला आणि नशेमध्ये आजानं त्याला गांडीपासून मांडीपस्तोर पत्तीनं कापला. पत्ती माणसाच्या आरपार जाऊन भळभळा रक्त निघू लागलं, तो माणूस ठो-ठो बोंबलू लागला. तवा पोलिसांनी आमच्या आजाला धरलं आणि आमच्या घरला आजाला मारून-

मारून झडती घेयाला पोलीस आले. तवा मी कुत्र्याच्या पिल्ल्यावाणी त्या गवताच्या झोपडीत, गोधडं पांघरून मेल्यावाणी पडलो होतो. आजाला हातकड्या होत्या. पोलीस विचारत होते, 'बोल कहाँ कहाँ रखा है पैसा-सोना. नहीं तो बहोत मार खाओगे.' आमचा आजा,' बगा सायब कुठंच घरामध्ये काहीच नाही.' पोलीस म्हणाले,' तेरे रांडको मालूम होगा,' आणि आजीच्या झिपरीला धरून मारू लागले. माझी माय धोंडाबाई पोलीस आल्यात म्हणून रानात पळून गेली होती.

पोलीस आमच्या घरात जे जे बायका लेकरं दिसतील त्यांना धडाधड मारत होते. आजीला तर घरात काय आहे सांग म्हणून थानाला धरू धरू मारत होते. असे करून आजाला पोलीस घेऊन गेले. पुन्हा काही महिने जेलमध्ये टाकलं. पुन्हा आजा सुटून आला तवापासून आजाला दिवसातून दोन वेळा पोलिसांनी सकाळी अन् रातच्याला हजेरी लावली. आजा रोज हजेरीसाठी गाढवावर बसून सकाळी न् रातच्याला पोलीस ठाण्याला जायचा. आता आजाला पोलिसांनी 'गुरंदा' म्हणून ठेवले अन् आमच्या जातीत कोण कोण चोऱ्या करतात त्याचं नाव सांगितल्यास बक्षीस देऊ लागले. म्हणून आजाला पोलीस संगं घेऊन जायचे अन् चोराचे पत्ते काढायचे. आजा कधी एका दिवशी पोलीस ठाण्याला नाही गेला की, पोलीस घरी येऊन घरातल्या समद्याला अन् आजाला मारायचे म्हणून आजा चोऱ्या करायचं सोडून रोज हजेरीला ठाण्याला जायचा अन् गुरंद्याचं (निजाम सरकारचा हेर) काम करू लागला. आमच्यातल्या चोऱ्या करणाऱ्याला धरून देऊ लागला.

माझ्या मारतंड बाबाला आमची जात चोर हाय म्हणून कुणी काम देत नव्हतं अन् आमच्या धोंडामायलाबी शेतावर लावत नव्हते. आजाच्या माघारी आता घर भागंना म्हणून आजी चोऱ्या करायला जत्रंनं जाऊ लागली. जत्रांत बारक्या पोराच्या गळ्यातल्या सोन्याच्या सऱ्या, बिंदल्या, बायाच्या गळ्यातले हार, वज्रटिका, दातानं, कवा भारतपत्तीनं तोडून-कापून आणायची अन् सावकारांकडे विकून घर चालवायची. कधीकधी गावात उचल्याचा तपास लावण्यासाठी पोलीस यायचे. तवा आजीनं ज्या सावकारांकडे ठेव ठेवलेली असायची, ते सावकार अन् पाटील आलेल्या पोलिसांना ठेवीतले पैसे देऊन मागारी पाठवायचे. आमच्या घरच्याला अन् जातीच्याला बाहेरगावी जायचं झालं, तर पोलीस पाटलाचा दाखला घेऊन जावं लागायचं, पाटील दाखला देण्यासाठी भरभक्कम पैसा घेयाचा. आम्हाला

बिना दाखल्याचं कुठंबी फिरता येत नाही. जर जनावराला कुठं विकायचं झालं तर, अगर दुसऱ्या गावाला न्यायाचं झालं तर त्याला जसा दाखला लागतो अन् बिगर दाखल्याचं जनावर घेत नाहीत तसं त्या जनावरासारखी आमच्या उचल्याच्या लोकांची गत होती. पोलीस पाटलाचा दाखला असेल, तर दुसऱ्या गावात तो दाखला त्या गावच्या पोलीस पाटलाला दाखवून तीनच दिवस राहायला येतं. दाखला नसेल तर त्या गावचा पोलीस पाटील चोर म्हणून धरून देतो. म्हणून आमच्यातला मी बारका असल्यानं मला सोडून समद्याला दाखले होते. आम्ही बिनादाखल्याचं गावाला कुठं गेलो तर पोलीस धरून चोरीचा आरोप लावीत अन् मारून त्याच्याकडून भरभक्कम पैसे काढीत. म्हणून आमच्या उचल्याच्या घरात देवापरीस मोठा आम्हाला आमचा दाखला वाटायचा अन् खिसे कापायची भारतपत्ती घरातली लक्ष्मी वाटायची. तिरगाया (चोरी कराया कुठंही बाहेर) जाताना आजा, आजी अन् घरातले समदे लोक कोंबडं आणायचं अन् भारतपत्तीला बळी द्यायचं, त्याच पत्तीनं कोंबडं कापायचं, त्या कोंबड्याच्या रक्तानं भारतपत्तीवर अन् समद्याच्या दाखल्यावर रक्त शिपडून टाकायचं अन् म्हणायचं हे देवा! येश दे, तिरगायला येश येऊ दे. पोलिसापासून वाचव,' असं म्हणून आमच्या घरी सर्वांनी देवाच्या मंदिरात जसं पाया पडतात तसं आम्ही पत्तीच्या अन् दाखल्याच्या पाळीपाळीनं पाया पडायचं.

समद्या माणसाला जिवाची लई भीती असत्याय. यमदूत म्हनलं की, जीव मारणारा म्हणून समोर उभा टाकतंय अन् यमदूत जीव घेऊन जाईल अशी भीती वाटत्याय. तसं मला माझ्या घरी पोलीस आलं म्हनलं की, यमदूताचा बाप आल्यागत वाटायचं अन् माझा जीवच काढून घेऊन जायला आलाय अशी भीती वाटायची. माझ्या घरी पोलीस झडती घ्यायला आले अन् घरातल्याला मारू लागले की, त्याचा मार बघूनच मी कित्येक वेळेस चड्डीतच मुतून अन् हागून द्यायचा. आमच्या आजानं पोलिसाच्या माराच्या जाचानं अन् गुरंदा म्हणून काम करू लागल्यानं आमचे लोक जे जे चोऱ्या करत त्यांचे नाव सांगून पोलिसांना धरून दिल्यानं आमच्या लोकांशी लई दुश्मनी करून घेतली होती. आमच्या लोकांची जातपंचायत बसली अन् ठरवले की, आपल्या संतामुचलर (म्हणजे आठवड्याच्या बाजारात चोरी करणारा) मधला लिंगप्पा गायकवाड हा आपल्या संतामुचलरचे नाव सांगू लागलाय, त्याच्यानं आपल्याला कुठंबी तिरगायला जाता

येईना झालंय. कुणी चोर म्हणून कामालाबी लावंना झालंय. लेकरंबाळं उपाशी मरू लागले म्हणून जातपंचायतमध्ये आमच्या लोकांचे सर्व पंच जमले. जातपंचायतमध्ये ठराव केला की, लिंगप्पाला मारून टाकलं पाहिजे. त्याला म्हातारपणी पोलिसांचा मार सहन होईना झालाय, त्याचा बंदोबस्त करायला पाहिजे असं ठरलं. अखेर एका रात्री आमचे गवताचे छप्पर फाडून रातच्याला आजाच्या तोंडात बोळे कोंबून, कुऱ्हाडीने तोडून जिवंत मारले. केस आमच्या जातपंचायतीने पोलिसात जाऊ दिली नाही. आमच्यात पोलीसमध्ये जातपंचायतीचे खिलाफ जाताच येत नाही. आमच्या आजाला कुणाला न कळू देता तसंच जाळून टाकलं. आता संसार समदा आजीवरच राहिला होता. आमच्या संतामुच्चरचे लोक माझा आजा मेला म्हणून बिनधास्त चोऱ्या करू लागले. संतामुच्चर या आमच्या जातीला सबंध भारतात ओळखतात. तेलगू भाषेतही आमच्या जातीला संतामुच्चर म्हणूनच ओळखतात. आमच्या जातीची भाषा तेलगू आहे. संता म्हणजे बाजार, मुच्चर म्हणजे चोऱ्या करणारा! संतामुच्चर म्हणजे आठवड्याच्या बाजारात चोऱ्या करणारा. आम्हाला खरी जात काय आहे हेच माहीत नाही. तसं आमच्या जातीत सर्व भारतात दोनच आडनावं आहेत - जाधव आणि गायकवाड. लग्न करण्यासाठी जाधवांनी गायकवाडला मुलगा-मुलगी द्यायचे, गायकवाडनी जाधवाला द्यायचे. जाधव-जाधवांत सोयरीक होत नाही, गायकवाड-गायकवाडात सोयरीक होत नाही. आमच्यात ही दोन आडनावं जरी असली तरी 'कुलम्' (कूळ) अनेक आहेत. गायकवाडांत उळानोर, बुमोनीर, काळपीटनोर; जाधवात कासकोनोर, पप्पोनोर, इलेनोर हे मोडतात; हे बघूनच सोयरीक होते. तसं आमच्या जातीला महाराष्ट्रात एका नावाने ओळखत नाहीत, अनेक नावांनी ओळखत असतात. पाथरुट, टकारी, भामटा, उचले, गिरनेवडार, कामाटी, घंटीचोर, वडार अशा नावांनी वेगवेगळ्याजिल्ह्यांमध्ये वेगवेगळ्या भागात वेगवेगळ्या नावाने ओळखतात. म्हणून मला महाराष्ट्रात जातसुद्धा एक नाही, अनेक जाती सांगाव्या लागतात.

मला माझ्या आईबापाचा कुणीही नातलग नाही. आमचं मूळ ठिकाण काय आहे की, कुठनं आलो की याचा काय बी पत्ता नाही. मला मामा, मावसे, चुलते, कायबी माहीत नाही.

आमच्या चोऱ्या करणाऱ्याला निजाम सरकारनं धरू-धरू नेऊन बंजेपाल्लीचे लई मोठे तळे बांधले. त्या तळ्यावर कुणी काम करणारे मिळेनात म्हणून आमचे लोक हजारोंनी लॉरीत बसून तळ्याच्या कामावर लावले होते. त्या जागीसुद्धा दोन वेळा पोलीस हजेरी घेत होते. तरीसुद्धा माझी आजी, बाबा, माय पळून आले अन् धनेगावात राहिले. आमची आजी चांगलंच तिरगायची. आजीला चोऱ्या कराया जाऊन पोलिसांनी धरलं तर दोन-तीन महिने जेलमध्ये टाकायचे. घरात काही नसलं की, बाबा, माझ्या बाबाचं नाव मार्तंड, मायचं नाव धोंडाबाई, थोरला भाऊ माणिकदादा शेतांमध्ये लांब -लांब जाऊन दान्याचे कणसं, मिरच्या, सजगुरे, शेंगा रातच्याला चोऱ्या करून आणायचे. आम्ही सारी लेकरं घरात उपाशी राहायचं. तेवढ्या रातच्याला चोरून आणलेलं कणसं बडवून ज्वारी काढायचं, कण्या भरडून शिजवून खायचं. माणिकदादालाबी चोऱ्या करण्याचं शिकवण्यासाठी माझे मेहुणे नेवळीचे संतराम, भारगावचे सखाराम यांनी त्यांच्या टोळीत घेऊन गेले. संतराम, सखाराम दादाला चोऱ्या कराया शिकवत होते. दादाला समदे पाळातले लोकं बुटाने मारत होते. दादाला मार सहन होत नव्हता. दादा घरी आला की म्हणायचा, मला मुठल, चप्पुल, धोंगळ आण म्हणून मारू लागले. आमच्यात आठ- नऊ वर्षांच्या पोराला पोरीनला घाबरू नये, धट व्हावं, चोऱ्या करताना धरलं तर पोलिसांनी कितीबी मारलं तर खरं नाव सांगू नये म्हणून चोऱ्या करण्याच्या आधी मार खाण्याचं शिक्षण देतात. आमच्या माणिकदादाला रेणापूरच्या बाजारात एकदा चोऱ्या करताना बाजारातल्या लोकांनी धरलं. 'जोडं चोरतुस का, उचल्यांचा दिसतुस, सांग तुझं साथीदार कुठं हायीत?' मार सहन होईना म्हणून दादा समदं सांगू लागला होता. बरं, संतराम, तुकाराम आदीच पळून गेले; पुना दादा आला. म्हणाला, 'मला मारून मारून सोडलं.' माणिकदादाला दुसऱ्या दिवशी नदीला मासं धराया घिऊन गेले. टोळीतले समदे लोक मासे धरत होते. बक्कळ मासे धरले, दुपारचे ऊन पडून नदीची बाजू चरचरा पोळत होती. संतराम, तुकाराम दादाला शिव्या देत होते. 'माणक्या, ह्येच्या मायला, वाण्या बामणांसारखं माराला भिऊ लागलंय. तिरगिताला फेटल्यास समद्या पाळा गंगारचं नाव सांगू लागलंय, संतामुच्चरच्या आवलादीला बट्टा लावू लागलंय.' लई कातावू लागले व्हते. समद्याला भुका लागल्या व्हत्या. दादाला मासं भाजाया, नदीचं वसन, काटक्या गोळा कराया लावलं. समदे जेवाया म्हणून

नदीच्या वरी आले. नदीच्या एका बाजूला मासं भाजत होते. दादाला भूक लागली म्हणून भाकर हातात घेऊन मासं कधी भाजतेत अन् कधी खावं अशा विचारात असतानाच संतराम भावजीनं अन् तुकारामनं बोलावून घेतलं अन् विचारू लागले, 'सांग, तू मुच्चू करताना तुझं खरं नाव, आमचं खरं नाव का सांगितलंस? मुठल, चप्पुल बाजारातून का आणला नाहीस? दादा म्हणू लागला, 'माझ्या डोळ्यांत त्या लोकांनी मिरचू घालून मारत व्हते, तवा मी नाव सांगितलो. तेव्हा संतराम भावजींनी दादाला आधार उचलून वाळूवर टाकलं, तुकारामनं समदे कपडे चड्डी-कुडते काढून दादाला नागवं केलं. दादाला संतराम भावजी बुटाच्या पायासहित पालता घालून तुडवत होते. दादा जीव गेल्यागत जनावरांसारखं आरडू आरडू रडत होता. दुपारचं भर ऊन पडून वाळू तापलेली होती. पायालासुद्धा चरचरा पोळत होती. अशा वाळूवर दादाला नागवं करून बुटाच्या पायानं तुडवणं चाललं होतं. दादाची पाट पोट लालबुंद झाली होती. तुकाराम इचारत होता, सांग माणक्या, संतालमधून घोंगळ, मुठल आनतुस का?' दादा म्हणायचा, 'मारू नगा आनतो.' पुना संतरामभावजी म्हणायचा, 'आता तुला फेटलं तर खरं नाव सांगशील का ?' दादा गयावया करून, 'नाही. मला सोडा' म्हणायचा. दादाला तुकाराम म्हणाला, 'तुझ्या डोळ्यांत मिरचू घातलं म्हणून आमचं नाव सांगतोस काय?' म्हणून रोट्यावरची लालभडक मिरचू तेवढ्या उनात दादाच्या गांडीत अन् डोळ्यात घालून तडपत्या वाळूवर मारत होते. अखेर दादानं मारताना मुतून-हागून टाकला तवा त्याला सोडलं. दादा जाजाऊन जाळ्यात धरलेला ससा हातातून निसटून रानारानानं पळत सुटतो तसा, अंगाची आग पडली म्हणून इकडे तिकडे सारखा बोंबलत पळू लागला अन् डोहात जाऊन नदीत पडला. बराच वाढूळ पाण्यात थांबला. पुन्हा त्याला बोलावून घेऊन विचारलं, 'उद्याला परळीचा बाजार हाय, कमई करून आनशील काय?' दादा म्हणाला, 'आणतो. तुमच्या मारापरीस त्यांचा मार कमीच राहतोय. कुक्कल ऊरेर (पोलीस अन् मराठे माणसं) सुद्धा मारत नसतोय. मी आता कमाई करतो' म्हणाल्यास दादाला एक भाजलेला मासा अन् भाकर दिली. दादाने तो खाल्ला अन् रातच्याला आमच्याच घरी राहिले. दुसऱ्या दिवशी परळीला दादाला तिरगाया घेऊन गेले.

आमच्या लोकांच्या माराच्या भीतीनं परळीच्या बाजारातून दादानं अर्ध पोतं जोडे गोळा केले अन् पाच गठुडे चोरून आणला. मग मात्र आमच्या दादाला एकेक किलो जिलबी घेऊन संतराम भावजी खायला देऊ लागले. दादा आता चोऱ्या कराया हुशार झाला अन् लई कमाई करून आणू लागला. आजी आता थकली होती. तिला पोलिसांचा मार सहन होईना झाल्ता. आजी सांगत होती, पोलीस धरलं की, उरफाटं टांगून तळपायावर हंटरानं मारतात, गांडीला सिगारेटानं पोळवितात; चोरी केल्यालं सांगनं झालं की, गू तोंडाजवळ आणून खा म्हणून मारतात. म्हणून आता पुरं झालं. आता माणिक तिरगू लागलाय, मी आता बंद करते असं माणिकदादाला सांगत होती. पुढं थोड्या दिवसांनी आजी आजारी पडून मेली, तेव्हा दादा घर चालवू लागला.

माझ्या बाबाला पायानं नीट चालता येत नव्हतं. त्याला भुतानं घोळचीलं म्हणून तोंडाचं अन् पायाचं वारं जाऊन फेंगडत चालायचा अन् तोतरं बोलायचा. त्येचानं बाबा काय कुठं चोऱ्या कराया जात नव्हता, म्हणून त्येला गावातल्या एका चामल्याच्यानं आम्हाला कधी नाही ती बाबाला मळा राखायची नोकरी कशीतरी मुश्किलीनं दिली. आमच्या घरात आता माय, बाबा, माणिकदादा, भगवान अण्णा, संबाभाऊ, हरचंद्रा होते. मायचा बाबा सायबूताता आमच्याजवळ झोपडी घालून होता. मला पाच भाऊ दोन बहिणी. बहिणीत रत्ना मोठी होती. पारवताबाई माणिकदादापेक्षा मोठी होती. रत्नाबाईला निवळीच्या संतरामला दिल्ती. मी बारीक असतानाच ती मेली. पारवताबाईला गुंजोटीत लग्न करून दिली. तसं आमच्या घरी लई मोठं खटलं होतं अन् कमाई जास्त नव्हती. मायचा बाप सायबूताता शिकारी कराया जायचा. मासं, ससं, हरणं, कोल्हं, खडुळ्या, रानमांजरं, पानकुत्रं, उंदरं, खेकडं, कासवं, मुंगूस असं शिकारी करायचं. त्यंच्यान आमच्यात काय ना काय घरात निसनिप्पुड (चिकन चोपडं) खायला राह्यचं. घरात शिकारीचे दोन कुत्रे होते तेबी ताताला शिकारी करायला मदत करायचे. तसा ताता म्हाताराच होता, पर लई हुशार होता. ताताची चोरी आमच्या दादाच्या, आजीच्या, आजाच्या चोरीपरीस येगळी होती. त्याला कुणी चोर म्हणत नाही. ती चोरी अशी - मी अन् ताता घरातलं उंदरं धरायचं. आमच्या घरात उंदरं लई बक्कळ राह्यचे. त्या उंदरांचा ताता चोऱ्या करण्यासाठी उपयोग करायचा. ताता अन् मी घरात सापळा घालून उंदरं धरायचं. ताता ती उंदरं

रातच्याला ज्याच्या शेतात गहू निबरलाय त्येच्या शेतात निऊन सोडायचा. असे सोडलेले उंदरं त्या रानात गव्हाच्या ठुश्या कातरून कातरून जमिनीच्या भोकात घालायचे. त्या भोकात जमा केलेल्या ठुशा, शेतकऱ्यांनी गव्हाची रास केल्यावर, ताता अन् मी पंचकोल्यानं खंदून काढायचं, तवा सारख्या गव्हाच्या ठुशा निघायच्या. मी त्या ठुशा कुंचीत भराभरा टाकायचा. समदे शेतकरी बगायचे. बरं, त्यानला कायबी वाटायचं नाही. उंदरानं भोकात नेलेल्या ठुशा घेऊन जातात अन् आपल्या शेतातलं उंदीर धरून हे लोक खातात. त्यामुळं शेतकरी गप्पच राहायचे. आमी समदी कुंची ठुश्यानं गच्च भरायची. वझं येईनावनी ताता डोस्क्यावर घेऊन यायाचा. मी, ताता गव्हाच्या ठुशा तर घ्यायचंच. बरं, त्या भोकात उंदीर निघाले की, त्या उंदराचीबी शिकार करायचे. ताता, म्या रानातच उंदरं धरले की, चकमकीनं इस्तू करायचा. मी रानातच पाचट गोळा करून उंदरं भाजायचे. ताता, मी रानातच खायाचं, उरलेलं मायला आणायचं. असं करून गव्हाच्या रानात घरातले उंदरं सोडून ते शेतकऱ्यांच्या देखत भोकातल्या गव्हाची चोरी करायचे. या चोरीच्या गव्हापासून तातानं चार मटकुले गव्हानं भरले होते. त्या गव्हावरच आमच्या दादाचं अन् अण्णाचं लगीन केलं. मी तातासंगं शिकारीला जात असल्यानं मला कोणतेही जनावर खाण्यात आले. उंदरं, ससं, मुंगसं, हरण, घोरपड, व्हले, खडुळी, बदके, बगळे, कासव, मासं, रानमांजरं, तितरं, डुक्करं, पानकुत्रे, कोल्हे, कबुतरं, खेकडे, मेंढी, बोकडं, साळुंकी, करकुंची, पानकोंबडे, मोर एवढ्याचं मला मटण खायाला मिळाले.

आता माझ्या घरी दादासंग भगवानअण्णा, संबाभाऊ गठुडे संभाळण्यासाठी जाऊ लागले. संबाभाऊ अन् भगवानअण्णाही नोकरी करण्याजोगे होते. तरीही उचल्या अन् चोर म्हणून गावात कोणी नोकरी देत नव्हते. रानात कामालाबी कोणी लावत नव्हते. हे उचले लोक दिवसा कामावर ध्यान ठेवून रातच्याला चोऱ्या करतात म्हणून आमची चहूकडे बोंब होती. म्हणून अण्णाला, भाऊला काम देत नव्हते. तसं तर अण्णा, भाऊ आधी चोऱ्या बी करत नव्हते; पण आता दादासंग तिरगाया जाऊ लागले अन् मार खायाचं शिक्षण घेऊ लागले. अण्णाला, भाऊला मारूनमारून दादासारखं धट केलं.

आमच्यात चोऱ्या कराया शिकवण्यासाठी टोळ्या असतात. शाळेत पोरांना शिकवण्यासाठी मास्तर राहतात अन् शाळा शिकण्यासाठी पोरांना आईबाप

मारतात. आमच्या उचल्याच्यात समदं येगळं. आमच्या पोरांना येगळ्या चोऱ्या शिकण्यासाठी येगळे टोळीवालं हायीत. आमच्या चोऱ्यांचे चार प्रकार हायीत. (१) खिस्तंग मतने (खिसे कापणे), (२) चप्पुल मुठल आणणे (जोडे, गठुडे चोरणे), (३) पड्डू घालणे (ठकवणे), (४) उठेवारी (बोलता बोलता फसवणे. उदा. नकली सोने देऊन असली सोनं हडपणे) या चोऱ्या शिकण्यासाठी आईबाप मारतेत अन् शिक्षण देतात. त्या पोरवानी चोऱ्याचं शिक्षण घेतल्यावर सहा सहा महिन्यांची कमाई शिकवणाराच खातो.

आमच्या माणिकदादाचीसुद्धा पाळागंगारने (टोळीवाल्यानं) तीन महिने घेतली होती. आता अण्णा, भाऊंचीसुद्धा घेऊ लागले. आमच्या घरात अण्णा, भाऊ, दादा तिघंबी तिरगायला जाऊ लागले. मी समद्यांत शेवटचा म्हणून लाडका होतो. माझ्यापरीस हरचंदा मोठा व्हता. त्याला शेळ्या राखाया धाडायचं. त्येला आवसापुनवेला जोराचं फेफ्र यायचं, समद्या तोंडातनं पिसाळलेल्या कुत्र्यावाणी लाळ गळायची. घुरतघुरत समद्या घरात फिरायचं. त्येच्या तोंडावर पायातलं जोडा नसता चप्पल धरावं लागायचं तवा कुठं दोन घंट्यांनी अंगातलं फेफ्र जायाचं. मी बारका असूनबी त्येला संभाळत व्हतो. हरचंदाला इस्त्यापाशी अन् पान्यापाशी गेलं की, फेफ्र यायचं. माय मला सारखं हरचंदासंग ठेवायची. मी कुणाच्यातर पायचं जोडे घेऊन आवसापुनवला हरचंदासंगं राहायचं. त्येच्याजवळच झोपायचं. आमा दोघान्लाबी पांघराया एकच ऱ्हायचं. लेवायला चोरीचे आडमाप कुडते अन् चड्ड्या ऱ्हायच्या. मला अन् कुणालाबी नवे कपडे मिळायचे नाही. समदे चोरीचेच. बायानला लुगडेसुद्धा पवने तिरगून आले की त्येच्यापासनं सस्तात इकत मिळायचे. कपडे फाटले की, त्याचे घरी गोधडे शिवायचे.

आमचे घर आधीच बारीक. मान्सं गेचव्यावाणी घरात गच्च भरायचे. त्याच छपरात शेळ्या अन् बाजूला मी अन् हरचंदा झोपायचं. हिवाळ्यात तर कुडकुड थंडी वाजायची. हरचंदाच्या अन् माझ्यात एकच पांघराया होतं - बोन्ता, आमच्या पांघरुणात कुत्रेबी झोपायचे. शेळ्याबी जवळच बांधलेल्या राह्यच्या. रातच्याला मुतायच्या. मुताचा लोंढा नीट माझ्या अंगाखाली यायचा. त्या शेळीचा गरम मूत कुडकुडत्या थंडीत बोन्त्यापरीस गरम वाटायचा, वाटायचं शेळीनं असंच मुतत राहावं, थंडी तरी वाजायची नाही. सकाळी उटायचं पर पांघरायच्या बोन्त्याला धुवायचं नाही. तसंच छपरावर वाळू घालायचं. त्या मुताचा वास घाण यायचा

तरीबी आमी तसंच पांघरायचं. आमचंबी मन मेल्तं. कायबी वाटायचं नाही. त्या पांघरायच्या बोन्त्यात बुचबुच वा राह्यच्या. मारू लागलो की, शंभर दोनशे होईपस्तोर हरचंदानं, मी मोजू मोजू मारायचो. कडत उन्हात बोन्ता वाळू घालायचं. उनामुळे वा वरी तळमळू लागायच्या. आम्ही त्या दगडांनी ठेचू ठेचू मारायचो. तरीबी बोन्तं धुवायचं नाही. धुवायचं वरसातून एकदाच. दसऱ्याला. पुना वरीसभर तेच पांघरायचं. मी तर आंगूळ महिना महिना करायचा नाही. कोणी घरी करबी म्हणायचं नाही तवा धुणं धिवायचं तर लांबच ऱ्हायलं.

आमच्या भावकीचे, आमच्या बाजूला संभा, भीमा, तुळशीराम ऱ्हायचे. आमच्या आमच्यात कवा भांडण झालं की, डोस्कं फुटस्तर मारामारी करायचे. बारक्यापणी माझं, शेशीचं, केरीचं, पंचफुलीचं, तुक्याचं, नाऱ्याचं भांडण व्हायचं. तेबी डुकराच्या पिलासाठी. तुक्या, शेशी, नाऱ्या आमच्या डुकराच्या पिलास्नी चोरून नेऊनेऊ भाजून खायचे. तवा मी बी पिल्ल चोरून आणून आमच्या डुकराच्या कळपात सोडायचं. तुळशीराम, पांडुरंग, माणिकदादा, भगवानअण्णा करीदिवशी तरणंबांड गुन्ना (डुक्कर) नस्ता फंदी (डुकरीण) मारायचे. अशा येळंस आमच्या बारक्या पोरातलं कुणीबी चांगला गुन्ना बघून ताना काढू काढू बाजूला घेऊन एखाद्या बोळात घालायचं. तुळशीराम गुन्ना धराया फासा घेऊन बोळात जायाचा अन् धरायचा. त्याचं चारीबी पाय बांधून माणिकदादाच्या खांद्यावर उचलून देयाचा. आमच्या झोपडीलगट गुन्ने कापाया जागा व्हती. आमी बारके पोरंपोरी समद्या गावाच्या उकांड्यावरचं काडी, कस्पट येचायचं अन् गुन्ना भाजायच्या जागी आणून टाकायचं. गावाच्या समद्या बाया तिथंच हागून गेलेल्या राह्याच्या. तवा दादा, अण्णा म्हणायचे पोरवानो तुमाला गुन्नाचा वाळतुकडंल (डुकराच्यापाठीवरचा चमड्याचा तुकडा) खायाला देताव. आधी खराट्याने गू काढून टाका. आम्हीही खराट्यानं हागंदारीतला गू काढून टाकायचा. तुळशीराम गुन्न्याच्या मानेवर पारीनं जोरकस मारायचा. तवा गुन्ना पाय खोरत खोरत जीव टाकायचा. तव त्या गुन्न्याला खालीवर काट्या घालून, त्येच्यावर कस्पटं टाकून भाजायचं. आम्ही गुन्ना भाजताना गावातल्या बाया आमच्या म्होरंच हागत ऱ्हायच्या. गावातल्या समद्या बायांना आमच्या झोपडीलगतच हागंदारीला जागा होती. सकाळ जिकडं तिकडं गुवांचं पवंच्या पव ऱ्हायचं. जातायेता गुवाच्या पव्यावर पाय पडायचा. अशा समद्या गुकाडीत आम्ही गुन्ना भाजून खात होतो. तुळशीराम आधी गुन्नाचं

पोटं फाडून आतडं काडायचा अन् माणिकदादा इरवा (काळीज) काढून त्याचे तुकडे करून द्यायचा. त्या इरवाचे तुकडे आम्ही न चावताच गटागटा गिळायचं. समदा हात नि तोंड रगतानं लालबुंद दिसायचं. त्ये तुकडं गरमागरम लागायचं अन् आजूक द्या म्हणून हात पुढं करायचं. समद्याचे कुत्रे, पिल्ले, चेंपी, गुलब्या आतडं खाण्यासाठी गावळ करूकरू भुंकायचे. तुळशीराम आतडे नेऊन टाकायचा. तवा समदे कुत्रे तुटून पडायचे. पुन्हा तुळशीराम वाळतुकडं कापू कापू टाकायचा. ते तुकडं खाताना लई मजा वाटायची. बरं, आमी हे खाताना गावातल्या यलमाच्या, मराठ्याच्या बाया हागायला म्होरंच बसलेल्या ऱ्हायच्या. आमी गुन्ना खाऊ लागलो की, त्या बाया हागत हागत नाक धरून बसायच्या. मला वाटायचं की, वाळ कितीबी दिलं तरी खात ऱ्हावं. ते खोबऱ्यावाणी लागायचं. बरं, ह्या थोरामोठ्यांच्या बाया नाकं धरत्यात पर आमाला काहीबी वाटत नाही. पर नाकं धराया आमच्या घराम्होरं हागाया यावं कशाला असं वाटायचं. तसं त्यांच्या हागन्यानं आमचा फायदाच व्हायचा. आमचं गुन्न त्यांचे गू खाऊ खाऊ मोठे होयाचे. म्हणून त्यांनीबी आमच्या घराम्होरंच हागत ऱ्हावं वाटायचं.

आता आमच्या घरी चोऱ्या करणारेबी तिघं झाले. मी बी कधी-कधी दादा, अण्णा, भाऊसंग टोळीच्या म्हाघारी लातूर, अंबेजोगाई, रेणापूर या बाजारांनी जायाचो. मी गबाळ संभाळायचा. अण्णा, दादा, भाऊ आडतीवर जाऊन मुठल, तेलाचे डब्बे, चप्पुल आणायचे. मी एकाजागी राखत बसायचे, लई कमाई झाली की, गावाकडे निघून यायचं. आता तिरगायला आमच्या घरचीच टोळी झाली. मी दादासंग जायला लागलो. गठुड्यात भाकरी, धपाट्या निघायचे. मी त्या खायाच्या. अजून दादा जिलबी, पेढं घेऊन देयाचा, त्याच्यानं तिरगायला जायला मजा वाटायची. आमच्या संगं परटाचा नाऱ्याबी यायचा. त्याचा माझा चांगला दोस्ताना होता. नाऱ्याला आमच्या भावकीच्या तुळशीरामानं एका परटापासून शंभर रुपयाला विकत घेतला होता. असंच मासं धराया आमचे लोक नदीवर गेले होते. एक परीट तिथं धुणं धुवाया आला होता. त्या परटाची बायको दोन लेकरं सोडून एका मराठ्यासंगं पळून गेली होती. परीट पोरांना धुणं धुवाया नदीवर संगंच घेऊन यायचा. आमचे लोक, तसंच सलगऱ्याचे अन् भारगावचे लोक नदीवर पोरांना चोऱ्या करण्याचे शिक्षण द्यायचे. परटाला आमच्या लोकाबद्दल माहिती व्हतं की, बारक्या पोरवाला चोऱ्याचं शिक्षणं देऊन चोऱ्या कराया

लावतात. परीटबी बायको गेल्यापासनं या दोन पोरावाला खांद्यावर घेऊन समद्या गावचे धुणे डोस्क्यावर घेऊन धुवाया यायचा. त्यालाबी लेकराचा कंटाळा आल्ता. त्यानं आमच्या लोकास्नी इचारलं, माझ्याबी पोराला घेता का तुमच्यात?' मग आमच्या लोकांच्या दोन-तीन टोळ्या व्हत्या. ते खूश झाले. बरं झालं. पोरं पुढे चोऱ्या कराया शिकल्यास अंगावर राहणार नाहीत. मग त्या परटाला हलगऱ्या गोपाळ्यानं, तुमची पोरं आमाला केवढ्याला इकत देता म्हणून विचारलं. परटानं, केवढ्याला घेता, अन् घ्या म्हणाला. तवा आमच्या लोकांत चढावड लागली. त्यात भारगावच्या सखारामनं हर्रास बोलून, आपण ही पोरं विकत घेऊ म्हणू लागला. अखेर उचल्याच्या लोकांनी वार बोलून त्या परटाचे दोन पोरं होते, त्यातलं थोरलं पोरगं सलगऱ्याच्या गोबाल्यानं, चोऱ्या कराया लवकर हाताला ईल म्हणून दीडशे रुपायाला परटाच्या दगड्याला विकत घेतलं अन् त्याच्यापेक्षा बारकं पोरगं माझ्या भावकीच्या तुळशीरामानं शंभर रुपयाला, परटाच्या नाऱ्याला विकत घेतला. हाच नाऱ्या पुढं माझा चांगला दोस्त झाला. नाऱ्याचा भाऊ दगड्या पुढं मोठा झाल्यावर हलगऱ्यात गोबाल्यापाशी चांगला खिस्तंग मन्तायला शिकला. तसंच नाऱ्याबी पुढं मोठा झाल्यावर तुळशीरामपाशी चांगला तिरगाया शिकला. तुळशीरामच्या दोन बायका व्हत्या. एक थोरली मंजुळा - मंजुळाला पोरगं नव्हतं. म्हणून ती नाऱ्याला लेकरागत संभाळायची. पर नाऱ्या परटाचा म्हणून आमच्यात त्याला कुणीबी पोरगी द्याया तयार नव्हतं. कितीक दिवस त्याची सोयरीकच व्हईना गेल्ती. बरं पुढं जवा नाऱ्या आमच्या लोकावाणीच तिरगायला पटाईत झाला तवा त्येचं भारगावच्या तुकारामाच्या मुक्या पोरीसंगं लगीन लावलं. तुकारामाची पोरगी मुकी व्हती म्हणून तिला कुणीबी आमच्यात करून घेयाला तयार नव्हतं. म्हणून तुकारामानं मोठ्या खुशीनं त्याला पोरगी दिली.

आता दादा, अण्णा, भाऊ चांगली कमाई करू लागले. अशातच लातुरात अण्णाला आडतीवरून तेलाचा डब्बा आणताना धरलं. तवा पोलिसांनी नागवं करून गांडीत, डोळ्यात मिरचू घालू घालू मारलं. अण्णाचं डोळे लालबुंद झाल्ते. 'तुझं जोडीदार कुटं हायीत सांग म्हणून इचारत होते.' अण्णाला नागवं करून गोलाईच्या भोवती फिरवू लागले. तवा माराला भिऊन त्यानं आमचं घर दावलं. पोलीस आमच्या घरला अण्णाला संगं घेऊन आले. समद्याला लायनीत उभं

करून हंटरनं मारू लागले. हात फिरलं तिकडं आमच्या घरातल्या बायका लेकरांना मारू लागले. धोंडामायला तर चोरी कसली तीबी माहीत नव्हतं. तरीबी केस धरू धरू तिला मारू लागले. धोंडामायच्या थानाला धरू धरू पोलीस इचरत व्हते, सांग, तुझ्या पोरांनी चोरीचा माल कुठं ठिवलाय?' माय रडतच व्हती. घरात तर कायसुद्धा नव्हतं; तर माय कुठलं काय दावील. मायच्या अंगावरचं मंगळसूत्र अन् पत्त्यासुद्धा पोलिसांनी तोडून घेतल्या. घरातली भांडंकुंडं घेतली. समदा माल चोरीचा हाय म्हणून अण्णा, संभा, दादा, भाऊ समद्यांना धरून नेले. येक पोलीस मायजवळ म्हणला. दोनशे रुपये घेऊन ये तवा सोडतू. आता अण्णाला, भाऊला, दादाला पोलीस लय मारतील म्हणून मायनं बाजारात समद्या शेळ्या विकून दोनशेची भरती केली. तवा कुठं कोर्टात केस न नेता सोडलं. आमच्या मायचे सोन्याचे दागिनं पोलिसांना हडपले. आम्हीतर जातीचं चोर, तक्रार कुणाकडं करायची म्हणून आम्ही गपच ऱ्हायलो. अत्तापत्तूरचा मार बघून मी चड्डीतच मुतून घेतलो व्हतो. म्हणून दादासंगट तिरगाया जाया नगं वाटू लागलं. बाबाला चामल्याच्यान नोकरी असल्यानं थोडं कळू लागल्त, की एकतर पोर लिहाया वाचाया शिकावं म्हणून मला बाबानं हातात खिसे कापायची भारतपत्ती न देता, पाटी अन् पेन दिल्ती. तवा बालवर्गात नेऊन नाव घातलं. तवा मी शाळंत जाऊ लागलो.

त्या शाळंत मी नवीन जात व्हतो. मला हे समदं येगळं वाटू लागलं. लांडग्याच्या कळपात शेळी शिरल्यागत, मला समदे पोरं उचल्याचा लक्ष्या साळंत आला म्हणून कुणी खडं मारायचं तर कुणी लच्छीमन ताता खेकड्याची आमटी खाता का म्हणून चिडवायचे. मी त्या साळंत जाऊन जायचा. साळंत जाऊन तीन-चार वार झाल्ते की, आमच्या घराशेजारी माझ्या भावकीतल्या शेशीला, तुक्याला, पंचफुलीला आमच्या आळीतल्या, समद्या बारक्या लेकरान्ला हगवण अन् उलट्या सुरू झाल्या. आमचे शेजारचे तुळशीराम, पांडुरंग, संभा यांनी बाबाला मळ्यातून बलावून घेतलं अन् बाबाला, मायला तुळशीराम, पांडुरंग भांडू लागले. तुझ्या लक्ष्याला साळंत घातलंस म्हणून आमच्या लेकरावानला हागवण, उलट्या सुरू झाल्यात. आपल्या आळीत कधीच पटकी आली नव्हती, आजपत्तुर कसलीच रोगराई नव्हती. बरं मारतंडा तुझं हे कडू पोरगं, लक्ष्या साळंत गेल्यापास्नं हा रोग आपल्यात आलाय बघ मार्तंड. अन् आपण काय वान्या-बामणाचे नाहीत पोराला

साळंत घालायला. आपल्या संतामुच्चरमदी कधी कुणी साळा शिकलंय का? तुळशीराम, पांडुरंग म्हणाले, ‘अरं मार्तंड आपल्या लोकाली साळा धार्जीण नाही. आपल्या वाडवडलांपास्नं कुणी साळा शिकलंय का? आपलं पोर जर साळंत चाललं तर समद्याचा वंस बुडंल. यल्लामादेवी कोपंल. बघ मार्तंड तुजं पोर साळंत गेलं तर जातपंचायत बसवू अन् तुमच्या घराला वाळीत टाकू,’ असं आमच्या जातीतल्यांनी बाबाला ताकीद दिली. समद्या बाया गडी कालवा कालवा करू लागले. मला समदे भावकीचे लोक, पांढ्या पायाचा साळंत चाल्ला म्हणून आमच्या लेकराला कसारी आल्यात म्हणू लागले. बाबाबी घरी बस म्हणू लागला. तवा मी राह्यलो, मलाबी साळंत एकांद्या जंगली पाकराला कोंबड्यात सोडल्यास, कोंबड्या जसं पाखराच्या टोची घेऊ घेऊ हैराण करत्यात तसं बामणा-मराठ्यांची पोरं करत होती. मलाबी बरं वाटलं शाळा सुटली म्हणून. बामणाच्या कुलकर्णी गुर्जींनी साळंत का ईना म्हणून उचलटांगडी करून पोरवाला सांगून साळंत नेलं. मंग आमच्या जातीचे लोक चिडले अन् जातपंचायत बसून ठरविलं. मार्तंडानं गाव तर सोडून जावं नस्ता लक्ष्याला साळंतून काढावं. आमच्यात जातपंचायतचं ऐकलं नाही तर वाळीत टाकतेत, कुणी शिवून घेत नाहीत, जेवाया वरून वाढतेत, लग्नात येऊ देत नाहीत. सोयरीक होत नाही, सोयरा म्हणून गेल्यास टोपल्यात जेवाया अन् झाकणीत पाणी प्यायाला देतात अन् असं होतंय म्हणून बाबा बामणाच्या कुलकर्णी मास्तरला भेटला. त्येला समदं सांगितलं. अन् म्हणाला माझ्या पोराचं नाव साळंतून काढून टाका. तवा त्या कुलकर्णी मास्तरनं गल्लीत येऊन समद्याला सांगितलं, ’ मार्तंडाचं पोरगं साळंत आलं म्हणून तुमच्या गल्लीत पटकी आली म्हनताव पर गावातले समदे पोरं साळंत जात्येत तवा गावात का पटकी येत नाही? तुमच्याच गल्लीत का?’ तवा तुळशीराम गुर्जीला म्हणाला,’ त्येंच्या जातीला लिहाय वाचायचा आदीकार हाय, बरं आमाला त्ये नाही.’ तवा गुर्जींनी लई समजावीलं अन् हिवतापाच्या डागतरला बोलावून समद्याला हगवणीच्या गोळ्या दिल्या तवा समद्याचा कसारा गेला. मग गुर्जीचं जातपंचायतनं, समद्यांनी ऐकलं. अन् मी पुन्हा साळंत जाऊ लागलो. एकं दोनं लिहू लागलो.

ताता मासं धराया रोज जायाचा. बक्कळ मासं धरायचा. म्हणून माय म्हणाली, लक्षीमनलाबी संगट घेऊन जा. त्ये पानी हानील, मासं हुसकील. मलाबी बी बरं वाटलं. आपल्याला ताता मासं धराया, जाळं घालाया, खेकडं धराया शिकवील.

म्हणून तातासंग मासंची बुट्टी घेऊन जायाचं. जाताना कुण्या झाडावर उडता (खार) दिसलं की, ताता खूश व्हायचा. मंग ताता पिठात गूळ कालवून त्येचा गोळा चिरगुटात बांधून संग घ्यायचा. कधीकधी पिठात गूळ घातलेलं खाया कितीबी चांगलं लागायचं. म्हणून उडताची शिकार झालं न्हाई की, उडताचं पीठ ताताच्या खिशातून चोरून खायाचा. ताता खिशामंधी उरू (घोड्याच्या केसाचा फासा) हमेशा संग ठेवायचा. उडता दिसला की, इशारा करायचा. त्येच्याजवळच माशाच्या जाळ्याचं गठुडं मला देयाचा. पुना उरू झाडाच्या बुडाला चहूकडून गुंडाळायचा. मंग त्या फाशामंदी चिरगुटातलं पीठ चिटकवायचा. म्या ताताला बारके बारके दगडं आणून देयाचा. उडता बघून ताता धोंडे मारायचा. उडता दमानं खाली यायचा. पीठ खाऊन वर जायचा. त्येनं पीठ खात खात खाली येत ऱ्हावं असं मला वाटायचं. थोड्या येळानं का होईना दोन दोन उडतं खाली यायचं. पीट खात खात फाशाच्या मदी आडकायचं. तसा ताता म्हाताराच होता पर हातात चिरगूट घेऊन पळत जायचा. गपकन दोन दोन उडतंल धरून नरडं दाबायचा. त्येचं शेपूट मी वढायचं. तंवर दुसऱ्याचं नरडं दाबायचा. मग इकडून इकडून झाडाला खीळ मारून बसलेला उरू धोंड्यानं ढिलं करायचा. तवा उरू निघायचा. येकेक फासा हाताच्या बोटावर ठिवून, त्येच्या घड्या करून खिशात ठेवण्याअगोदर उरूच्या पाया पडायचा, पहिली शिकार झाली म्हणून.

मासं धराया आम्ही रमजनपूरच्या, कापशाच्या डव्हात जाऊ लागलो. ताता जाळं घालायचा. मी मासंच बुट्टी घेऊन डव्हाच्या कडकडंनं फिरायचा. मोठ्ठा मासा जाळ्यात पडला की, ताता पळत जाऊन जाळंतला मासा धरायचा. हातात गच्च धरून वरी आणायचा. माझ्याजवळची बुट्टी घेऊन त्यात मासं टाकायचा. उथळ पान्यात लई बारकं मासं व्हायचं. त्येच्यासाठी वावरी टाकायचा. कधीकधी फेकजाळ्यानं मासं धरायचा. मंग मासं काढाया मला शिकवायचा. जाळ्यात मासं पडेस्तोर ताता रंडलू (खेकडं) धरायचा. एकदा येक लई मोठा रंडलू व्हता. तातानं त्येच्या भोकात हात घातला, तवा रंडलूनं जे बोट धरलं ते सोडेचना. ताता जोरजोरात बोंबलू लागला तरीबी त्या रंडलूला बाहेर काडलाच. मग वालूवर टाकला. ताताच्या बोटातून भळभळा रगत येत व्हतं. ताता म्हनला, कस्पट गोळा कर. या रंडलूनं माजं बोट फोडलाय. त्येचे पाय न मोडता जित्तं जाळून खाऊ. मलाबी राग आल्ता. तातालाबी चावलाय अन् आपल्याली चांगलं रंडलू खाया

मिळलं म्हणून. मग गरबडीनं येक कुपाटी उपसून वसनातलं पाचट गोळा करून तातापाशी टाकलो. मग ताताने चकमक काडली. वरी रु ठिवला. वरी बटान मारलं तसा विस्तू पडला. तातानं जाळ लावला. तवा बोट फोडलेल्या रंडलूला जित्तं जाळून नांग्यासगट भाजून खाल्लो.

मासं धरून घराजवळ आल्यास ताता थू करून थुकायचा अन् मलाबी थुकाया लावायचा. मी विचारायचा असं का थुकायचं. ताता म्हणायचा आपल्या संग दयम (भूत) येतंय ते पळून जावं म्हणून. मग ताता बुट्टीतलं मासं टोपल्यात टाकायचा. मी तवर पाणी आणायचा. ताता खेकडे, चिंगळ्या, वनांज, मोठे मासं येगळं करायचा. मग मी पाणी वतायचा. आमच्या शेजारचे लोक आमच्याकडं बघायचे. 'सायबूनं आज चांगली शिकार आणलीय म्हणून जवळ यायचे?' ताताकडून आच्चेर, पावशेर मासं विकत घ्यायचे. कुणी दारू पिऊन आलं की, उदार का देत नाही म्हणून भांडायचं. ताता कधीकधी समदेच मासे विकायचा. आम्ही त्याला शिव्या द्यायचं. घरी का बरं मासं ठिवलं न्हाई म्हणून. ताता म्हणायचा उद्याला बक्कळ मासं ठिवतो, आज रंडलूची आमटी करा. मी रंडलूला इकडून तिकडून धरून मधून फाडायचा. मधला पिवळा कऊ (मांदं) काढायचं. मग मी त्या रंडलूचे नांगे खलबत्त्यात घालून वाटायचा. नांग्याचा चोथा काढून टाकायचा. रात्रीच्याला मस्त रंडलूची आमटी करायची. रात्रीच्याला कन्या नायतर रोटीबरोबर खायचं. असं आमचं रोजचे चलायचे. मी मासं मारायचा हे बाबाला पटायचं नाही. ताताला किडेमारू म्हणायचा. माझ्या पोरालाबी हीच शिकवतोस का म्हणून भांडायचा.

एकदा तर गावात पाटलाच्या बनमीत रानमांजर हाय म्हणून समजलं तवा तुळशीराम, नाऱ्या, भीमा अन् मी बनमीकडं धराया गेलो. तुळशीरामाचं पिल्ल्या नावाचं कुत्रं, तर संभाची चंपी दोन्ही घिऊन परसात बनमीकडं गेलो. एका बाजूला रानमांजर धरायचं जाळं लावलं, तर दुसरीकडनं दगडानं हुसकीलं. नाऱ्यानं हातातलं दावं ढिल्ल करून पिल्ल्या कुतऱ्याला धरलं. तेवढ्यात मांजर बनमीतून बाहेर पडलं. तुळशीराम जोरजोराने ओरडला. पिल्ल्या छाऊ, चंपी छाऊ. तेवढ्यात कुत्र्याला सोडून दिलं. मांजर पळताना पिल्ल्यानं त्येला धरलं आणि घोसाळायला लागलं. तेवढ्यात तुळशीराम पळत गेला. पिल्ल्याच्या तोंडातलं मांजर काढून घेतला अन् समदे घराकडं निघाले. मांजर घेऊन जाताना गावातले समदे लोक

बघत होते. काय घाणेरडे लोक आहेत म्हणत होते. ह्यांच्या आयला, पाथरुटं मांजरबी खातेत. मग मांजर नेल्यावर गावातलं मनूनबी समजना अन् धड रानमांजर मनून समजंना. आखिर मांजर भाजलो अन् तुळशीराम, नाऱ्या, संभा, भिमा, ताता एवढ्यानीच वाटं करून घेतले. मी मातर बाबाच्या भीतीनं वाटा घेतला नाही. बाबाच्या भीतीनं ताता अन् मी चोरून तुळशीरामाच्या घरी जाऊन खाल्लो. मी खाऊनबी बाबाच्या भीतीनं खाल्लो नाही असं सांगितलं.

आमचा बाबा, चामल्याच्यात नोकर राहून चार शब्द ज्ञानाचे सांगायचा. आपण लोक गावातल्यासारखं ऱ्हावं. गावातले लोक आपल्याला पाणी भरू देत नाहीत. वरून पाणी वाढतात. देवळात जाऊ देत नाहीत. असं बाबा रोज सांगायचा. तशातच हे मांजर मारल्यावर समद्या गावात आरडा झाला, पाथरुटाच्यांनी मांजर खाल्लं. रानमांजर म्हणून गावातलं मांजर मारून खाल्लं. आडावर गेल्यावर कुणी पाणी वाढंना झालं. आमच्या लोकांनी समद्यांनी मिळून तुळशीरामासंग भांडण केलं. तवापास्नं तुळशीरामानं गावातलं मांजर धरायचा सोडला अन् कुत्रे, ससे, हरण कोल्हं असं धरू लागला.

असंच एकदा बामणाच्या गव्हाच्या रानात उंदराची लई भोकं आहेत म्हणून समजलं. मी अन् ताता गेलो. एकीकडे मी, दुसरीकडे पट्ट्याच्या अंतरावर ताता उंदराची भोकं हुडकत होतो. तेवढ्यात बामणाची गोरीपान बाई करडा शेतात असल्यानं राखाया आली होती. तिला वाटलं की, करड्याची बोंडंच चोरून घेत असतील. मी तर आपलं भोकं हुडकत होतो. करड्याची बोंडं कशाला चोरू? ती बाई आली, 'ए पोरा, काय करतोस रे' म्हणाली. मी म्हणालो, 'बाई, भोक बघतोय.' बाईनं लगेच माझ्या तोंडात मारलं. मी रडू लागलो. 'बाई बघा, मी तुमच्या शेतातलं कायबी घेतलं नाही' असं म्हणू लागलो. तिकडून ताता आला. त्यानं त्या बाईला सांगितलं, 'भोकात उंदरानं नेलेल्या ठुशा खंदून काढतो अन् आमी पोटं भरतो.' तवा ती बाई गप बसली.

माझा बाबा चामल्याच्यात जेवत व्हता. जेवता म्हणजे पोटावरची नोकरी. म्हणून बाबा घरी जास्त यायचा नाही. एकदा रात्री दिवस मावळता घरी आला. त्याला माहीत झालतं की मायनं, तातानं अन् मी उंदीर, मांजर खाल्लं. बाबानं डोळे लालबुंद केलं होते. आमचा बाबा घरी यायचा म्हणजे कोणालातरी मरुस्तर माराया. मी बाबा आला म्हणून हागंदारीत जाऊन लपून बसलो. बाबानं माझं

नाव घेतलं न्हाई. मला वाटलं आपल्याला मार न्हाई. हळूच घराकडं आलो. बाबानं मायला घरात कोंडून ऊठबश्या काढायला लावल्या. मग मारीत बाहेर आणला. तेवढ्यात ताता आला. 'का मारतूच, माझी एकटी पोर हाय' म्हणला. तवा बाबानं गवत कापायचा इळा हिबाळून ताताला मारला. तवा माय आडवी झाली. इळा ताताला लागायचा तर मायच्या डोक्यात लागला. माय आडवी पडली. रगत भळभळा निघू लागलं. तवा पांडुरंग, संभा, तुळशीराम यांनी सोडवलं. मायला उठवून दादानं अन् अन्नानं डोक्यात हळद भरून चिरगुटानं बांधलं. तातालाबी कुडाचं लाकूड काढून बाबानं 'नू यल्का पिल्लील तिन्टीरे' (तू उंदरं माजरं खातूस) म्हणून मारू लागला. आम्ही समदे बोंबलू रडू लागलो. माय जिथं पडली होती तिथलं मायच रगत कुत्रं चाटू चाटू खात व्हतं. दादा, अण्णा, भाऊ लई चिडले. बाबा हमेशाच मायला संशयानं छळायचा हे त्यांना माहीत व्हतं. माय कधीबी दूध विकून उशिरा घरला आली की, तुज्या धगड्यापाशी येळ घालतीस का म्हणून मारायचा. 'सरू माज्या पोटची न्हाय' असं म्हणायचा. सरू माझी मोठी भैन. ती कवाबी आमच्या घराला नवऱ्याघरून आली की, बाबा तिला लई रागं रागं करायचा. तिला घरात का घेतावं, तिला लुगडं-चोळी का करतावं म्हणून मायला ऊठबश्या करायला लावायचा. आजबी बाबा मायला दाराची कडी लावून मारू लागला तवा दादा, अण्णा अन् भाऊनं काठ्यांनी बाबाला बदडून काढलं. तवापास्न बाबानं घरी येणं कमी केलं.

पुढं बाबाचं ताताचं लईच जमना झालं. ताता माझ्या मायचा बाप व्हता. त्याला कुणीबी नव्हतं. आता तो लई थकला व्हता. ताताला कसार आली व्हती. हातपाय सुजले व्हते. लई दिवसाच्या कसारीमुळं त्याला मुर्‍या (मटण) खायाला मिळालं नाही. त्याला मुर्‍या खाऊ वाटू लागलं; पण थकल्यानं त्याची शिकार बंद झाली व्हती. ताता जावळीला जायाचं म्हणू लागला. जावळीच्या मेव्हण्याकडं लई डुकरं व्हती. म्हणून ताताला जावळीला नेऊन सोडलं. ताताच्या पोटात लई दुखायचं. बर त्येला दवाखान्यात नेलं नाई. घरीच त्येला कुळवाच्या ईडीनं पोटावर डागलं. त्याचं इतकं दुख झालं की, त्यात अळ्यासुद्धा पडल्या व्हत्या. माय मला ताताच्या दुखातलं अळ्या काडीनं काढाया लावायची. ताता जावळीला गेल्यावर त्याच दुखणं वाढतंच गेलं. त्या दुखण्यातच ताता मेला म्हणून कळालं. ताताच्या मातीला माय, दादा, अण्णा, भाऊ गेले; पण मला अन् हरचंदाला

तिकिटाचं पैसे न्हाईत म्हणून नेलं न्हाई. माय, दादा, अण्णा, भाऊ जावळीला ताताच्या मातीला गेल्यावर मी अन् हरचंदा अन् भाभी घरीच व्हतो. मी, हरचंदा ताताची आठवण काढून रडू लागलो. तवा हरचंदाला फेफरं आलं. हरचंदा समद्या घरात आरडू लागला. लाळ गाळू लागला. वकाऱ्या करून समद्या घरात गडबडा लोळू लागला. मला लई भ्या वाटू लागलं. हरचंदाच्या तोंडावर ठिवण्यासाठी घरी जोडा, चप्पुल कायबी नव्हतं. तवा मी जवळच्या बेंबड्याच्या उकंड्यावरचा फाटका जोडा हुडकून आणला अन् हरचंदाच्या तोंडावर ठिवला. तवा त्याला सुशा आली.

कधी कधी दादाची बायको गावात जातं उपटाया जायची. तवा मीबी तिच्या संगं गोणी घेऊन जायचा. गोणीत येक गारगोटी, उलील (टाकी) न्हायाचं. लाकडाच्या ढलप्या न्हायाच्या. भाभी जातं काढायची. जातं काढण्याआधीच कुणब्याच्या बाया जातातल्या पिटाला शिवू नये म्हणून अगोदरच पीठ काढून घ्यायच्या. त्येच्यानं भाभी कधीकधी मला गेल्याबरोबर जात्याला शिवाया सांगायची. म्हणजे जात्यातलं पीठ बाटलं की, आपल्यालाच मिळतं अन् उकटायचा एक आनाबी मिळतोय. म्हणून मी आधी गेल्यावर जात्याला शिवायचा. भाभी म्हणायची, लेकरू भुकेजलंय, मालकीन, लेकराला शिळा तुकडाबिकडा द्या की. मंग कवाकवा शिळी भाकर, शिळं कोलड्यास, ताक द्यायचं. तवा मी गरबडीनं गोणीतली वाटी काढायचा अन् त्यात वाढून घ्यायचं अन् तिथंच खायचं. जातं उकटायचा धंदा रोज चलायचा नाही. पर दूध विकू लागल्यानं आमची बंडाळ व्हायाची नाही. घरचं न् गावातलं दूध गोळा करून माय रोजीनं विकाया लातूरला जायची. येताना आम्हाला काई काई खायाला आणायची. कधीकधी दूध नासलं की, माय ते घरी आणायची अन् रडायची. मला मातुर बरं वाटायचं, का तर त्या दुधात गूळ टाकून दादा खरूस करायचा न् मला खाया द्यायचा. मायचा दुधाचा धंदा चांगला चालायचा, त्येच्यानं आमच्या भावकीचे जळायचे अन् कधीकधी रातच्यालाच भरलेल्या चरव्या शिक्यावरून चोरायचे. मंग माय चोरी झाली म्हणून रडायची.

मायीनं दुधाच्या पैशावर तीन-चार पत्रं घेतली अन् पह्यल्याचं पाचटाचं कोपट काढून दगडाची भिंत रचून वरी पत्रं टाकलं. दुसऱ्या बाजूला गोठा केला. गोठ्यात म्हशी, शेळ्या बांधायच्या. दर वरसाला निरगुडीचे फोकं आणून त्याच्या

बंधाट्या काढून, अंबाड्याचा पड घालून घुशानं पावसाळ्याच्या तोंडाला आमच्यात शिवायची मिटी व्हायची. पाचटाचं कोपट जाऊन पत्र्याचं घर व्हाया मिळाल्यानं समद्याला त्येचं लई कवतिक वाटू लागलं. पत्रं घालण्याआधी आमच्या घराला, पाऊस आला की खाली वल्लं, वरून वल्लं असं व्हायचं. पानी उपसून टाकाया घरात एक माणूस व्हायचा अन् जिथं गळलं तिथं टोपलं, वाटी, परात ठेवायची. घरातले समदे बासनंसुद्धा गळायच्या जागी ठिवाया पुरायचे नाही. वल्ल्यातच गोधडं टाकून झोपावं लागायचं.

मी येक येक म्हयना आंगुळच करायचा नाही. मला बारक्यापणी लय वंगळ सवय होती. कुडत्याच्या हाताच्या मनगटानं शेंबूड पुसायचा अन् कुडत्याचा शेंबडाचा भाग तोंडात घालून चघळायचा. कुडतं खरट खरट लागायचं. मी तसंच चघळत व्हायाचं. त्येच्यानं कुडतं चघळून चघळून फाटायचं. तिथलं फाटलं की दुसरीकडं चघळायचं. मला शेंबूडबी लई यायचा. घाणेरडा व्हायल्यानं माझ्या डोक्यात खवडे पडले होते. इतके खवडे झाले की, नुस्तं पाणी-पू डोक्यातून येयाचं. म्या डोक्याला हात लावायचं अन् वास घेयाचा. डोक्यातलं केस चिकट पू पाण्यानं घट्ट चिकटलेलं असायचं. मग एकदा मी मायला खवडे दाखवले. 'कडू भाड्या, किती दुखं झालेत रे, आजपस्तोर सांगीटला नाहीस, मर आता' असं म्हणून मायनं दादाला कातर आणाया लावली अन् माजं मोकळं केस कापलं. दुखावरच्या खपल्याबी काढल्या. माझ्या खवड्यांत अळ्या पडल्या होत्या. माय लई घाबरली. 'हे आईमायचं दिसतंय, म्या रांडेनं गेल्या महिन्यात एक मंगळवार सोडून दिल्ते म्हनूनच माज्या लेकराला असं झालंय.' म्हणाली. पुन्हा चुलीतली गवरीची राख आणून म्हणाली, 'हे आईमाय, माज्या लेकराचं दुख नीट कर. मी जवर तुला बोकूड कापनार न्हाय तवर शुक्करवार, मंगळवार दोनीबी करते.' म्हणून माझ्या डोक्याला राख पुसली अन् दुखावरबी टाकली. पुन्हा गावात जाऊन गणपती धनगराला आणले. गणपती धनगरानं खिशातून मेंढ्याचं किडं काडायचा चिमटा काढला. मला मायनं अन् दादानं कुडाला बांधलं. वरून हातपायबी बांधलं. गणपत धनगरानं मेंढीला लावायचं फिनेल माझ्या खवड्यावर वतलं. माझा जीव गेल्यावाणी झाला. आग पडल्यानं म्या आरडू आरडू रडू लागलो. माय म्हनली, 'गप बस मुडद्या, बघ कसे किडे मदी वळवळ करू लागलेत.' गणपती धनगर माझ्या डोक्यातले किडे चिमट्यानं गपागप धरून काढू लागला.

मी सारखा रडत ऱ्हायलो. मग मायनं गरम पाण्यानं मला आंघूळ घातली. तवर दादानं आईच्या देवळाजवळ असलेल्या लिंबाच्या झाडाच्या धपल्या अन् येक आण्याचा कात आणला. धपल्या न् कात वाटून खोबऱ्याच्या तेलात मिसळलं अन् समद्या दुखावर लावून उनात बसवलं. पहिल्यांदा लई आग झाली पर हळूहळू बरं वाटलं.

मायनं घरचंच एक बकरं कापायचं ठरीवली. आईचं माहात्म्य आमच्या घरी लई व्हतं. गावातलं आईचं देऊळ आमच्या घरच्यांनी बांधलं व्हतं. ती आई तुळजापूरहून माझ्या आजीनं तिरगायला जाऊन पाय घासायचा दगड म्हणून आणली व्हती. पर घराजवळ आल्यावर आजीच्या अंगात आलं. मी पाय घासायचा दगड न्हाई. मी तुळजापूरची आई हाय. मला इथंच बसवा म्हणाली. त्या दगडाला तिथंच बसवून, धाबडं टाकून देऊळ बांधलं. त्या आईचे मानकरी, पुजारी आम्हीच व्हतो. तेल-शेंदूर लावून दगडाची आई साठ सत्तर किलो वजनाची झाली. येक्या मंगळवारी पहाटं पहाटंच उठून बकऱ्याला हलकी वाजवत आईकडं आणलं. मुसलमानाच्या करीमचाच्याला बोलावून आणलं. घरातले समदे लोक बकऱ्याचे हळदकुंकू लावून पाया पडले. समद्यांच्या पहिलं मला पाया पडाया लावलं. सगळ्यांच्या मागून मायनं बकऱ्यावर पाणी शिंपडून पाया पडली. बकऱ्यानं झिंजाडा दिला. करीमचाच्यानं 'अल्ला' असं म्हणून बकऱ्याला आडवं पाडून खड्ड्याजवळ मुंडकं धरून गळा सोडविला. रगत भळभळा वाहून आईच्या समोरचं गरदाड (खड्डा) भरलं. मग बकऱ्याचं मुंडकं बाजूला काढून पाय तोडून आईच्या पुढं मुंडकंन् पाय ठिवले. परड्या बोलावल्या तवर दादानं कातडं काढून खांडखुंड केलं. आमच्यात महाली पाटलाच्या परडीचा लई मान हुता म्हणून मला पाटलाची परडी आणाया धाडलं. पाटलानं परडी दिली अन् म्हणाला, परडीत दुसरं काही टाकू नका. नुसतं मटणच टाका. आम्हाला पाथरुटाचं पीठ मीठ चालत न्हाई. मला वाटलं, या पाटलाला कोरडं मीठ पीठ चालत न्हाय पर वल्ल मटण कसं चालत असंल. मांगाचीबी परडी आलती. सात परड्या चहूकडून ठेवल्या अन् मधी माय बसली. थोडं थोडं मटण परडीमधी टाकली. मांगाची परडी मात्र जरा लांबच ठेवलती. मायनं मांगाच्या परडीला न शिवता मटण जरा वरूनच टाकलं. मीठ पीठ टाकून नारळ फोडलं. गवरीच्या केंड्यावर उद टाकला अन् आई राजा उदं उदं म्हणून समदेजण परडीच्या पाया पडले.

माय रोज दूध इकायला लातूरला जायची. मला हमेशा म्हणायची, 'मी तुला लातूरला घिवून जाते.' पर मला काय नेहायची न्हाई. काय ना काय तर खायला आणायची. पर लातूरला नेहायची न्हाई. लातूरला जायसाठी मी लई रडायचा. एकदा लातूरला सिद्धेश्वरची जत्रा व्हती. मी मायच्या पाठीमागं आठवड्यापास्नं लागल्तो, मला जत्रा बघायची हाय. मला लातूर लई बघाय वाटायचं. तिथं मोटारी, फटफटी, रहाटपाळणे असत्यात म्हणून आयकल्तं. होटेलात चांगलं-चुंगलं खाया मिळतं म्हणून बी लई जावं वाटायचं. सिद्धेश्वराची जत्रा आली, तवा माय म्हणाली लक्ष्या, आज येऊ नगस. लई गर्दी ऱ्हात्याय, उद्या दारू उडीवत्यात. तू उद्या चल. मला मायचं काय खरं वाटंना. म्या ठरिवलो, मायला चुकवून जत्राला जायचं. माय लातूरला गेल्यावर, त्या दिवशी म्या शेळ्या राखाया गेलो नाही. समद्यांचा डोळा चुकवून येकटाच लातूरला निघालो. सकाळी मायनं रडताना दोन आणे दिल्ते ते खमिसाच्या खिशातच व्हते. वाटंनं येक यलमाची बैलगाडी लातूरला चालली व्हती. मी तिच्या मागं मागं चालू लागलो. जत्रा कुठं हाय ते मला माहीत नव्हतं. गाडीत बेंबड्याचा गडी हुता. मी त्याला हळूच इचारलो, 'कारभारी मला जतरंला जायाचं हाय. कोणचा रस्ता जातूय?' तवा त्यानं सांगितलं, 'असाच नीट जा, पुढं राकीसांकड एक रस्ता जातूया तिकडं वळ'. त्यानं सांगितलं तसं म्या मुकाट्यानं चालू लागलो. मला वाटल्तं लातूर शार धनेगावहून थोडं ढगळ असंल; पण लातुरात गेल्यावर जिथवर बघलं तिथवर सगळे घरंच घरं दिसाया लागली. रस्त्यानं माणसं, सायकली, रिक्शे, बस दिसू लागल्या. आमच्या गावच्या रोकडोबाच्या जत्रेत म्या नकली बसा बघायचा. बसात माणसं कसं बसतेत. बस माणसं कसं न्हेतेय, याचा नुस्ता इचारच करायचा. आता लातुरात खरीखरी बस बघून म्या लई खुश झालो. हॉटेलात भजे, जिलबी बघून लई खावावं वाटू लागलं. होटेलात माज्या येवडं पोरगं चटचट काम करीत हुतं. मला वाटलं साळंत जान्यापरीस अन् शेळ्या राखण्यापरीस मायनं मला हॉटेलात नोकर ठिवावं. मला भज न् जिलबी कितीबी खायाला मिळंल. जत्रेत बघायचं झाल्यावर लई जागी फिरलो. गावचे लोकबी दिसनात अन् मायच हॉटेलबी कुठं हाय ते कळंना. कुठं जावं तर समदे सिमिटाचे रस्ते सारखेच दिसू लागले. घरंबी सारखेच वाटू लागले. मला कायबी कळंना झालं. मला लई रडू येऊ लागलं अन् रडत सडकनं माय माय म्हणत फिरू लागलो. रस्त्यातलं लोक, हे पोरगं चुकलं

बघा, कुण्या गावचं हाय म्हणू लागले. तवर गावाकडं म्हाईत झालं, की म्या एकलाच लातूरच्या जत्रेला गेलाव. पोरगं लातुरात चुकंल म्हणून दादा लातूरला आला. कुणीतरी दादाला सांगितलं, की येक पोरगं जत्रेत चुकून फिरू लागलंय. तवा दादा पळतच मोरेच्या हॉटेलापाशी गेला अन् मायला सांगितले. लक्ष्मन्या लातूरला आलाय. त्येला बघावं लागंल. तवा माय अन् दादा मिळून मला वाढूळ हुडकले. पर म्या काय त्येनला गवसलो न्हाई. मग मायला मोरे हॉटेलवाल्यानं दौंडी देयाला सांगितलं. दौंडीवाला, 'धनेगावचं येक पोरगं चुकलं हाय, ज्येला मिळलं त्येनं मोरेच्या हॉटलात आनून द्यावं हो ऽऽ' असं आरडत फिरू लागला. म्या गंजगोलाईत रडत येका दगडावर बसल्तो. मला दौंडी आयकू आली. मोरेच्या होटलाचं नाव ऐकल्यावर म्या पळतंच दौंडीवाल्याकडे गेलो. म्या धनेगावचा हाय हो म्हनून दौंडीवाल्याला सांगितलं, तवा त्यानं मला माय न् दादाकडं नेल. माय अन् दादा मला जवळ घिऊन रडू लागले. रडून झाल्यावर दोघांनीबी मला मारलं. 'पुना असं कुणाच्याबी मागंन लागून लातूरला येतूस का? भाडखाऊ, बसखाली चेंगरून मरायचं हाय का?' असं कायबी म्हणू लागले. मग म्या मोठ्यानं रडू लागलो. तवा मायनं एक छटाक जिलबी घेऊन दिली. म्या रात्रीच्याला घरी गेल्यावर समदेच मला व्हडी व्हडी करू लागले.

माय आमची नखाच्या हाता-बोटानं संवसार करायची. बाबानं भिंतीला येक फडताळ करून घेतल्ता. त्या फडताळात बाबा काय ठिवत होता त्ये त्येलाच माहीत. त्येला येक लहानगं कुलूप व्हायचं. माय मातर चांगले जिन्नस उतरंडीला नस्ता सलदांत ठिवायची. आमच्या संवसार म्हनलं तर दोन सलदं, उतरंडीचे धा-बारा गाडगे, काशाच्या दोन पराती अन् मायनं आपल्या कमाईतून घेतलेली नाऱ्यानं चोरून आणलेली पितळी घागर. पराती न् घागर सणावारालाच सलदातून निघायच्या.

एकदा माय कसारीनं आजारी पडली. तवा दूध विकायचं बंद झालं. कमाई बंद पडली. म्हणून बाबानं शेळ्या इकल्या अन् काई दिवस घर भागवलं. पण घरात खाण्यापिण्याची हरबड व्हाया लागली. तसं तसं एकेक जनावर विकून पोट भरू लागलो. तरीबी दवाखान्याचं नाव न्हाई. निस्ता आईचा अंगारा लावायचे अन् म्हणायचे, 'मायला मोटा बाहीरवसा झालाय.' माय म्हणाली, 'जावळीला जाणता हाय, तिथं न्या.' ज्या मायनं संसाराचा गाडा चलविला तिला न्यायला

नुसते दोन चार रुपये पायजे व्हते, त्येच्यासाठी अण्णा, दादा गावात फिरून आले पर कुणीबी दिलं न्हाईत. मायनंच विकत आणलेला पितळाचा तांब्या संगं घिऊन गेली. तुळशीरामाच्या गाढवांवर लातूरला घेऊन गेले. जाताना माय म्हणाली, ‘माझ्या लेकराला नीट संबाळ गं, केसरबाई, काशीबाई; माजा कायबी भरोसा न्हाय.’ म्या मायजवळ रडू लागलो. मायलाच जायला खर्च नव्हता तवा मला कसं नेणार? लातूरला पितळंचा तांब्या मोडून आगिनगाडीचं तिकीट काढलं. माय नू अण्णा जावळीला गेले. पुन्हा अण्णा माघारी आला. मायला तर आता लई बरं वाटत नव्हतं. आमचं तर निस्तं हाल चाललं व्हतं. वैनी अन् भाबी खुरपाया जायच्या. तवा रातच्याला एक शेर दाणे आणायचं. त्येचं माडगं करायचे. (कण्या करायचे). घरी म्हातारी म्हैस मयनी अन् जनी व्हत्या. त्याचं सार दूध वरव्यानं इकायचं अन् उपाशी पोटी दिस काढायचं. मंग जावळीहून एक माणूस आला. म्हणाला धोंडाबाई देवाघरी गेली. समदे लोक मोठमोठ्यानं रडू लागले. मीबी बोंबलू बोंबलू रडत होतो. तवा मला समदेच गळ्याला लावून रडत व्हते. मायच्या मातीला जाण्यासाठी दादा, दोन कास्याच्या पराती अन् तांब्या गहाणवट ठिवाया गेला पर कुणीबी ठिवून घेईना. भांड्यावर आमचं नाव व्हतं तरीबी चोरूनच आणलेलं असत्याल म्हणून घेयाचे नाईत. तवा दादा कातावून म्हणाला, ‘हे गाव हाय का, ह्येच्या मायची गांड. तांब्या ठिवून गाडगं मिळत न्हाई. लातूरला नेऊन इकतो.’ मी अन् हरचंदा रडत होतो. आम्हालाबी न्या, मायच तोंड बघाया म्हणून रडत होतो. तुळशीरामाची माय गंगाबाई बाबाला म्हणाली, ‘मार्तंडा, पोराला घिवून जा, मायच तोंड बघू दे.’ बाबा म्हनला, ‘व्हय गंगाबाई, पर दामच न्हाय, म्या काय करू? आम्हीच लातूरला या पराती इकून गाडीखर्च भागवतू.’ बाबा, दादा, अण्णा गेलं. मला तर मायची लई याद येत हुती. तवा भाऊ घंगाळं घिऊन तुळशीरामाकडं गेला. पर त्याचीबी लई हरबड चालली व्हती. तवा भाऊ घरला आला अन् मला गळ्याला लावून रडू लागला. काई दिसानं दादा, अण्णा, बाबा आले. मला परदेशी लेकरू म्हणून समदेच मया करू लागले. मलाबी वाटलं. माय मेली तेबी बरंच झालं. समदे आता माझी मयाच करतील.

हळूहळू माय मेल्याचं दुःख आम्ही विसरू लागलो. पर माय मेल्यानं घरात लई हरबड होऊ लागली. माय व्हती तवा एक हाती कारभार होता. आता समदेच कारभारी झाले. बाबानं घिसाड्याला एक म्हैस विकली म्हणून दुसरी म्हैसबी

दादानं विकली. दादा बाबाचं भांडण सुरू झालं. तुला कारभार करता येत न्हाई. मी कारभार करतो असं दादा म्हणाला. वरचीवर हरबड लईच वाढत गेली अन् येक टायमबी पोटभर जेवाया मिळंना झालं. म्हणून दादा, अण्णा, भाऊ कधी टोळीसंग तर कदी येकलेच तिरगाया जाऊ लागले. मुच्चू (चोरी) करणाऱ्यांची आठ धा जणांची टोळी असते त्यातला एक माणूस समद्याचे बिऱ्हाड राखतो, तर एक सैपाकी असतो. बाकीचे खिसं कापणाऱ्यासंगं जातात. कारण एकालाच खिसा कापता येत न्हाई. त्येच्यासंगं कमीतकमी तीनचार जणं असतात. येक जो असतो तो कोणाकडं पैसे जास्ती हायेत, कोण कोठं काय विकत घेतो याच्याकडं ध्यान ठेवतो. जास्ती पैसे खिशात ठेवल्याचे पाहिले की, त्या माणसाच्या मागं मागं ऱ्हायचं येकाचं काम असतं. पैसंवाला गर्दीत गेला की, तो सोबतीच्या साथीदारांना इशारा करतो. साथीदार हळूहळू मागं येतात. पैसंवाला कुठं बाजार घेण्यासाठी लई गर्दी असंल तिथं, नायतर देवदर्शनासाठी गेला तर लईच चांगलं. त्या गर्दीत दोघं तिघं टोळीवाले पुढं होतात अन् एक दोन मागं होऊन गर्दी करू लागतात. जो खिसा कापतो त्याच्या दोन बोटांमधी पत्ती असते. तो चटकन त्या गर्दीत त्या माणसानं जिथं पैसे ठेवलेत त्याच्या खालच्या बाजूला पत्तीनं खिसा कापतो अन् पत्ती चटकन तोंडात टाकून जिभेच्या खाली धरतो. दोन बोटं खिशात घालून नोटा खिशाबाहेर काढतो. त्याचा मागचा साथीदार चटकन त्येच्या हातातलं पैसै घिऊन पसार होतो. मग एकजण थुंकतो नायतर खाकरतो अन् निघण्याचा इशारा करतो. सगळेच निघून पसार होऊन ठरलेल्या जागी जमतात. एकेकदा गर्दीत पैसंवाला सापडला नाही तर टोळीवाले बसठेसनाला जातेत. लायनीत मागं पुढं करतेत. तोंडाला आलं की, पुढचे लोक वरबी जात नाहीत खालीबी येत न्हाईत. 'पुढं चला, पुढं चला' असा कालवा करतेत. तेवढ्या- येळातच खिसा मारून टोळीवालं पसार व्हत्यात. पन धरलं तर लई मारतेत. म्हणून कवाकवा खिसं कापाया बारक्या पोरांनाही शिकवत्यात. जर बारकं पोरगं खिसं कापताना धरलं गेलं तर संगट असलेलं येक दोन लोकच दुसरे मारण्याआधी मारू लागतेत. लाथाबुक्क्या घालतेत. इतकं मारतेत की, लोकांना वाटावं, की हे साद्या कापडांतले पोलीसच हायेत. मारताना शिव्या देतेत, चोऱ्या करतूस का भाडखाव. एवढ्या बारक्यापणी खिसं कापतूस. असं म्हणत लोकांची नजर हेरतेत. तवा आमच्यापैकी एखादा पुढं होऊन म्हणतो,

'जाऊ द्या सायब, लई मार खाल्लाय. बारकंच हाय.' असं करून टोळीवाले त्येला सोडीवत्यात. कवा कवा तर पोलीस ठाण्याला उगीचच घेऊन चला म्हणून आणतेत अन् नेताना येकांद गल्ली बोळ बघून सोडून देत्यात.

भारगावचे लोक लई हराम व्हते. पोलीस धराया आले की, पळून जाऊन पिवळ्यात, कुपाट्यात, कपारीत दडून बसायचे. घरच्या बायांना मात्र ठिकाणा म्हाईत व्हायचा. म्हणून त्या आपल्या माणसाला भाकरी पोहोचती करायच्या. भारगावला झडतीला पोलीस आले की, बाया खवळायच्या. म्हणायच्या, 'ये सायबा घरात घुसायचं कई काम न्हाई, घरात कुणी गडीमाणूस न्हाय.' तरीबी कवाकवा बायांना, तुमचे नवरे कुठं गेले म्हणून मारत अन् घरात घुसत. तवा घरापाशी बांधलेली मोठमोठी कुत्री त्यांना धरत. त्येंच्या भुंकण्यानं पोलिसाला झडती घ्यायचा त्रास व्हायचा. म्हणून चिडून पोलीस पहाटंच येऊन समद्याला धरायचे. तवा बाया लेकरांना समद्याला बदडायचे.

कवा कवा भारगावचे नामदेव, तुकाराम, झालं तर आमचा दादा, अण्णा मासं धराया म्हणून नदीवर जायचं सोंग करायचे. मग नदीच्या कडेला शेळ्या, मेंढ्या, बकरं चरत दिसल्या की, त्यातलं चांगलं बघून एखादं धरायचे. असंच एकदा दादानं एक मोट्ठ बकरं धरलं. त्येनं आरडू नये म्हणून बकऱ्यांच्या जिभेला काटा टुचिवला. मग लवणा लवणानी आणून नदीच्या पाण्यात टाकला. त्येला तसंच जित्त पान्यात बुडीवलं अन् दोन्ही मांड्यांत गच धरलं. मंग मासं धरू लागल्यावाणी करत नदीच्या कडंकडंन सरकू लागला तवा धनगरानं दादाला पाह्यलं. बरं, बकरं समदंच पान्यात बुडलं व्हतं. रात्रीच्याला मेल्याला बकरं घिऊन दादा घरला आला. बकऱ्याचं खांडखुंड करून वाटे घातले.

शाळेत माझ्या बरुबरीचे समदे चांगलं व्हायचे अन् मीच तेवढा वंगाळ राहायचा. गुरुजी विचारायचे कोण कोण अंघोळ केली नाही. कोण कोण कपडे धुतले नाही ते उठून उभा राहा. तवा मीच एकटा उभा व्हायचा. मला गुरुजी कधी कधी मारायचे तर कधी ऊठबश्या करायला लावायचे. त्यानं मला अंघोळ रोज करावी लागू लागली. याचं मला लई वाईट वाटायचं. कधी कधी गुरुजींचा मार बसू नये म्हणून मी नुस्ता करदोडाच वल्ला करून जायचा अन् गुरुजीला दाखवायचा बगा गुर्जी, म्या आज आंघोळ करून आलाय. माझा करदोडा वल्ला हाय. सुट्टीच्या दिवशी नदीला जायचं. आधी कुडतं धुवायचं. ते वाळवायचं. कुडतं वाळल्यावर

मग चड्डी काढायचो. नागवं होऊन धुवाव तर खडकाला लई बाया यायच्या. त्यामुळे लाज वाटायची. मग दुसरी चड्डी नसल्यानं अंगातली चड्डी काढून चड्डीच्या जागी कुडतं गुंडळायचं अन् चड्डी धुवायची. साबण कधीच मिळत नव्हतं. माझं साबण म्हणजे नदीच्या जवळच इंगळ्याच्या ढवाची चिकण माती. त्या मातीनं कुडतं चड्डी घासायची. कपडं निर्मळ निघायचं. मी शाळेत आल्याबरोबर वर्गातली पोरं हसायची. पाथरुटाचा लक्ष्या आला म्हणून चिडवायची. मी गुपचूप एका कडेला धरून आणल्यासारखं बसायचा. बाळाचारी गुरुजी एक दोन काढून द्यायचे अन् मी गिरवायचं. शाळेत काई पोरं मला लछमनताता म्हणायचे अन् चिडवायचे, 'लछमनताता, खेकड्याची आमटी खाता.' तवापास्नं शाळेत मला समदेच लछमनताता म्हणायचे. मला त्याचं कायबी वाटायचं नाही. आपण पाथरुटाचं हाव म्हणून पोरं चिडवत्यात असं वाटायचं. तसा राग यायचा, बरं मी गप्पच बसायचा. घरी कोणाला सांगावं तर घरचेच मला शिव्या द्यायचे. साळा शिकावं वाटलं तर शिक न्हायतर जनावरं राख म्हणायचे. बाबा कधीकधी रातच्याला आला की, तुला काय येतं ते सांग म्हणायचा. मी बाबाला मोठमोठ्या आवाजात आधी जन-गन-मन-नायक जय हे म्हणून दाखवायचा. आन् पुन्हा उजळणी म्हणायचा. बाबा खूश व्हायचा न म्हणायचा, माजं पोरगं हुशार झालं, पुढं मास्तर हुईल. समद्या पेट्यात माजं पोरगं हुशार हाय, असं बाबा समद्यांना सांगायचा. पर जातीतले समदे साळंत काय पडलंय, मुच्चू करायला शिक म्हणायचे. मलाबी वाटायचं आपण चोऱ्या केलं तर चांगलं ऱ्हायलं मिळंल. कुठल्याबी जत्रेत जायला येईल. बरं, धरल्यावर मार खावं लागतं म्हणलं की, शाळाच बरी वाटायची. मी शाळा शिकू लागलो म्हणून आमच्या शेजाऱ्यास्नी देखवायचं नाही अन् मुद्दाम बाबाला सांगायचे, ''मार्तंडा' लक्षुमनाला चोऱ्या करायला शिकव, शाळा शिकून आपण काय करनार हाव?' एकदा तर भारगावचे लोक मला चोऱ्या करायला मागण्यासाठी आले होते. 'मार्तंडा, लक्षुमनाला आमच्या पाळात (टोळीत) दे. एका वरसात त्येला खिस्तंग मत्तायला शिकवताव. तुजं घर आनंदात भरंल. भरपूर कमई हुईल.' बरं, माझ्या बाबानं पक्क ठरविला की, लक्षुमनाला शाळाच शिकवणार. बाबा त्या येळंस कुणाचंच आयकला न्हाई. म्हणून मी शाळा शिकलो, न्हायतर मी बी आज चोर म्हणूनच ऱ्हायलो असतो.

मी दुसरीला गेलो तवा पुस्तक न्हाई म्हणून गुरुजी मारायचे. मी बाबाला सांगून कंटाळलो. आखिर बाबानं मालकाकडून उचल पैसे घेतला अन् लातूरला जाया निगाला. तवा गुरुजीकडून पुस्तकाची चिठ्ठी मी बाबाला दिली. त्यानं लातूरला जाऊन पुस्तक, वही, पेन आणलं. त्या दिवशी लई भुशारीनं कुडत्याला पेन आडकावून फिरलो. बाबा म्हणाला, 'पुस्तक न् वही नीट संबाळ न्हायतर मारीन.' पुन्हा येकदा चामल्याच्या मळ्यातून रोट्या नेण्यासाठी बाबा आल्ता तवा इचारला, 'पुस्तक चांगलं ठिवलास का? दाखाव.' बाबानं वही बघितली अन् जोडं काढून मारू लागला. मला बोलूबी देईना. म्हणू लागला, वही का खराब केलास. पेन काय तुला खराब कराया दिल्ती का? लई लाथा बुक्क्या घातल्या तवा भाऊ आला. मी जाजावून भाऊच्या अंगावर पडलो. भाऊनं माझी कड घेतला. तवा बाबानं त्येलाबी शिव्या दिल्या. 'नवी वही खराब केलाय, त्याच्यासाठी मालकाकून पैस घिऊन वही-पुस्तक आनल्तीका? पेनने वहीवर लिव्हलाय?' तवा भाऊ म्हणला, 'पेन लिवायसाठीच न्हातंय, वहीवर.' पण बाबाला भरोसा आला न्हाई. त्येनं सुताराच्या शिकलेल्या पोराला इचारलं. त्येबी म्हणाला, 'तुमच्या पोरानं पुस्तकातलं सुद्धलेखन लिवलाय.' मग बाबा म्हणाला, 'उगीचच मारलं तुला. आत्ता गप बस.'

मी आदुगर कवातरी दात घासायचा. पर शाळेत धडा वाचल्यापास्नं रोज दात घासाया, तोंड धुवाया लागलो. आमच्या घरी बाया पाणी आणून रांजणात वतायच्या. त्या रांजणात पाचसा घागरी पाणी मायचे. ते रांजण धुवाया कवातर माझा नंबर यायचा. तवा त्येच्या बुडात गेचवे, बारकी बेंडुकळी, चिकट गाळ, काड्या निगायच्या. तरीबी आमी तसंच पाणी प्यायचं. चांगलं पानी प्यावं असं कोणाला वाटतच नव्हतं. साळंला गेल्यापास्नं ऐतवारी मीच राजण धुवायचा, केर काढायचा अन् चांगल न्हावं, म्हणून भाभीला-वैनीला सांगायचा. तवा त्या कातवायच्या. साळंतलं तुमच्या गुर्जीला सांगा म्हणायच्या. आमच्यापाशी नगं. घरात लई रख रख झालं की, समदे दिवसा कामाला गेलेले राह्यचे. मी रस्त्यावर गाय नाही तर म्हशी हागल्या की, त्यांचं शेण आणायचं आन् घर सारवाचं. समदे घरी कामावून आल्यावर मला बा, लक्ष्मणनं आज घर सारवला म्हणून शाब्बासकी द्यायचे. मला वाटायचं सारवून चक्क ठिवल्यावर हमेशा घरच्या बाया घर चक्क ठिवतील. पर समदं उरफाटंच झालं, घरच्या बाया कधीतर अवसापुनवेला

सारवायच्या ती बी बंद केल्या. अन् म्हणायच्या चला कामाला जाऊ, लक्ष्मणला उद्या सुट्टी हाय. घर सारवून घेईल.

एकदा शाळेत १५ ऑगस्टची तयारी चालू केली. १५ ऑगस्ट म्हणालं की, आमच्या शाळेचा आनंदाचा दिवस राह्यचा. या येळंस मी धिमधिमे गुरुजीला म्हणालो, 'गुरुजी मला भाषण करायचं.' तवा धिमधिमे गुरुजी माझी माया करायचे. धिमधिमे गुरुजी हे महाराचे होते. त्यांनी मला पाथरुटाचं एकटं पोरगं शिकतंय म्हणून नवल करायचे. मग त्यांनी म्हटले, 'तू भाषण कर. तुझं नाव भाषणासाठी घेतो.' मलाबी लई आनंद वाटला. गांधीजींचा, पंडित जवाहरलाल नेहरूंचा धडा वाचून भाषणाची तयारी केली.

धिमधिमे गुरुजींनी आमच्या शाळेतला मुलगा सर्वांसमोर भाषण करणार आहे. पुन्हा पाटील बोलतील, असे सांगितले. मग मला गुरुजींनी इशारा केला. मी गेलो बकळ म्हणाया. म्हटलं मी भाषण करतो. पर समदे गावातले लोक बघून घाबरं फुटलं. गावातल्या सरपंच, पाटलासमोरून जायाला भिव वाटायचं. आज त्यांच्यासमोर भाषण करायचं म्हणजे बोबडी वळली. तरी मी हिंमत केली आणि सरळ झेंड्याजवळ जाऊन उभा राह्यलो. गावातले सर्व मोठाले लोक खुर्चीवर बसलेले होते. मी मधी उभा ठाकून बोलू लागलो.

आमच्या शाळेतले समदे गुरुजी आणि गावातले मोठे लोक, माझ्या बंधू-भगिनींनो, 'आज आपल्याला देश स्वतंत्र मिळाला म्हणून आपण परबात फेरी काढली. आपल्या देशात म. गांधी, प. जवाहरलाल नेहरू यांनी आपल्याला १९४७ रोजी स्वातंत्र्य मिळवून दिले. ते आपून सांभाळले पाहिजे.' आसं बोलत असताना माझे पाय आणि हात लटलट कापत होते. मी एवढंच घोकून पाठ केलो होतो. पुन्हा काई याद येईना. झालं मग, खाली बसलो. समद्या गावात झालं पाथरुटाच्या लक्ष्यानं भाषण केलं. आन् रस्त्यात गानं बी म्हणाला. तवा मलाबी आता लई शाहानं झालाव असं वाटायचं. मी भाषण केल्यालं बाबाला माहीत झालं. बाबानं मला सांगितला तू आता शाळा शिक, मी तुला पुढच्या सालाला मालकाची उच्चल फिटून पैसे निघाल्यास त्यात सायकल घेतो. मला वाटायचं या वेळेस जर पास झालो तर आपल्याला कमीत कमी पोलिसाची, चपराशाची नोकरी लागेल.

माझी शाळा तर चांगली सुरू झाली होती. बरं इकडं घरी खाण्याची लई हरबड उठली होती. कधीकधी तर चार-चार, पाच-पाच दिवस चूल पेटेना झाली. बाबा चामल्यान्यातच जेवत होता. मी घरी समद्यात बारका असल्यानं मला बाबा मळ्यात बोलवून अर्धा उपाशी राह्यचा अन् मला त्याच्यातली भाकर देयाचा. बाबानं सांगितला तुझी शाळा सुटल्यास चामल्याच्यातून भाकर घेऊन येत जा. मला तेवढंच पाहिजे होतं. कधीकधी घरी कण्या करायच्या. त्याबी मिलूच्या. आमच्या घरी बी लई मानसं होती. एका मोठ्या भगुन्यात पातळ कण्या करायच्या. कण्यापुरते एक किलो मिलो राशन दुकानातून कधीतरी मिळायचे, त्याच्या त्या कण्या केल्या की, त्या कण्यात भल्याबकळ मुशा (किडे) राह्यच्या. त्या ताटलीतून काढायच्या अन् इतकी भूक लागलेली राह्यची की, गरमगरम मधी मुशाबी असल्यातर तशाच गटगटा प्यायच्या. तशा त्या कण्या पातळबिर चार-चार पळ्या हिश्शाला यायच्या. तेवढ्याच पिऊन अजून अण्णा नाही तर भाऊ मला त्यांच्या हिश्शाच्या कण्या थोड्या टाकायच्या म्हणून मी एकटा कण्या खायचा नाही. अण्णा-भाऊ जेवायला बसले की, मी ध्यान राखून राह्यचा. त्यांच्याबरोबर बसायचा. ते भाभीला-वैनीला बरं वाटायचं नाही. माझ्या नवऱ्याच्या हिश्शाच्या कण्या खातं म्हणून रागवायच्या. मी तसाच पांचटासारखा बसायचा. कधीकधी भाऊ, अण्णा, दादा माझ्या कण्या झाल्यावर देईना झाले की, मी हाट हाटानं ताटली चाटू चाटू खायचा. तोंडाला ताटली लावून जिभेने चाटायचा अन् दोघा-तिघाकडंबी टुकू टुकू बघायचा. ती भुकेजलेले असले तरीबी घे लक्षीमन्या म्हणून कधी रागाने द्यायचे. एवढं खाल्लं तरीबी भूक जिरायची नाही. मग भगुनेच्या बुडाला चिकटलेलं राह्यचं ती खरडून घासूघासू काढून खायचं. कधीच पोट भरून एक टाईम जेवायला मिळायचं नाही. मग इकडं पोट भरायचं नाही म्हणून बाबाची भाकर चामल्याच्यातून घेऊन जायचं.

चामल्याच्यातल्या जेवण्याची मला आजबी याद येतीया. चामल्याच्यात भाकर आणाया गेल्यास किसनामाय मोठ्या हाताची होती. बाबाला चांगलं सांभाळायची. एका गाडग्यात ताक, एका लोटक्यात कोरड्यास आणि भाकरी बांधून द्यायची मग मी घेऊन निघायचा. लोटक्यातल्या कोरड्यासाचा वास सुटायचा. त्या पांढ्या- शिपट जुंधळ्याच्या भाकरी, ताक बघितलं की, असं पोटातून खवळून उठायचं अन् तोंडाला पानी सुटायचा. एकीकडे वाटायचं बाबापुरत्याच रोट्या

दिलेल्या हायत्या. बरं पोटात आग पडलेली राह्यची. आसलं कोरड्यास भाकरी कधीच घरी मिळायच्या नाहीत. धनगराची कधी पानंद लागती अन् कधीही कोरड्यास आन् भाकर खाईन असं वाटायचं. पानंदीत आलं की, इकडं तिकडं बघायचं, भाकरीत दोन बोटं घालून तुकडा काढायचा. तोंडात घालायचा. लोटक्यात एक काडी घालून हलवायचा आणि थोडं- थोडं त्या तुकड्यासंगं पियाचं. इतकी त्या खाण्याला मजा वाटायची की, ही समदं रोट्या कोरड्यास खाऊन टाकावं वाटायचं. बरं दुसरीकडे बाबा उपाशी राहील म्हणायचं. त्याच्यातली भाकर अर्धी मोडल्याचा आकार येईल. तया तुकडे करू करू खायचा अन् न खाल्ल्यासारखे तोंड पुसून चामल्याच्या मळ्यात गेल्यावर बाबा-बाबा म्हणून हाका मारायचा. मग बाबा दारं धरत असला तर भुकेजून जायचा. रोटी आली म्हणून दारं धरायचं बंद करायचा. जेवायला बसायचा. मला म्हणायचा लक्ष्मना घरी काय केलं होतं. मी सांगायचं कण्या केल्या होत्या थोड्या. मग बाबा मला अजून अर्धी भाकर अन् झाकणीत कोरड्यास द्यायाचा. अन् तिथं बी थोडं जेवायचं. मग बाबाला मी रस्त्यानं खाल्लाव असं वाटायचं नाही. कमी रोटी आली तर मालकिणीला का कमी दिली म्हणायला जायचा नाही. त्याच्यानं मला कसं तर जेवायला मिळायचं. बरं पोटभर कधी मिळंल वाटायचं.

शाळेतल्या चामलेच्या पोरांकडं बाहीर आलं की, खिशात शेंगा, खारुड्या खायचे. मी त्या मागून घ्यायचा. मला वाटायचं देवानं आपल्याला चामल्याच्या घरात जन्माला का घातला नाही? मलाबी यांच्यासारखं खायला मिळालं असतं. कुडते, चड्ड्या यांच्यासारख्या मिळाल्या असत्या. आमच्या घरात बारा महिने उपास- तापास काढावा लागे.

आखाड-श्रावणात तर रोट्या मिळायच्याच नाहीत. मग आम्ही बाबांच्या मळ्यातून रताळ्याचा पाला ओरबाडून आणायचा. तो पाला शिजवायचा. त्यातलं पाणी काढायचं, रताळ्याचा पाला वाटायचा. त्याचे मुटके कोटबळे करायचे. कितीही दिवस ह्याच्यावर जगायचं. ज्या रानात रताळं होते तिथला पाला ओरबडून उन्हाळा झाला होता. हा पाला घेतल्याने बाबाच्या मालकानं बाबाला एकदा शिव्या देऊन आठ दिवस घरी बसविलं. एकतर आम्ही उपाशी मरू लागल्यालं मग बाबाच्या मालकाच्यातलं रताळाचा पाला आम्ही आणताना बाबाला काई म्हणता येईना. बरं बाबानं मालकाला खरं सांगितलं की, आमच्या घरी भाजीपाला

करून खायला घेऊन जात्यात तरी बाबाला घरी बसविलं. जी पाला जनावरं बी जल्दी खात नाहीत ती पाला आणल्यानं बाबाला आठ दिवस घरीच बसावं लागलं. तो पाला बंद झाल्यास तर लईच उपाशी मरू लागलो. गावात काम लागायचं नाही. बाबाची आधीचं उचल झाल्याली राह्यची. त्यांना कायबी मिळायचा नाही. मग आम्ही लई दिवस गाढव काट्याचा पाला, तरवट्याचा पाला, गाजराचा पाला, कुर्डूचा पाला, दगडी शेपू या काडाच्या पाल्यावर कित्येक दिवस काढायचे. ती बी अपरूक वाटायची. या भाज्या खाऊन खाऊन हागवण लागायची. एकदा तर भाज्या तेवढ्या आल्या नव्हत्या. थोड्या आलेल्या होत्या तवा आमच्या थोरल्या भाभीनी कुर्डूची भाजी आणली होती. आम्ही चार दिवसाचे ताडकाळ उपाशी होतो तवा कुर्डूची थोडी भाजी होती ती तव्यात गरम केली, तेल तर नव्हतंच. मीठ होतं ते घालून खालीवरी केलं अन् भाभीनं समद्याला थोडी थोडी भाजी खायला दिली. ती नुसतीच भाजी इतकी अपरूक वाटू लागली. किती बी दिली तर खावंच. समद्याला भाजी देयाचं झाल्यावर केसर वहिनी गावात जातं उकटायला गेली, मग भाभीनं तिच्या वाटणीची भाजी वाटीत घालून देवळीत ठिवली. मग भाभी जळण गोळा करायला उकंड्यात गेली. मग घरी कोणीच नाही म्हणून हळूच, देवळी पोचना झालती, ती टोपलं खाली पालथी घालून वरी चढून वाटीतली थोडी भाजी काढून खाल्ली. तितक्यात भाभी आली अन् हळूच येऊन बघितली. रागारागाने हातात कुपाटी झोडवून आणलेलं लाकूड होतं. कडू, हालकट, मुडद्या, केसरच्या हिश्शाची बी भाजी खाल्लास म्हणून दोन-तीन टिकूरं गांडीवर हाणली. मी जोरजोरानं रडू लागलो. मी थोडीच खाल्ली म्हणून सांगितली. तेवढ्यात वहिनीबी गावातून आली. जातं उकटील्याल्या घरी अर्धी भाकर दिली होती मग त्या दोघी भावजयींनी मला बघत बघत ती भाजी अन् भाकर खाल्ल्या. मी टुकूटुकू बघतच बसलो. रातच्याला दादाला, अण्णाला सांगितलो. दादानं भाभीला शिव्या दिल्या. मला वाटत होतं, दादा भाभीला मारील. म्हणून एकाचं दोन सांगितलो. पर उपेग झाला नाही.

कधीकधी तर मी लई उपाशी असलं की आमोशाला, पुनवेला आखाड-श्रावणात कोणाला बरं वाटना झालं की, लेकरावरून निवद व नारळ उतरून टाकायचे, ते मी हुडकीत मसणवाटेकडे पानंदिला जायचं. कधीकधी भुताला निवद नारळ टाकल की, कोण खात नव्हते. कारण भूत लागतं म्हणायचं. बरं

माझ्या पोटात आग पडायची तवा भूतबित काय वाटायचं नाही. नारळाला तीन ठोकर मारायचं अन् निवद खालचे खालचे घेयाचे. वरच्या निवदाला तेल अन् तव्याचं काळं लावलेलं राह्यचं. तीसुद्धा निवद टाकून द्यावी असं वाटतं नव्हतं. त्या निवदावर पापट काळं झाल्यालं तेवढं ठोकरून काढायचं अन् एखाद्या शेतात झाडाखाली बसून खायचं. नारळ फोडून थोडं, भूत आपल्याला लागू नये म्हणून नारळाचा तुकडा, निवदाचा थोडा तुकडा टाकायचा अन् समदं खाऊन घरला जायचं. अन् भूत घरात पायाला लागून येतं म्हणून पाय धुवायचे अन् मग घरात जायाचं. आखाड-श्रावणात तर भाकरीचा पंधरा पंधरा दिवस पत्ताच राह्यचा नाही.

एकदा आम्ही घरात आठ-नऊ दिवस पाणी पिऊन उपाशी होतो. तवा बाबानं एक आणा उसना आणून गूळ एक छटाक घेऊन आला अन् एका भगुन्यात त्या गुळाचं पानी करून दादा, भाऊ, बाबा, भाभी, अण्णा, हरचंदा, मी, केसर- वहिनी एवढ्यानी एक एक कप त्या गुळाचं पाणी बाबानं समद्याला वाटून दिलं होतं. तवा बाबाच्या गळ्याला पडून रडायचं. मी समद्या उकंड्यांनी फिरायचं, रापलेल्या कोया, चिचुके गोळा करून भाजून खायचे. कधी-कधी दुसऱ्या गावाला दादा, बाबा जाऊन डुकराचं एखादं पिल्लू चोरून आणायचे. त्याला भाजून खायचं. पोटात आग पडली तवा मी जात्यावरचे पाळू उचलून वरी मीठ टाकून जातं चाटू चाटू खाल्लो.

कधी कधी तर घरात लई हारबड सुरू झाली की, आमचा दादा, भाऊ, अण्णा, नाऱ्या, तुळशीराम, भीमा असे मिळून लांबच्या शिवारात जिथं चांगलं पिकलं तेथे जाऊन दाण्याची कणसं, मिरच्या, शेंगा आणायचा. रातच्याला वाटून घेयाचे. आम्ही सकाळी कुणी शेतकरी आपल्याला चोरीचा माल सापडल्यास मारतील म्हणून रातच्याला घोंगड्यात कणसं घालून रपरप बडवायचं, दाणे काढायचे. चूल पेटवून टोपल्यात ती कच्चे दाणे राह्यचे त्याला भाजायचे, काहीच मागं राहू नये म्हणून कणसाच्या पिशाबी जाळायच्या. समदे घरातले लहान थोरांशी चिवी होयाचे. तेवढ्या रातच्यालाच दाणे चांगले खमंग भाजले की, जात्यावर बायांनी कन्या भरडायच्या. तवर मी कण्यासाठी चुलीवर भगोन्यात आदण ठेवायचं, मंग त्या रटरट शिजायच्या आणि तीन-तीन चार-चार दिवसांची भूक थोड्या कण्या खाऊन जिरवायची. माझी भूक जिरायची नाही. मी सकाळी

उठल्यावर शिजू लागलेल्या भोगन्यातून उडून चुलीवर पडलेल्या कण्याचे पापड मातीतले काढू काढू खायचे. अशा वेळेस तर मला दोन-दोन महिने रोटीच खायला मिळायची नाही.

आमच्या घरचे रानात चोऱ्या करायला गेल्यास जागलीचे शेतकरी, लोक उठले की, तुळशीराम चोर आले ओळखू नये म्हणून कोल्यावाणी, घुबडावाणी आवाज काढून आरडायचा. मग सामसूम झाले की, रातच्याला शेतातून काहीतरी घेऊन यायचे.

एकदा असंच शिवणीच्या शिवरात चोऱ्या करायला गेल्यास शेतकऱ्यानं कणसं खुडून आणताना बघितलं. ते शेतकरी मोठमोठ्यानं चोर आले चोर आले म्हणून गोफणीनं दगड मारू लागले. तवा आमच्या टोळीनं पळ काढला. समद्यांनी खुडलेले कणसे टाकून देऊन पळू लागले. बरं दादाला घरी समदे उपाशी आहेत, मी काहीतरी आणेन म्हणून घरी वाट बघतील म्हणून दादांनी खुडलेले कणसे घेऊन तसाच येऊ लागला. तवा दादा पळत्या वेळेस सगळ्याच्या मागं पडला. तवा दादाच्या डोक्यात गोफणीचा धोंडा लागला. डोकं फुटलं तरी बी दादा होते तेवढे कणसं घेऊन तसाच पळू लागला. मग लांब आल्यावर तुळशीरामनं, संभानं चकचकीत विस्तू पाडून थोडा उजेड केला. जखम जोडीचा पाला हुडकून दादाच्या डोक्यात लावून चिरगुटानं बांधला. मग घरला आल्यावर दादाचं रक्तानं भरलेलं धोतर काढून रातच्याला भामीनं धुऊन टाकलं. दादा वाचून आला म्हणून आम्हाला आनंद झाला होता. त्या वेळेस दादा गवसला असता तर जिवानिशीच मारलं असतं.

भाडगावचे लोक कधीच उपाशी मरत नव्हते. ते चांगल्या चोऱ्या करून जगत होते. ह्याच्यानं आमच्या लोकांची तिथल्या चांगल्या तिरगिनाराला मुलगी द्यावी, आमच्या भाडगाव, कवठा, सलगरा, सोलापूर या गावी आपली मुलगी द्यावी, खाऊन पिऊन सुखी राहील म्हणून सोयरिकीसाठी चढाओढ लागायची. म्हणून या गावाला आधी आल्याचं गाव म्हणतात. उचल्याचं कवठा, उचल्याचं भाडगाव या नावानं ओळखतात. आमच्या गावात मातर आमचे लोक आखाड-श्रावणातच जास्त चोऱ्या करायचे. बाकी दिवस काई उकटाचा भीक मागाया जायाचे. माझे भाऊ अन् तुळशीरामनं विकत घेतलेला नाऱ्या एवढेच चोऱ्या करायला शिकले होते. माझे भावकीचा संभा, भीमा, पांडुरंग यांच्याकडे गाढव होते ते आठ-पंधरा

दिवसाला जाते उकटाया जायाचे. त्यांचं आपलं घर बरं चालायचं. ते जाते उकटून गावावरून आले की, समद्या गल्लीत भरून दिसायचं. जिकडं तिकडं गाढव कुत्र्याची एकच घुरदुला होयाचं. ते गेले की, गल्लीत भणानं वाटायचं. तुळशीराम, संभा, पांडुरंग, लिंगा आले की, आम्ही समदे रातच्याला गप्पागोष्टी करत बसायाचं. तुळशीराम, संभा लई रातच्याला सांगायचे, उकट्या गेल्यावर आम्ही लई काई काई खाल्लो, किती लग्न जेवलो. शिवनीच्या गंगूबाईनं घटबंड्या चरवी भरून ताक, एवढ्या मोठ्या शिळ्या रोट्या वाढली, तर रमजेनपूरच्या सेवंतानं एकच जातं उकटीलो तर पोटभरून पोळ्याचं जेवण दिलं. अशा गप्पा निघाल्या की, माझ्या तोंडाला पाणी सुटायचं. वाटायचं आपणबी शाळा बुडवून तुळशीरामसंगं जावं. तुळशीराम आम्ही उपाशी मरताव म्हणून मुद्दाम सांगायचा.

मी, तुळशीराम, संभा, नाऱ्या, तुक्या बरोबर कोण्या गावाला लग्न असलं, नाही तर दिसाचं असलं तर संगं शाळा बुडवून जेवाला जायचं. मी, तुक्या, पंचफुली, हानमा आसपासच्या रमजेनपूर, उमरगा, शिवणी, भुसणी, बाभळगाव, भातखेडा इथं लग्न नसता गावजेवण असलं की, पत्त्यावरच राह्याचं अन् आमच्या समद्या लोकांना सांगायचं - आज जेवण हाय बघरे त्या गावाला. मग आम्ही गडी, बाया, पोर घरातल्या ताटल्या, भगुणे, वाट्या जे मिळेल ते घेऊन जेवण्यासाठी तीन चार कोस चालत जायचं. ह्या दिवशी पाणी पेयाचं नाही. तुळशीराम सांगायचा - बघारं पोरावानो, पाणीबिणी पेताल. पाणी पेलो की जास्त आन्न जात नाही. पाणी नाही पेल्यास एक-दोन दिवस भूक लागूनी म्हणून गुचकी लागलं तरीबी पाणी पेयाचं नाही. जाताना चिखलानी, काट्यांनी जाऊन पायात आग पडायची. एखादा काटा पायात आरपार घुसला की, जीव जायाची आग पडायची. आपण कधी जाऊ, किती खाऊ, पायाचा त्रास होयाचा अन् त्या जेवणावर तुटून पडायाचे आणि ओकारी येऊस्तर खायाचं.

एकदा असाच भुसनीच्या पाटलाच्या पोराचं लग्न होतं. ती बी बुंदीचं जेवण. आसपासच्या दोन -तीन गावांला आवतनं होतं. जेवाया समदे मिळून गेलो. गेल्यावर जेवायाच्या पंक्तीला बसलो. पहिल्या वेळेस जेवलो, पुन्हा जेवून गावाच्या बाहीर येयाचं अन् अजून पुन्हा पंगतीला बसायचं. बुंदी वाढली की मागारी यायचं. गावाच्या बाहेर तुक्याला उभा केलं. समद्यांनी पुन्हा पुन्हा जेवायला बसायचं अन् वाढलं की, बुंदी चोरून गावच्या बाहेर जमा करायचं. बरं! असं

समद्यांनी २-३ येळस चोरून बकळ बुंदी जमा केली. आम्हाला वाटायचं आपण खाल्लं घरचे लोक बी उपाशी आहेत, त्यांनाबी घेऊन जावं. म्हणून जमा करीत होतो. एका वाढकऱ्यानं माझी पक्की ओळख ठेवली अन् माझ्या मागावर राहिला. मी पुन्हा जेवायच्या लाईनीत बसलो. मला त्यानं कानाला धरला अन् जेवणातल्या पंक्तीतल्या लोकांसमोर दोन-तीन कानसुल्यात लगावल्या. अन् विचारू लागला कारं! कोन्या गावचा हायसं. तुझ्या बापाची पेंड हाय का? किती येळा पंक्तीत बसलास? सांग. म्हणून मारून बाहेर काढला. मी, नाही हो मालक पुन्हा असं करणार नाही. तो म्हणाला, हेनच्या मायाला हालकट कोन्या महाराचं, मांगाचं हाय की, समदी पंगत बाटवीला ती बाटवीला. पुन्हा दोन-तीन येळंस जेवायला बसलाय. मग लोकांनी म्हणले जाऊ द्या मेल्याला अन्नाची काय परवड करायची. मग तवा सोडलं अन् मी रडत रडत गावच्या बाहेर पडलो. मला मारू लागल्यास समद्यांनी पळ काढला होता. बरं गावच्या बाहेरबी नाहीत. मी समद्याला माराच्या भीतीनं सांगून देईल, जमा केल्याली बुंदी घेऊन जातील म्हणून पळून गेले अन् लांब तीन-चार पट्ट्यावर जाऊन थांबले होते. मी रडत रडत जाऊन त्यानला गाठलो. त्या येळंच वाटू लागलं आपली जमा केलेली बुंदी तुक्या, संभ्या हीच घेऊन जातील म्हणून गडबडीनं गेलो.

तुळशीराम माझ्यावरच घिकसला, 'लक्ष्या, तुला अक्कल नव्हती का? एकाच पंक्तीत तोच वाढकरी असतो. दुसऱ्या पंक्तीत बसायला काय झाल्तं. हेच्यासाठीच तुझ्या बाबाला साळंत तुला धाडू नकोस म्हनलो होतो. तू असाच अडानी राहशील बघ. माझा तुक्या कसा चपळ हाय, कुठंसुद्धा गवसत नाही. आरं साळंत वाण्या-बामणाचे जात्यात. आपण का ती हाव? आरं आपल्या नशिबात चार गाव फिरल्याबिगर पोट भरत नाही. बरं जाऊ दे. काय का आसंना आमचं नाव सांगाया नाहीस. आम्हाला वाटत होतं कुठं आमचं नाव सांगून टाकतूस की, तुझ्याबरोबर आम्हाला मार बसवतूसकी काय?

आमी तुक्या, संभा, तुळशीराम समदे गावाच्या जवळ आलो! जेची तेची बुंदी घेऊन आपल्या आपल्या घरी गेलो. मी आणलेल्या बुंदीवर मेल्यालं जनावर बघितल्यास कुत्रे गरकन गोळा होत्यात तसं समदे गोळा झाले. समद्यांनी ती बुंदी झटकीला पार केली. असलं चांगलं कंदी न मिळणारं खायाला मिळायचं तेच्यानं मलाबी चटक लागली. कोणी शिव्या देऊ, कोणी मारू, हाकलून जर दिलं तर

कायबी वाटायचं नाही, कायबी करून तिथं थोडं तरी खायाला मिळतंय का हेची धडपड करायचं.

आमच्या धनेगावलाच मस्केच्यात, चामल्याच्यात, कऱ्याच्यात माळ राह्याचे. त्या माळाला जेवाया लई जायचो. आमची जेवाया जाणाऱ्याची एक टोळीच होती. मी, तुक्या, केऱ्या, नाऱ्या ताटल्या घेयाच्या. एकानं ध्यान ठेवायचं. पंक्ती बसल्यात का बघून येयाचं. मग पंक्त्या बसल्यात म्हणलं की, दणाण पळत जायाचं. समदे लोक मधी वाड्यात जेवाया बसायचे, आमी वड्याबाहेर टकमक बघत बसायचो, कोणी वाढकरी चालला की, कारभारी जेवायला वाढा हो म्हणायचं. माळवदावरचे लोक तर आम्हाला बघून वाढ म्हणतील म्हणून त्यांना ऐकू जावं एवढं जोरात आम्हाला बी वाढा हो म्हणायचं. आमच्या बाजूला कुत्रे बी पत्तरवाळ्या खाण्यासाठी गर्दी करायचे. एकीकडं कुत्रे पत्तरवाळ्यासाठी भुंकायचे तर आम्ही वाढा म्हणून आरडायचो. लोकाच्या पंक्ती उठल्यास कुठं एक शहाण्या माणसानं सांगायचं, आरं त्या पाथरुटाच्याला वाढा. मग अर्धी-अर्धी रोटी अन् लोटक्यात कोरड्यास घेयाचो. कधी कधी कुणाच्या पत्तरवाळीवरली उष्टं उरल्यास देयाचे. मग आम्ही घेऊन, वड्या रस्त्यानंच खाऊन टाकायचो. कधी कधी तर घरला जाताव का नाही, तुमच्या मायवाला म्हणून काठी घेऊन ताना काढायचे.

या घरच्या खाण्याच्या हारबडीमुळं मातुर माझी साळा लई बुडायची. बाळाचार्य गुरुजी लई बडवायचे अन् मारून काढायचे. असं करत एकदाची चौथी बोर्ड परीक्षा आली. मला त्या वेळंस वाटायचं पुढी शिकू अगर ना शिकू चौथी पास झालो की, पोलीस नाही तर चपराश्याची नौकरी लागती म्हणून लई अभ्यास करायचो अन् सरकारी नौकरी लागावी वाटायचं.

बाबुश्याचा बाप सोपान चोऱ्या करायला (खिशे कापाया) लई पटाईत होता. अन् त्याची ४ थी बायकोबी चोऱ्या करायला लई चपळ होती. तिचं नाव येल्लाव्वा. तसा सोपान आमचा मेव्हणा. त्याला आमची बहीण दिलेली होती. त्याच्यानं आमच्या लई जवळचे संबंध होते. सोपान अन् त्याच्या बायकोची लई कमाई होती. सोपान बी पालकूरचा पटका घालायचा. मुद्या बी घालायचा. येल्लावा त्या वेळेस जत्रामध्ये बायाचे बोरमाळ, वज्रटीका, मंगळसूत्र दातानं तोडायची. दुसऱ्याला माहीत न होता. एवढी चपळ होती. एकदा तिरगायला (चोऱ्या करायला) निघाली की, दोन एक छटाक सोनं घेऊन येयाची. कधी

फिरत आली की, आमच्या गावात येऊन आठ दिवस मुक्काम करायचे. म्हणायचे, आम्ही गावाकडे गेलो की पोलीस येतात. म्हणून इकडंच सोनं विकायच्या, वाटण्या करायच्या.

येल्लाव्वा आमच्या घरी आली की मोठं गठुडं आणायची, बऱ्याच ठिकाणाचं गठुडं चोरल्यालं राह्याचं. त्येच्यात लुगडे, चादरी, चोळ्या, धोतरं राह्यचे. मग आमी बी विकत घेयाचो. पुन्हा आमच्या लोकाला इकत देयाचे. गावातल्या लोकांना म्हैत होतं असे लोकंबी चादरी, धोतरं विकत घ्यायचे. पाच, सहा रुपायाला लुगडं घेयाचे. समदे जुनेच राह्याचे. धनेगावात आमच्या घरी होतो तवा आमी कधीच नवे कपडे विकत घेतल्याले बघितले नाही. अशा लोकापासलेच कपडे घेतलेले राह्याचे. म्हणून जावळीमध्ये आमचे घर खाऊन, पिऊन सुखी आहेत त्याचा आम्हाला लई आधार व्हता. त्याचे जुने कपडे आले की, मी पुढाऱ्यावाणी घालून फिरायचो.

असंच एकदा अण्णा, दादा, भाऊ तिरगायला निघाले. मीबी माणिकदादाला सांगितलो, दादा मला बी संगं न्या. तुम्ही तिरगायला तुळजापूरला निगालाव मलाबी साळंला सुट्टी हाय. मला बी देवीच्या पाया पडाया येऊ द्या असं मी म्हणालो. तसा अण्णा मला म्हणाला तू साळंतलं पोरगं हाईस. कुकलनी फेटल्यास (पोलिसांनी धरल्यास) तुझी साळा जाईल. चोर म्हणून पोलिसांच्या दप्तरात नाव जाईल, बरं मला काय तेच देणं घेणं नव्हतं. मला फक्त तिरगायला संगं गेल्यावर चांगलं चुंगलं खायला मिळतंय म्हणून मी तसाच रडत रडत मागं लागलो. अखेर मी, माणिकदादा, संभा, भाऊ, भगवानअण्णा तुळजापूरच्या जत्रेला निगालो. जायच्या दिवशी एक कोंबडं धरलं. गावातनं गोविंदा पाटल्याच्या दुकानातून मी भारत पत्ती आनलो. ह्या भारतपत्तीनं भाऊनं कोंबडं कापला. समद्याचे दाखले अन् देवावर ह्या कोंबड्याचं रगत टाकलं. समद्यांनी पत्तीच्या, दाखल्याच्या, देवाच्या पाया पडलो. आई भवानी तुळजामाय, तिरगायला येस दे, चांगला मुडपू लागू दे असं म्हणून घरातल्या माळ, परडीच्या पाया पडून निघालो. लातूरच्या रेल्वेनं बसून जाण्यासाठी रेल्वे स्टेशनात आलो. दादाच्या ओळखीचा पोलीस भेटला. दादाचं नाव चोर म्हणून लातुरात लई होतं. दादाला पोलिसानं कुठं चाललास रं माणक्या म्हणून इचारला. तवा दादाची बोबडी वळली. तवर भगवानअण्णा, संभा, भाऊ संडासात जाऊन लपले. मी गठुडं घेऊन लांब उभा

ठाकलो. मग दादा त्या पोलिसाला म्हणाला, मी जावळीला सोयऱ्याकडं चाललाव. पोलीस म्हणाला, साल्या, मला लबाड बोलतुस? या गाडीनं तुळजापूरच्या जत्रेला चाललास. तुझं साथीदार कुठं हाईत, काय देतूस का नेवू पोलीस ठाण्यात. तवा दादा म्हणाला, नका सायेब, पाया पडतो. मला गावाला जायचंय. तवा पोलीस म्हणाला, साल्या कालच्या येळेस बसस्टॅण्डवरून हजाराचं पाकीट गेलं ती कोण न्हेलंय? तुमच्याच टोळीच्यानं घेऊन गेलेत. तवा दादानं कीव काकलुत्या करून पोलिसाला खिशातले तीस रुपये काढून दिला. पोलिसानं दादाला सांगितला, माणक्या जा, बरं पुन्हा येऊन भेट, बघ, आता येवढ्यानं भागवू लागलावं. तवा पोलिसानं जाऊ दिलं. तवर माझे हातपाय लटलट कापत होते. मला वाटू लागलं आता माझं नाव पोलिसात जातंय अन् माझी साळा बी जाती की काय? कुठं दादाला अटक करतेत की, असं वाटत होतं. दादानं मला विचारलं कुठं गेलाय संभा, भगवान. तवा तितक्यात भगवानअण्णा, भाऊ संडासातून आले. तेवढ्यात गाडी आली, आम्ही गरबडीत गाडीत चढलो. अजून भेव वाटू लागलं. कुठं दुसरे पोलीस येत्यात म्हणून पार मागच्या डब्यात बसलो अन् एडशीला आलो. एडशीहून तुळजापूरला गेलो. तुळजापूरला गेल्यावर लोकांची बक्कळ गर्दी बगून दादा खूश झाला. तुळजापूरला अजून आमच्यावाणी तिरगाया लई लोक आल्ते. जावळीचा संतराम भावजीबी आला व्हता. मला संभा भाऊने नेऊन तुळजामायच्या पाया पडवून आणला. तवर आमचा माणिकदादा, भगवानअण्णा गर्दीत फिरू लागले. संभाभाऊ नवीन जत्रंला आलेल्या लोकांच्या गठुड्यांकडं ध्यान ठेवू लागला. मला लांब एका कोपऱ्यात गठुडं पसारा संभाळाया ठेवल व्हतं. भाऊ देवळात जाऊन एक नवीन चप्पल पायात घालून आला. मला गरबडीनं गठुड्यात बांधाया लावला. तवर दादानं बी एक बसस्टॅण्डवरून दोनशे पन्नास रु. चं पाकीट खिसा मारून आणला व्हता. अण्णा अन् भाऊनं चार-पाच चप्पल-बुटांची जोड, दोन हडप्या आणल्या. त्या हडप्यात लुगडं, धोतर, चादरी निगाल्या. मग गायमुखाची अंघोळ करण्यासाठी सगळेच देवळाकडं गेलो. तिथं चांगल्या घरच्या बाया बी आल्या. समद्याच्या गळ्यात सोनंच सोनं दिसू लागलं. तिथंच आम्ही बगू लागलो. बोरमाळ, वज्रटिका, अंगठ्या असं समद्या बायांनी गळ्यातळं सोनं काढून कापडात बांधून एक टोपल्याखाली ठिवलं. त्याच्यावर एका म्हातारीला बसविलं अन् समदेच अंघोळीला गेले. आमच्या दादाचा जीव कासावीस होऊ लागला. बरं

वरी म्हातारी बसली हाय. सोनं कसं मारावं हे दादाला, अण्णाला सुचंना झालं. तेवढ्यात आमचा जावळीचा भावजी संतराम आला. तेच्या संगे यल्लवा होती. दादानं भावजीला सांगितला ही आरपस मुद्दी (म्हातारी) बसलीय, तिच्या खाली भंगाराचं गठुडं हाय. तवा भावजी विचार करू लागला काय करावं? तवर भावजीनं एक किलो पेडा आणला. आम्हाला खुणविला. आम्ही म्हातारीच्या जवळ गेलो अन् घोळक्यानं उभा ठाकलो. भावजीनं एक एक दोन पेडे वाटाया सुरू केले. दादा, भाऊ, अण्णा मला द्या, मला द्या आरडू लागले. समदे लोक पेडा घेऊ लागले. पर म्हातारी काई उठंना. लगीच दुकानात जाऊन शंभराच्या नोटांचं सुटं पाच-पाच घेऊन म्हातारीच्या जवळ दमाने एक एक नोट टाकली. म्हातारीनं नोट बघितली. तशीच बसली. भाऊजीनं पुन्हा दमानं चलत खिशातून जरा जरा अंतरावर पाच-पाचच्या नोटा टाकू लागला. म्हातारी तिसरी नोट पडली की, त्या टोपल्यावरून उठली अन् त्या नोटा घेऊ लागली. ती नोटा घेत घेत पुढं चालली की, भावजीची बायको अन् दादानं गरबडीनं टोपलं उचलून मधलं गठुडं मारलं. ती म्हातारी नोटा घेऊन तशीच टोपल्यावर बसली. तेवढ्यात बाया अंघोळ करून आल्या. म्हातारी म्हणू लागली अगं पुरीवानो मला आईमाय पावली. माझा लाभ झाला- बाया, काय लाभ झाला इचारीत लुगडं बदलू लागल्या, लुगडं घातल्यावर त्या बायांनी दागिने बघूत म्हणून त्या म्हातारीला टोपल्यावरून उठवलं. त्यातल्या नवरीने टोपल्याखाली हात घातला तर काईच नाही. तवा समद्या बाया छाती बडवू लागल्या, केस हातानं तोडू लागल्या, म्हातारी तर तोंडात मातीच घालू लागली. कडूनं पाच पाचच्या नोटा टाकून फसविला की माय, आरडा ओरडा करू लागल्या. भाऊजी म्हणू लागले चला लई मोर्रा (सर्वांना माहीत) झालाय, मोठं मुडपूं लागलं म्हणून ठेसनावर न जाता गठुडी घेऊन तसंच चालत लांब एका शेतात जाऊन झाडाखाली बसलो. ते गठुडं सोडून बघितले, भावजीचा, यल्लावाचा दोघांचा हिस्सा पुन्हा दोघाला बी खुशाली. कारण भावजीनीच हुशारी दाखवून मुडपू आणला, भाऊजी लई हुशार व्हता. त्याला समदेच धंदे येयाचे. पांढरे फेक कपडे घालायचा. डोक्याला लाल परकुलाचा पटका घालायचा. त्याच्या खिशात, बिबे, ऊद, कवड्या, लिंबू, कुंकू, हळदीच्या पुड्या, सुया असं ठिवायचा. डोक्यावर इबिताचे पट्टे वढायचा, ती एवढ्यासाठी चोऱ्या करताना धरलं तर धरणाऱ्याला वाटू नये की, हा चोर हाय, एखादा मोठा

जाणता हाय असं वाटावं म्हणून खिशात समदं सामान ठिवायचा. दुसऱ्या लांब जत्र्यानी धरले तर झडती घेताना त्याच्या सामानाला बघून हा जाणता माणूस हाय, आपल्यालाच भानामती करील म्हणून सोडून देयाचे.

आता जावळीला जायाचं ठरविलो. समदे जावळीला आलो. तिथं वाटण्या केल्या. भावजीनं एक गुन्ना कापला. दारू आणली. माणिकदादानं, भाऊनं, अण्णानं मला बी पे म्हणून बळंच दारू पाजवली. दादा म्हनला चांगलं राहतंय खोकला बिकला येत नाही, मग भावूजीनं दादाच्या हिश्शाला अंदाजानंच दोन बोरमाळ, एक अंगठी दिली. तेवढ्यावरच आम्ही खूश होऊन घरी आलो. या येळेस चांगली कमाई झाली. माणिकदादा म्हणाला, लक्ष्मण यशसरी हाय बघ. तेच्या पायात यश हाय बघ म्हणून बाबाला दादा सांगू लागला. बरं बाबानं लगेच सांगितलं, तिथंच जाताव तिरगायला, याला तर साळंत जाऊ द्या. लक्ष्मण तू परत जाऊ नकू बघ. कधी गेलास तर सुट्टीत जात जा. बरं साळा सोडू नको म्हणून सांगितला.

आमचा दादा अन् हारचंददादा, अण्णाभाऊ मुच्चू करायला चालल्यापासून आमच्या घराला लई गावचे लोक यायचे. मग कधी कधी चोऱ्या करून आणलेल्या वाटण्या होताना कमी जास्त झालं की, मारामाऱ्या व्हायच्या. कोणी जर पाळा गंगाराला (साथीदाराला) माहीत न करता कोणाचा खिसा कापून रुपये मधल्यामधी जर मारून पैसे दुसरीकडं लांबविले अगर घराकडे दिले तर समदे चोऱ्या करणारे लोकं अन् आमच्यातले तळंगे (पाटील) जमायचे. आमच्या घरीबी आम्ही तळंगे होतो. तेच्यानं आमच्या घरीबी तळंगे जमायचे. पंचायत बसाया आमच्या गावाबाहेर एक मनातात्याच्या धनगराचा मळा होता. तिथं आंब्याचं झाडं व्हतं अन् पाण्याची सोयबी व्हती. पंचायत धनगराच्या मळ्यात बसायची. आमची त्या येळंस लोकांची जत्राच व्हयाची. जाण्या-येण्याचा खर्चा मिळायचा अन् जेवढे तळंगे येतील तेवढ्यांना एकशे एक नायतर एकशे एकावन्न खुशाली देवावं लागायचं. आमच्या भागात जेवढे तळंगे असतील ते समदे जमायचे. मग ज्या लोकांसाठी पंचायत बसायची त्या लोकांनी दारूचं टूब, बकरं, शिंदीचे गोबे, खाण्याचा समदा खर्चा ज्याची पंचायत बसली त्यानं करायचा. पंचायत बसली की, तळंगे लोक त्या दिवशी पांडरे धोतर-कुडते अन् खांद्यावर उपरणे लेवायचे, न्याय देयाला सुरू व्हायचा. कोणचे पंच हेचं बरोबर हाय म्हणायचे, तर दुसऱ्या बाजूचे पंच त्येचं बरोबर हाय

म्हणायचे. त्याचमुळं तर समदा गोंधळ व्हायचा. मोठमोठ्यानं गरदा करायचे. पंचायत एकदा बसली की, तीन तीन दिवस त्या झाडाखाली चालायची. मग असं करून समद्याचं (पंचाचा) एक मत झालं की अन् एखादा गुन्हेगार सिद्ध झाला की, त्याच्यावर (मुठा) दंड बांधायचा. हा दंड पाचशेपन्नासपासून ते पाच हजारपर्यंत असायचा. ज्या साथीदारासंगं चोरी करताना बेइमानी केली असल्यास त्याच्यासंगं सहा महिने, दोन महिने नुस्तं पोटावरच चोऱ्या करायच्या. त्यानं बेइमानी केली म्हणून त्याला त्याचा हिस्सा मिळायचा नाही. त्यानं जरी चोरी केली तरी त्या चोरीवर त्येचा अधिकार राह्यचा नाही. जर एखाद्यानं मुठा नाकारला तर त्येला जातीबाहेर टाकायचे.

एकदा सलगऱ्यात शंकऱ्या म्हून व्हता. त्यानं आपल्या पोरीला बायकू म्हणून वापरला. मग ही पंचायत लई मोठी झाली. एकदा सलगऱ्यात बसली. एकदा धनेगावात बसली. पुन्हा भाडगावला बसली. तर निर्णय काई तळंगे लोकांना देताच येईना झाला. केस लई मोठी हाय म्हणून तंटा लईच आटपना झाला की, आमचं शेवटचं मोठं पंचायत कवठा इथं राहायचं. तिथं मास्तर काका म्हणून होते. ते आमच्या जातीतले पहिले शिक्षक होते, ते सोडवायचे. इथं पंचायत बसली की, इथला निर्णय मान्य करावा लागायचा. अखेर कवठ्यामध्ये पंधरा दिवस चालला. जातपंचायतच्या लोकांनी ठरवले, शंकऱ्यानं आपल्या पोरीला बायकू मानून वापरला अन् आपल्या जातीचं लई वाटुळं केला. म्हणून आमच्या जातपंचायतनं दोन वर्षं शंकऱ्या अन् त्याच्या पोरीला वाळीत टाकलं अन् शंकऱ्याच्या मिश्या त्याच्या पोरीच्या मुतानं भादराव्यात अशी शिक्षा कवठ्यात दिली. एकदा वाळीत टाकलेल्या माणसाला जर कुणी शिवून घेतलं, त्याला थारा दिला अथवा त्याला ताटात जेवाय दिलं, तर त्या सोयऱ्याला सुद्धा वाळीत टाकायचे. त्यामुळे आमच्या समद्या सोयऱ्याला सांगावा धाडायचे. असंच आमच्या गावाला सांगावा मिळाला. पुढं एकदा शंकऱ्या आमच्या गावाला आला व्हता तवा आमच्या शंकऱ्याला झाकणीत नारळाच्या वाटीत पाणी प्यायला देयाचं. या झाकण्या समद्याच्या घरी ऱ्हायच्या. जसं गावात पाटील- देशमुख महारा-मांगांसाठी वेगळ्या कपबश्या ठेवतात, तसं आमच्यातबी आम्ही वाळीत टाकलेल्यांना पाणी पिण्यासाठी जेवण्यासाठी झाकणी ठेवायचे. कारण आमच्यात कुणा ना कुणाला कशावरून तरी वाळीत टाकलेलं असायचं. म्हणून आम्हीबी शंकऱ्याला झाकणीत पाणी

दिलं. बराशी खंदायच्या लोखंडाच्या टोपल्यात रोट्या कोरड्यास दिलो. त्या दिवशी शंकऱ्याला घरात घेतलो नाय. शंकऱ्याला झोपायला रकटं अन् पांघरायला फाटकं गोदडं दिलं. मग जाताना शंकऱ्यानं समदे बासनं घिवून गेला. आमच्यात जातपंचायतनं निकाल दिला की, तो मान्यच करावा लागतोय. तेचं वाईट काहीच वाटत नाही. शंकऱ्याला आम्ही सोयरेधायरे असं करतेत म्हणून काहीच वाटत नव्हतं. त्यानं हसून खेळून ऱ्हायचा. आम्ही एकदा महाळंग्रा इथं लग्नासाठी आमच्या घरून भामी, मी, अण्णा, वहिनी, दादा गेलो. आमच्यात लग्न म्हणलं की, लग्नाचं शेवट होतो की नाई याची भीती ऱ्हायची. महाळंग्रात आमच्या लोकांची दोन लग्ने एकाच दिवशी होती. आधीच लग्नामधी दारू पिलेले लोक धिंगाणा करीत व्हते. मला मान दिला नाही, आजीचीर आणली नाही याच्यावरून भांडण सुरू झालं. कसं तर समजावून लग्नाला सुरू केलं. नवरा नवरीला अंघोळ घालायचा वकत आला. अंघोळीच्या वेळी सुतानं सुतकावं लागतंय. तांब्यात हळदी कुंकाचं पाणी असतंय. त्या तांब्याला दोऱ्याच्या अठीनं वाळीत न टाकलेल्या आणि सवासीण असलेल्या बायांनी दोरा गुंडाळायचा. मग चार सवासिणीनं त्या तांब्यातलं पाणी नवरा-नवरीच्या अंगावर टाकत्यात. या लग्नात आमची केसरवईनी गेली. तिनं सुतक सुतकीलं. पुना आमची थोरली भाभी काशीबाईनं सुतक सुतकीलं. तिनं दोरा हाती घेऊन फिरायच्या बेतात होती तेच आमच्यातल्या एका जुन्या तळंग्यानं येऊन तिच्या हातातला दोरा हिसकावून घेतला अन् म्हणाले काशीबाईची आजी ऊरेसंगं (मराठ्यासंगं) निघून गेली. जवर तिची अवलाद शुद्ध करून घेऊन जातीत घेतलं जाणार नाही तवर त्यांना त्याच्या खानदानीला सुतक सुतकायचा सवासीण मनून अधिकार नाही, असं म्हणू लागले. म्हणून आता आमचाबी लई अपमान झाल्यासारखा वाटू लागला. आमच्या घरचे लोक म्हणू लागले, 'आमचं घराणं पाक हाय.' आपल्याला बट्याची बाई मिळाली असं दादा, अण्णा, बाबा भाभीला म्हणू लागले. काही काही लोक म्हणाले, काशीबाईच्या आजीनं मराट्याच्या संगं गेली म्हणून काशीबाईचा काय संबंध येतो-तवा भाडगावचा तुकाराम, सलगऱ्याचा मुरली मामा, व्हळीचा मारुती हे समदे एका जागी येऊन मनाले तसं कसं होतंय सोयरे. काशीबाई तिच्या लेकीच्या पोटाला जन्मल्याय त्याच्यानं समदा घोळ पडलाय म्हणून या तळंग्याचे फैसला होईपर्यंत लगीन थांबविलं. आता याच लग्नात आमचा तग्गू (जातपंचायत)

पडला. मग आम्हीबी तट्टीवर बसलो. दादा, अण्णा, बाबा म्हणाले आम्हीबी तळंगे हाव. आम्ही इथून सुतक सुतकील्याबगार जाणार नाय. समद्या पंचांनी विचार केला अन् तवा पंचायतमध्ये ठरविलं की, शेवटी काशीबाई सासऱ्याकडून पाक हाय. बरं माहेरकडून थोडा बट्टा हाय. म्हणून काशीबायला रु. एकवीस दंड करावा असं ठरलं अन् तिला पाक करून जातीत घ्यावं लागलं. पुन्हा तिच्यावर कसला बट्टा नाही असं सांगितलं. मग बाबांनी जातपंचायतमधी रु. एकवीस भरले अन् मग त्याच लग्नात भामीनं रडत रडत सुतक सुतकीलं.

आमच्यात बायकाला कधीबी सोडता येते अन् नवऱ्याला दुसरी बायको करून घेता येते. बरं जातपंचायतमध्ये नवऱ्याला अगर बायकोला नको असल्यास लग्नाचा खर्चा भरून द्यावा सांगतो. त्यानं, अन् जेवढा खर्च नवरा सांगतो तेवढा बायकोला द्यावा लागतो. नवऱ्यानं बायकोला सोडल्यास बायकोचा बाप जेवढा खर्चा सांगतो तेवढा भरावा लागतो. जर कुणी जास्त कमी सांगितलं तर जातपंचायतचे तळंगे तंटा मोडून ज्याचे त्याला मोकळे करून देतात.

एकदा पंढरपूरच्या जत्रेला भाडगावच्या लोकांच्या टोळीसंगं दादा, अण्णा, भाऊ, मी गेलो होतो. या येळेस पंढरपूरची जत्रा लई मोठी भरली होती. आमचे समदेच मुचलर लोक जमा झाल्ते. पंढरपूरची जत्रा म्हणलं की, आम्हा लोकांची दिवाळीच वाटायची. कारण या जत्रंत हमखास कमाई व्हायची; पण या येळेस जत्रंत जागो- जागी भोंग्यातनं सांगू लागले की, यात्रेकरूंनी आपले सामान, खिसे, सांभाळा. पाकीट मारणारे चोर, उचले जत्रंत जास्त आलेत. त्यांच्यापासून सावध रहा असं सारखं समद्या जत्रंत सांगत व्हते. त्याच्यानं एक बी माणूस आपलं सामान सोडून हालत नव्हतं. जिथं जाईल तिथं आपापल्या खिशांनी हात घालून फिरू लागले. मग आमचे समदे लोक परेशान झाले. मग समदेजण म्हणाले, आपली कमाई होत नाय. आमच्या दादापसले पैसे समदेच गेलते. भाडगावचे लोक बी कंटाळले. काय करावं या पंढरीनं आपल्याला अन्नावर घातले न्हाय म्हणून कातावू कातावू करू लागले. तसं तर या जत्रंत आमचे लोक आले व्हते. जावळीचे आमचे भाऊजी डोक्याला गंध लावून कमरेला उपरने बांधून कीर्तनकारासारखं फिरत व्हते. माणिकदादा, भगवान अण्णासुद्धा भजनकरी वाटावं म्हणून तुळशीच्या माळा घातले व्हते. कुणी गळ्यातून, काखंतून जानवे अडकवीत व्हते.

अखेर आमच्या संतराम भाऊजीनं चंद्रभागेच्या कडंवर उभा राहून कीर्तन कराया सुरू केलं. हातात वीणा नाही निस्ता टाळंच व्हता. आमचे पंचवीस लोक आधीच गोळा होऊन टाळ वाजवीत येडंवाकडं भजन म्हणीत व्हते. संतराम भावजी अभंग मोठ्यानं म्हणायचा अन् कीर्तन सांगायचा. भजन म्हणत म्हणत दादानं एका धोतरवाल्याच्या धोतराला पैसे चाचपून बगितला. तेच्या धोतराला पत्ती मारला. दादानं पत्ती एवढी जोरात मारली की, तेच्या धोतरातून दादाच्या हाताचं शेटं अन् फाटलेल्या नोटा आल्या. दादानं तिथून हळूच इशारा करून निगाला. संतराम भाऊजींनं कीर्तन बंद केलं. समदे लोक फुटले. आमचे आमचे समदे लोक लांब एका बाजूला आलो. दादानं त्या गड्याचं पाकीट माराया जावून शेटंबी कापला अन् नोटा बी मारल्या-आणि दाखवू लागला. 'हेच्या मायला बगा ही किस्मत. माताया गेलो तेलपूलच्या जागी येडंकुलं हातात आलं.' पत्ती लागून नोटा फाटल्या व्हत्या. ते बी काय चालत नाही म्हणून माझ्याकडं ठिवाया दिल्या.

आता भुका समद्याला जोराच्या लागल्या होत्या. खिशात कुणाच्या पैसे नव्हते. चंद्रभागेच्या पुलाजवळ आम्ही लोक बसलो व्हतो. जवळच एक बाई भल्या एका मोठ्या भगुन्यात भात शिजवत व्हती. त्या बाईच्या सोबतीचे समदे लोक चंद्रभागेच्या अंगुळीला गेलते. बाई सैपाकाला बसली व्हती. आमचे जावळीचे भाऊजीचं ध्यान त्या बाईच्या सैपाकाकडं गेलं. चुलीवर एका भगुन्यात भात शिजवत व्हती. बाई तर बाजूला बसली व्हती. आमच्या बसलेल्या समद्या टोळीमधील लोक म्हणू लागले, ज्यांची संता मुचलरची अवलाद खरी आसंल त्यांना बाईच्या जवळचं भगूनं आणून दाखवावं. कुणीच तयार व्हईना झालं. आणायचं कसं यावर समद्यांचा विचार चालू लागला. समदे शर्त करू लागले. जावळीचा संतराम भाऊजी म्हणाला, मी खरी संता मुचलरची अवलाद हाय. त्या बाईच्या समोरून भगूनं उचलून आणतो. मला एकजण साथ द्या. भाऊजीची अन् झाडगावच्या सखारामाची आणण्याची शर्यत लागली. जावळीचा भाऊजी त्या बाईच्या जवळ गेला. दारू पिल्याचं सोंग करून त्या बाईच्या म्होरंच मुताया लागला. तेवढ्यात त्या बाईनं भगुन्याकडं असलेलं तोंड फिरवून दुसरीकडं करून बसली अन् म्हणू लागली कडू, भाड्या, धोतर वरी करून माझ्या मोऱ्हंच मुतू लागला. म्हणून अशा शिव्या देत तोंड फिरवून बसलेल्या जावळीच्या भावजीनं गडबडीनं चुलीवरचं

भगूनं बाईजवळून धोतराच्या चाळात धरून घेऊन पळ काढला. तोवर पसतर ही बाई त्याला शिव्या देतच राहिली. थोड्या उशिरानं माघारी फिरून चुलीकडं बघती तर त्या चुलीवरचं भगुनं गायब झालेलं. बघून मोठमोठ्याने बोंबलू लागली.

जत्रंत अजून बी सगळे लोक आपापले खिसे सांभाळून व्हते म्हणून आमचे सोलापूर, बार्शी, कवठा, सलगरा, भाडगाव, जावळी, तळेगाव, बीड, इथले समदेच तिरगणारे एका जागी आले अन् इचार करू लागले. या पंढरपूरच्या जत्रेत संता मुचलरच्या एकाबी माणसाला कमाई व्हयीना झालीया. समदे लोक हुशार झाल्ते. काय करायचं हाच इचार आमच्या समद्या लोकांपुढं व्हता. यावर सोलापूरच्या यल्लप्पानं सांगितला की, आपण समदे मिळून कायतर तोडगा काडला पाहिजे. यावर जावळीच्या संतराम भाऊजीनं अशा वेळेस कायतरी आयडिया काढंल असं समद्यांना सांगितलं. यावर सोपान भावजी म्हणाला, मला या गोष्टीवर आयडिया कळलीय. लगेच आमच्या माणिकदादाला मिरज ते लातूर जाणारी गाडी किती वाजता जातीय याचा टाईम बघण्यासाठी दादाला धाडून दिलं. दादा जाऊन आला अन् म्हणाला गाडी चार वाजता हाय. तवा सोपान भावजी म्हणाला, गड्यांनो आता अर्धाच घंटा बाकी ऱ्हायलाय. तर तुमी संतामुचलरचे समदे लोक चंद्रभागेच्या कडंवर जिथं जिथं लोक अंघोळीला थांबलेत, तिथं तिथं जाऊन थांबा. मी काय करतो ते बगा. तुमी मातर चप्पुल, मुठल, मुडपू जे सापडंल ती घेऊन ठेसनाकडं पळा. आपण समद्यांनी चार-पाच ठेसनं गेलं की तिथं उतरू. आमचे सर्व लोक चंद्रभागेच्या कडेलां गेलं. पंधरावीस लोक घेऊन संतराम भावजी चंद्रभागेच्या पुलावर गेला. बरोबर पावणेचारच्या टाईमाला संतराम भाऊजी अन् त्या सगळ्या पंधरा लोकांनी मोठमोठ्यानं बोंबलायला सुरू केलं, 'अरे पळा रे बाबो चंद्रभागेला पूर आला रे, पळा पळा, जीव वाचवा, पूर आलाय, लई जवळ आलाय,' असं म्हणून जोरजोरानं ठो-ठो-ठो-ठो बोंबलू लागले. तवर इकडं आमचे समदे लोक जिथं व्हतं तिथं लोकांची अंघोळ करायची गर्दी व्हती तिथं आमचे मुच्चू करणारे लोक लटकंच पळू लागले. अंघोळ करणारे लोक बी पूर आला पूर आला म्हणून पळू लागले. तिकडून पुलावरून सारखे आमचे लोक बोंबलत व्हते. चंद्रभागेच्या कडेवर टक लावून उभा असलेले पळा पळा म्हणून समद्या जत्रंला घाबरं केलं, तवा कोणी अंघोळ करीत व्हते, तर कोणी कपडे घालत व्हते. ते समदे यात्रेकरू आपला जीव वाचवाया पळू लागले.

आमचे तिरगणारे लोक म्हाताऱ्या माणसाचे, श्रीमंत लोकांचे गठुडे उचलून चला आम्ही तुम्हाला सोडतो, म्हणून त्या यात्रेकरूला सहारा दिल्यावाणी अन् गठुडं, हाडप्या, चप्पल लांबवायचे असं करीत थोड्या वेळातच जिकडं तिकडं गठुडं घेऊन रेल्वेकडं पळ काढले. इकडून जावळीचा संतराम भाऊजी, सोपान भाऊजी, भाडगावचा सखाराम, सोलापूरचा यल्लप्पा आणि त्याचे सोबती बोंबलायचे बंद करून रेल्वे ठेसनावर आले. रेल्वे थांबलीच व्हती. आमचे समदे लोक पटापट रेल्वेत बसली. इकडं समद्या पंढरपुरात कालवा चंद्रभागेला पूर, चंद्रभागेला पूर असा सुरू झाला. आमच्या उचल्याच्या लोकांनी समद्या पंढरपूरच्या भक्तांना आपला हात दाखवला अन् पंढरीचा पांडुरंग खरा आमच्या संता मुचलराला पावला. आमचे समदे लोक खूश झाल्ते. कुणाला हाडप्या लागल्या तर कुणाला गठुडं. कित्येक लोकांनी या पळापळीत लोकांचे खिसे कापले. बायांनी बायांच्या गळ्यामधल्या बोरमाळी व वज्रटिका आणल्या. आमच्या माणिकदादानं दोघांचे खिसे मारले तर संभा भाऊनं, अन्नापानं गठुडं, हाडप्या, जोडं आणले. आमचे बरेच लोक बार्शी पसतोर आले. आम्ही आधी पहिल्यांदा जावळीला उतरलो. तिथं आमच्या चोरून आणलेल्या सामानाच्या वाटण्या झाल्या. तिथून लातूरला आम्ही आलो. लातूरला आल्यावर भाऊनं, अण्णानं आणलेल्या हाडपीत गठुड्यात धपाट्या, दशम्या बकळ निघाल्या व्हत्या. दशम्या, शेंगाचं मिरचू ठेसनवरच आम्ही समद्यांनी खाऊन पाणी पिलो अन् अनेक दिवसांची भूक चोरून आणलेल्या दशम्यांनी घालवली.

मी एकदा शाळा सुटल्यावर बाबाची भाकर घेऊन धनगराच्या पांदीनं जात व्हतो. तर लातुराकडून दोन पोलीस सायकलीवरून येत व्हते. पोलिसाला बघितल्याबरोबर मला काईच सुदरना. तिथंच जवळच मुसलमानाच्या करीमचाचाच्या शेतात एक मोठी पलान टाकली व्हती. बाजूला येरंडीचं झाड व्हतं. मी लपाया पळू लागलो. ती पलान उच्च व्हती. मी घाबरून त्या पलानीवरून खाली डोक्सं वरी पाय केलो आणि खाली पडलो. चड्डीतच मुतून घेतलो. बाबाची भाकरी तर कुठं पडली की, त्येच तर ध्यानबी राह्यलं नाही. मी त्या खड्ड्यात पडाया पडलो, बरं कोरड्याशाचा तांब्या कधीच रस्त्यावर हातातून पडला. मी तेवढा त्या पलानीच्या खाली खड्ड्यात पोलिसाला दिसू नये म्हणून पालथं पडलो व्हतो. बरं त्या पोलिसाच्या डोळ्याला तो तांब्या रस्त्यावर दिसला. जवळंच भाकरी पडल्याल्या

बघितल्या. ते पोलीस थांबले अन् पलानीवर चढून माझ्याकडं बघितले. कोण हायस रे म्हनून पोलिसांनी इचारले. मी मेल्यासारखंच थंडगार पडलो व्हतो. एका पोलिसानं मला धरलं अन् इचारलं, "तू कुठला? धनेगावचाच हायस का?" मी व्हय म्हणलो. "कोण्या लोकाचा हायस?" तवा मी पाथरुटाचा हाव म्हणल्याबरोबर, पोलिसानं माझ्या गालात एक चापट लगावली. तवा माझ्या चड्डीत पुन्हा एकदा मुताची धार लागली. मी समद्या देवाचे नाव घेऊ लागलो. देवा मला पोलिसापासून वाचव, मी तर कायबी केलो नाही, फक्त पाथरुटाचा म्हणल्यावर मारले. पुन्हा पोलीस इचारू लागले, "सांग, नाऱ्या, माणक्या, भगवान्या कुठं हायत?" तवा मी गावात हायत म्हणालो. मला इचारलं, "कुणाचा भाऊ हायस?" तवा मी घाबरून खरं सांगू लागलो, माणिकचा. तवा पोलिसानं अजून एक खणकन चापट मारली. "तू चोराचा भाऊ हायस, चल गावात." असं म्हणून मला आणीत व्हते. मला वाटू लागलं, आपण शाळंत हाव म्हनून सांगावं. आपल्याला मारायचं नाही, म्हणून मी पोलिसाला किवकाकुलत्या करून सांगू लागलो, "साहेब, मी शाळंत जातावं," तवा पोलीस म्हणू लागले, "चोर जातीच्या, तुझ्या बापानं शाळा शिकली का? चल, आता जेलमधी शाळा शिक." मला वाटू लागलं आता काय आपल खरं न्हाई, जेलमधी घालत्यात. अखेर मला गावात नेले. "सांग, नाऱ्याचं घर कुठं हाय?" तवा मी नाऱ्याच्या घरी पोलीसला घिऊन गेलो. पोलीस, नाऱ्या कुठं हाय म्हणून त्येच्या बापाला इचारू लागले. त्येच्या बापानं सांगितलं, "साहेब, त्येनं गावावर न्हाई." तवा तुळशीरामाला त्येच्याच छपराचं एक लाकूड मोडून मारू लागले, त्येची बायको आडवी आली. तिला बी मारू लागले. "सांग, कुठं हाय नाऱ्या? त्येनं काय काय चोरून आणलंय?" तवा नाऱ्याचा बाप तुळशीराम म्हणाला, "बगा माय-बाप घरात काय बी न्हाई." तवा पोलिसांनी त्या झोपडीत शिरून इकडं तिकडं बघितलं. तिथं काय बी नव्हतं. तवा पोलिसांनी नाऱ्याच्या बापाला पंचाईतवर बोलावलं. मला पोलिसांनी इचारले, "ए पाथरुटाच्या पोरा, चल तुज्या घरी. माणक्याला बघू" त्येनी मला घराकडं घेऊन आले. तवर मायनं घरातले लुगडे, पांघरायचे उकंड्यात पुरून ठिवली व्हती. पोलिसांनी आल्याबरोबर मायच्या लुगड्याला धरून वडले. सांग, तुजा लेक माणक्या कुठं गेलाय म्हणून, मायला बी पोलीस मारू लागले. म्या चिरचिरा चिरकून रडू लागलो. मला वाटायचं माझी माय तर चोरी बी करत न्हाई, तरी जवा जवा पोलीस घरची

झडती घ्येयाला येतात तवा मायलाच मारतात. समदे लोक बघत उभा ठाकतात. पोलीस मायकडं गेले अन् इचारू लागले, "ये रांड, तुझ्या अंगावर एवढी भारी साडी कुठली आणली? या साडीची पावती आहे का?" माय म्हणाली, "सायेब, लई दिवस झालं घिवून, पावती कुठं हाय की, मला माहीत न्हाई" मग पोलीस मायला म्हणू लागले, "साडीची पावती दाखव न्हाई तर साडी फिडून दे." माय म्हणाली, "मायबाप सरकार, मला दुसरं लुगडं न्हाई. " आखेर माय पोलिसाच्या पायावर पडू लागली. "मायबाप, आम्ही काय बी चोरी केली न्हाई." म्हणून विनवू लागली, "माझं पोरगं साळंत जातंय, त्येला सोडा." म्हणू लागली.

धोंडामाय पोलिसाच्या पायावर लोळू लागली तवा पोलिसांनी बुटाच्या पायासहित लाथ मारून लोटून लावलं. पोलीस म्हणाले, "काल लातुरातून पाचशे रुपयाचं पाकीट गेलंय, तुमच्या गावातच तुझ्या पोरांनी आणलंय. त्येचा पत्ता आम्हाला लागलाय. सांगा पैसे कुठं हायत? एक तर पाचशे रुपये द्या, न्हाईतर समद्याला अटक करून घिवून जाईन." तवा पोलिसांनी ताकीद दिली. "बगा, पाचशे रुपये आनून द्या. तवर मी गावात पाटलाकडं थांबतोय." म्हणून गेले. बाबा मालकाच्यात जपून हातापाया पडून पुरी वर्साची पगार आनला. मायनं एका सावकाराकडं जाऊन आठ दिवसाला पाच रुपये व्याजानं पैसे आणले. अन् पैसे जमा केले. मग पोलीस या वेळेस गावातून फुल्ल दारू पिऊन रामोशाला घेऊन आले. या समद्याला जेलमदी घिवून चला म्हणू लागले. आतले काही पितळाचे भांडे, चांगली एक चादर घेतले. तवा बाबानं त्या पोलिसाला सांगितलं, "मायबाप सरकार माज्या पोरवानी कायबी चोरी केली न्हाई. आमच्यावर केस करू नका." म्हनून त्या पोलिसाला रुपये दिले तवा पोलिसांनी मला, मायला, बाबाला धरून नेयाचे थांबले.

पोलीस असं अनेक येळंस येयाचे आन् आमच्या लोकांना मारून-मारून घरच्या झडत्या घिवून "जेलमधी घिवून जातो" म्हणून असंच पैसे घिवून जायचे. मग आमची गावात इज्जत राहायची न्हाई. या चोराला पोलिसांनी मारलं, म्हणून चौकडं व्हायाचं. कोणी काम करावं म्हणलं, तर कोणी काम देयाचे न्हाई. बरं पोलीस आले की, काय न करता बी चोरीचा आरोप लावून मारावयाचे. नौकरी बी कोनी लावनात. मग चोरी करायची परिस्थिती पोलीसच करायचे. सावकाराचं कर्ज काढायचं, पोलिसाला देयाचं. सावकाराचं कर्ज फेडण्यासाठी दादाला, अण्णाला,

भाऊला चोरी करावी लागायची. या दोघा-तिघांच्या मधी, कायबी न करता, केवळ यांचा धाकटा भाऊ आन् उचल्याची जात म्हणून मला न् मायला घरी असल्यानं पोलिसाचा मार खावं लागायचं. आशात साळंत गेलं की, पोरं "चोर आलं रे, पाथरूट आलं रे " म्हणून गर्दी करायचे.

साळंतलं मराठीच्या पुस्तकाचं पहिलं पान उघडलं तर, पहिल्या पानावरच दिसायचं, भारत माझा देश आहे, सारे भारतीय माझे बांधव आहेत. मला या नटलेल्या परंपरांचा अभिमान आहे. मला वाटायचं हे सारं खरं आहे, तर मग आम्हाला काही न करता चोरीचा आरोप लावून विनाकारण का मारत्यात? मायला बी मारत्यात, माझ्या मायची साडी धरून, मारून, "साडी फेडून दे, ती चोरीची हाय." म्हणत्यात. मला वाटायचं, भारत माझा देश आहे तर आम्हाला वेगळी वागणूक का देत्यात! जात चोर म्हणून का वागवत्यात? सारे भारतीय माझे बांधव आहेत, तर माझ्या भावांना कोण काम का देत नाहीत? आम्हाला जमीन का मिळत न्हाई? चांगलं घर का न्हाई? आम्ही सारे भाऊ आहोत, तर माझ्या भावांना, आमच्या घरच्या लोकांचं पोट भरण्यासाठी चोऱ्या का कराव्या लागत्यात?

जर एखाद्या जनावराला चारा न्हाई टाकला अन् त्येला वैराणकाडी न्हाई केली तर जनावरं लई आरडतात. मग रातच्याला जनावर भुकेच्या पोटी भूक सहन होईना झाली की, जनावर आपले दावणीतल्या दाव्याला झटके देऊन, देऊन, मेकचं बांधलेलं दावं तोडतात अन् जिथं शेतात खाण्याखारखं पीक असेल तिथं जाऊन पिकावर पडतात. चरून चरून पोट भरलं की घरी येतात. मग ज्या धन्याचं पीक खाल्लं तो धनी त्या पिकातलं धान किती जनावरांनी खाल्लं, त्येचा माग काढीत जनावराच्या पावला-पावलांनी बरोबर जनावराच्या मागे येतो, अन् जनावरं कोंडवाड्यात घालून टाकतो, अन् दंड भरून जनावरं सोडत्यात, तसंच माझ्या भावाला चोरी करताना धरलं अन् पोलिसांनी अडकावलं की, वकिलाला अन् कोर्टाला दंड, जामीन दिलं की सोडत्यात म्हणून मला माझ्या भावच्यात अन् जनावरांत काही फरकच वाटायचा न्हाई.

आम्हाला काम धंदा कोणी देत न्हाई, म्हणून चोरी करावं लागतं, तर आमच्या सबंध जातीलाच चोर समजता, असं का? आम्हाला चांगलं का जगू देत न्हाईत? सावकाराकडून व्याजानं पैसे काढून पोलिसाला पैसे देणं माझ्या

मायीला का देवं लागत्यात? अन् सावकारांच देणं जास्त होऊ लागलं की, ते देण्यासाठी माझ्या समद्या भावाला चोऱ्या का कराव्या लागतात? का याच परिस्थितीत राहिल्याने म्हणून या नटलेल्या परंपरेचा अभिमान बाळगावा का? असं मला वाचाय जसं येऊ लागलं तसं मला कळू लागलं. अन् मराठीच्या पहिल्या पानावरची प्रतिज्ञा वाचली की, ती किती खोटी हाय, असं सारखं वाटायचं अन् उदास व्हायचं. नशिबाला दोष द्यायचा, देवाचा धावा करायचा अन् गपचूप वेदना सहन करत मी उचल्याच्या जातीत शाळा शिकत वाढत व्हतो.

एकदा एक माणूस तिरगायला पंढरपूरला गेला, तवा दादा बार्शीला सायकलवर जाताना बघितला. त्या माणसानं अण्णाला सांगितल की, “माणिक मला बार्शीला दिसला.” मग थोड्याच दिवसानं अण्णा अन् आमच्या भाभीचा भाऊ यल्लपा दादाला आणण्यासाठी गेले. समद्या बार्शीला येडा मारला तरीबी काय दादा भेटंना. उशिरा एका हॉटेलात काम करताना दिसला. अण्णानं दादाला इचारला, “असं कसं दादा तुम्ही इकडं, लेकरं बायकं गावाकडं. घरला चला.” म्हणून अण्णानं अन् यल्लपानं दादाला हॉटेलच्या बाहेर काढलं. दादानं त्यांनला राहायच्या ठिकाणी घेऊन गेला. त्या घरी एक बाई व्हती. अण्णाला, यल्लाप्पाला दादा म्हणाला, “हिला मी रांड म्हणून ठिवलाव. हिला बी अन् मला बी घिवून गेलो, तर येनार.” तवा समद्यांनी दादाला अन् त्येच्या ठिवलेल्या रांडला घिवून धनेगावला आले.

धनेगावला आल्यावर आम्ही सारखं त्या बाईकडंच बघू लागलो. दादानं ह्या बाईला कसं काढून आणलं असंल? आमच्या घरातल्या समद्या बाया म्हणायच्या, “हेला ही बाई कशी भाळली आसंल?” तसं दादा काई बी सुदरून आला नव्हता. काई कमावून बी आला नव्हता. हारचंद दादानं एक दुशाल चोरून आणली व्हती, ती दादा रुसून जाताना संगं घिवून गेला व्हता. त्या दुशालीचं कुडतं करून अंगात घातला व्हता. त्या कुडत्याहूनच दादाची काय हालत हाय ती समद्यांनाच कळत व्हती. दादानं एका शहरामधल्या बाईला काढून आणली हेचं समद्याला नवल वाटू लागलं. गावातले कुणी बी लोक येऊन म्हणू लागले, “काय माय मानिक्या दोडाच्यानं लेकरं बायका असताना बाईला ठिवली.” असं सर्व म्हणायचे. समद्या धनेगावात झालं की, पाथरुटाच्या माणिक्यानं बार्शीची बाई काढून आणली. रोज समद्या गावाच्या बाया आमच्या घराच्या मागे दारापुढूनच

हागणदारीला हागाया जायच्या. जाता-येता, हागताना, त्या काढून आणलेल्या बाईबद्दलच बोलायच्या. हागताना बाया मोठ्यानं बोलू लागल्या की, सरळ आमच्या घरात ऐकू यायचं. तवा दादानं काढून आणलेली, नवीन रांड, पद्मिनी, लई चिमटल्यासारखं होयाची. मला बरं वाटायचं न्हाई. मला त्या येळंस वाटायचं, दादानं बरं केलाय, दुसरी भाभी आणलाय. ती पहिली भाभी कधी कधी मारत व्हती म्हणून बरं वाटत व्हतं की, नवीन भाभी आली. बरं त्या हागायच्या बायाचं बोलणं लईच चाललं की, मी नवीन भाभीला ते बोलनं ऐकू येऊ नये म्हणून, "भोपळ्याचा येल जळालाय का? भोपळा मोठा झालाय का?" म्हणून पत्रांवर चढायचा अन् भोपळा बगायचा, मोठ्यानं बोलायचा. भिंतीच्या, पाठीमागच्या बाया माझं बोलणं ऐकलं की, वरी गडी माणूस आलाय म्हणून बोलणं बंद करून गुपचूप हागायच्या. म्या बी बाया उद्या हिथं यिवून बसून मोठ्यानं बोलू नये म्हणून, हळूच भोपळ्याचे जळालेले मिडे तोडायचे अन् हळूच हागु लागलेल्या बायाच्या अंगावर टाकायचा. बाया गुपचूप जल्दी हागायच्या बंद करायच्या अन् शिव्या देत निघून जायच्या.

आमच्या घरातल्या बाया आधीच घाण वागायच्या. नवीन भाभी तर भलतीच तईट अन् चकपक राहायची. आमच्या बोलण्यात अन् तिच्या बोलण्यात जमीन अस्मानचा फरक. तिनं कधी कधी काम करू लागावं म्हणून आमच्या वहिनीला म्हणायची, "आहो, बहीनबाई, मी पण येऊ का आपल्यासोबत पाणी भरायला?" समद्या आमच्या भावजया खदाखदा हसायच्या. हेच्या घराण्यात कधी आसं बोलणं म्हाईत न्हाई. त्या भाभीची समदे टिंगल करायचे. तिला कोणी पद्मे म्हणायचे तर बाया नवाडीच म्हणायच्या. अखेर तिचं नवाडी हेच टोपण नाव कायमचं पडलं. हिला पद्मीन म्हणायचं झालं तर आधी नवाडी म्हणायच्या, पुन्हा पद्मीन. मी मात्तर तिच्या तोंडावर भाभी म्हणायचं. तिला जर कोणती भाभी म्हणलं तर नवाडी भाभी म्हणायचा. एकदा तर आमच्या समद्या भावजया नवाड्या भाभीला म्हणाल्या, "तू लुगड्यामधून फडका का घालतीस? डोंबाऱ्या-बिंबाऱ्याची हायस का? आगं, आपल्याला तर बराशी खंदाया जायचं आन् तू मधून फडका का लेवतीस? झंपरात बॉडी का घालतीस? " आसं लई बोलायच्या. नवाडी भाभी एके दिवशी नदीला धुवाया गेली अन् नदीत अंघोळ करता-करता ती फडका अन् बॉडी नदीत सोडून दिली. आता ती चांगली जुनी झाली व्हती.

ती बी चांगली हुशार व्हती. तिनं एकदा दादाला, पांडुरंगदादाच्या छपरात बोलावून घेतले. पांडुरंगदादाच्या घरचे धरणीला समदे सुगीला गेले व्हते. म्हणून त्यांना बोलण्यासाठी ती छप्परच व्हती. त्या छपरात एका दिवशी दादाला म्हणू लागली, "मानिक, एवढा लबाड कसं बोलतूस? तू म्हनलास, माझ्या घरी शेत हाय, मळा हाय, बैल बारदाना हाय, माझं लग्न झालं नाही. असा एवढा कसं खोटं बोललास?" अशी चिडून विचारू लागली. मी ऐकतच व्हतो. दादा म्हनला, "जाऊ दे पद्मीन, मी तर हाय की. मी तुला सोडनार न्हाई," असं करत तिला बी आमच्या घरचं वळण पडलं. मला घरात लक्ष्मुमन न्हाईतर लक्ष्या म्हणायचे, बरे नवाडी भाभी मात्र मला तोंडभरून धाकटं रावसाब म्हणायची. माझ्यावर लई मया करायची. आमच्या साऱ्या भावजयीमधी ती लई काम करायची. बराशीला गेल्यास गड्यावानी खंदायची. तिच्या कामाबद्दल आमच्या घरात, "वा! काय नवाडी कामाला निघाली?" अशी चर्चा करायचे. तरी बी नवाडी भाभीचे अन् पहिल्या भाभीचे लईच भांडण होयाचं. भाभी तिला म्हणायची, "रांडं, तेलचीच्या उरावर सांडगा यीवून बसला की." आशा शिव्या द्यायाच्या. असं करीत एक वरीसभर राह्यली. मग मात्र आमच्या भाभीचे भाऊ आले. दादाला म्हणाले की, "बाबा, आमच्या बहिणीला आम्हीच घिऊन जाताव. तुम्ही तुमचे लेकरं ठिऊन घ्या अन् आमच्या लग्नाचा खर्च द्या." लई दिवस भांडण लागलंय. कामधंदे बी नव्हते घरात तर बंडाळं. नवाडी भाभी बी कधी एवढी उपाशी मेली नसंल, बरं चार-चार दिवस नुसत्या पाण्यावर काढली. मंग दादानं नवाड्या भाभीला विचारलं, "घरात तर आसं चाललंय, तू बी उपाशी मरू लागलीस. आता आसं करू तू कुठं तर जा, आन् चांगलं आनंदानं राहा." अखेर तिला दादानं राजी केला.

आमच्या गावच्या किसन पाटील अन् दादा निलंग्याकडं कर्नाटकच्या भागात जाऊन आले. तिथं एक गडी बघितला, आन् एका दिवशी दादा, किसन पाटील नवाडी भाभीला घेऊन गेले. घरात मात्र मी रडलो. बरं वाटू लागलं. तितं तर सुखात ऱ्हाईल. दादा म्हणत व्हता, घर चांगलं हाय. अखेर तिला घेऊन गेले अन् किसन पाटील, दादा म्हाघारी आले. म्हाघारी आल्यास समजलं, त्या गड्याला पद्मीन भाभीला दोनशे पन्नास रुपयाला विकलं. किसन पाटलानं शंभर रुपये दलाली घेतली अन् दादानं दीडशे रुपये आणले. घरात लई बंडाळ

व्हती, त्या दीडशे रुपयाचे दाणे, मीठ, मिर्चू आणून दिला. दादानं पद्मिनीला आणला बी अन् इकला बी. विकल्यामुळे काई दिवस रोज दारू पिंऊ लागला. अन् "माजी पद्मीनी मी तुला इकलो गं," म्हणून रडू लागला. पुन्हा दादा चांगला संसाराला लागला. सलगरच्या कधी भाडगावच्या लोकासंगं चोऱ्या करायला जाऊ लागला.

आसंच अंबाजोगाईच्या बाजारात दादा, अण्णा, हारचंदा तिरगायला गेले. या रोजी खिस्तंग काय लागलं न्हाई. मंग येका मानसाजवळ बरेच पैसे, सोनं व्हतं. मंग दादानं उठावाचा धंदा करायचं ठरविलं. मंग आवाजवाले संगं गेले. तो माणूस बाजारातून बाहेर पडला की, दादानं खिशातून नकली सोन्याची खाबली काढला, अन् आवाजवाल्यापशी दिला. सायबूनं त्या माणसाच्या जवळ पुढं जाता-जाता खिशातून तंबाकूची पिशवी काडल्यावनी करून, हळूच ती नकली सोनं त्या पैसेवाल्या माणसाच्या जवळ टाकून गेला. तो पैसेवाला माणूस काय पडलं म्हणून ते गठुडं सोडून बघितलं तर त्येच्यात पिवळंजरद सोनं दिसलं. ती खिशात घालणार, तेवढ्यात दादा आला अन् "त्या माणसाचं काय तरी पडलं की हो, काय दाखवा बरं." म्हणून त्या पैसेवाल्या माणसाला विचारू लागला. एवढ्यात त्या आवाजवाल्या माणसाचा एक साथीदार आला अन् दादाला लटकंच? "आहो पाव्हनं, आमचं गवसलंय का हो?" म्हणून विचारू लागला. दादानं न्हाई, व्हय म्हणून त्येला वाटला लावलं अन् त्या पैसेवाल्या माणसाला इशारा करून बाजूला आणलं. मग त्या नकली सोन्याच्या बदल्यात दादानं त्या पैसेवाल्या माणसाकडून पैसे, त्याच्या हातातल्या अंगठ्या घेतल्या. दादा खूश झाला. तेवढ्यात त्या पैसेवाल्या माणसाचा दोस्त आला. त्या दोस्ताला हे नकली सोनं दिऊन फसवायचं म्हाईत व्हतं. तो पैसेवाल्याच्या कानात हे सांगू लागला, तवा दादा पळू लागला. त्या लोकांनी दादाला धरलं अन् मारून-मारून पोलिसाच्या हवाली केलं. पोलिसानीबी महवलत काढून दादाला मारले. दादा माराच्या भीतीनं गुन्हा कबूल झाला. मंग दादाला दोन महिने शिक्षा अन् दीडशे रुपये दंड झाला. दंड न्हाई भरला तर अजून एक महिना शिक्षा झाली. तवा दंड भरायसाठी दादाकडं पैसे नव्हते. मंग दादाला उठावारीच्या धंद्यात तीन महिने बीडला जेलमध्ये राहावं लागलं. मंग काय दिवस दादाचा हिस्सा त्येनं जेलमधी असताना बी टोळीवाल्यांनी आमच्या घरी देयाचे.

आता अण्णा, हारचंदा भाडगावच्या लोकासंगं तिरगायला जाऊ लागले. हारचंदा आता लातूरच्या आडतीवरून तेलाचे डब्बेच्या डब्बे आणायचा. आमच्या घरी कधी फोडणीला तेल मिळायचं न्हाई. बरं आता घरात गोडंतेल अन् खोबऱ्याच्या तेलाला काई कमी नव्हतं. मी शाळंत जाताना हावरटासारखा एवढं तेल डोक्याला लावायचं की, कपाळावर तेलाचे वगळ यायचे. आता हारचंदानं चांगल्या शिवण काढलेल्या पिशव्या आणल्या की, मी ते शाळंत पाट्या, पुस्तकं घालायला ठिवायचा. मला शाळंत व्हतो तवर कधीच नवी पिशवी घेतली न्हाई. समद्या चोरून आणलेल्या राह्यच्या.

मला कधीच पायात चप्पल, जोडा लेवायला मिळायचा न्हाई. अनवाणीच चालायचं. बरं मग हारचंदाच्या सारखं मागं लागायचं, "माज्या बेताचा एक बूट न्हाई तर चप्पल आण." एकदा एक बारका बूट मिळाला. हारचंदानं त्याच्या हिश्शाला मुद्दाम घेतला. माझ्यासाठी तो घरी घेऊन आला. तो इतका बारीक झाला की, मला येता येईना. बरं कधी नाई तो बूट मिळालेला. मी पायाला साबण लावू-लावू त्या बुटात पाय घालाया अर्धा घंटा लागला. मी तसाच घालून भूषाऱ्यावानी हुंदडत गावात गेलो. वर्गातल्या दोस्ताला दाखवू लागलो; "बग, मला किती भारी बूट आनलाय." कई पोरं म्हणायचे, "अरे, एवढा भारी बूट लक्ष्याला मिळतंय का? त्येच्या भावाने चोरून आणलेला आसंल." तवा मी बुटानं मारल्यासारखा बूट घालून घरी आलो. आता बूट पायातून निगता निगना झाला, शेवटी हारचंदानं पाय काडला. पाय लालभडक झाला व्हता. पटकन मोठे मोठे फोड आले. अण्णानं बारका होऊ लागला म्हणून सोनवतीच्या एक मराठ्याला विकून टाकला. मला वाटू लागलं, कधी न्हाई तो बूट मिळाला व्हता, तो बी गेला. न्हाईतर उन्हाळ्यात पाय पोळू लागले की, मी गावाच्या समद्या उकंड्यावर फाटलेले जोडे, चप्पल हुडकायचा. अर्धाड मापाचे एका पायात जोडा तर दुसऱ्या पायात चप्पल ओढीत फिरायचं. जोडा मोठा झाला की, मधी चिंधूक घालून बारीक करायचा. मला कधी चप्पल जोडा लेवाया मिळालाच न्हाई. बिना चप्पलच चालून चालून माझ्या पायाला घट्टे पडले. अण्णानं बूट विकल्यास मी लई रडत व्हतो. तवा हारचंदानं मला सांगितलो, मी पुन्हा तिरगायला गेल्यावर चप्पल घेऊन येतो. तसा हारचंदा माझ्यावर मया करायचा. बिना लग्नाचं घरात मी, हारचंदाच व्हतो. आम्हाला भावजया परपंच करायच्या. बरं हारचंदा चोऱ्या करू

लागल्यानं त्येला चांगलंच बघायच्या. हारचंदानं आणलेलं लुगडं भाभी-वहिनीला लेवाया मिळायचं. त्याच्यानं त्याला नीट पोटापाण्याला संभाळायचे. बरं मी बिन कमविता असल्यानं मला व्हडी व्हडी करायच्या. पोटाला नीट बघायचे न्हाईत.

कधी कधी आम्ही, दादा, अण्णा, बाबा, भाऊ, हारचंदा, संभा, भीमा, नाऱ्या चोऱ्या करून घरी आले की, एखादं डुक्कर मारायचं. त्या दिवशी दादा लातूरला जाऊन खोपडीच्या बाटल्या आणायचा. ही बाटल्या लाकडाला पॉलिश देयाच्या राहायच्या. बरं आमचा दादा अन् नाऱ्या, बाबा, भाऊ त्येची दारू तयार करायचे. ती बाटली आणली की, त्या दोन भगुने घेयाचे. पाणी टाकायचे. त्येच्यात ती त्या बाटलीतली खोपडी वतायची, त्येला खाली वरी करून कापडातून गाळायचे. पुन्हा कापसाच्या बोळ्यातून गाळून खोपडी तयार करायचे अन् दारू चांगली झाली की न्हाई म्हणून ती बोटावर ठेवून काडीनं जाळायचे. जाळ लागून गेला की, चांगली कडक धारंची झाल्यास मला म्हणायचे डुकराचं मटण आण. खोपडी पेयाचं. कधी कधी मला खोकला लागला की, बाबा, दादा मला एका गिलासात प्यायाला देयाचे. वास येताच नगं म्हनलं की, "ये बापू, पे चांगलं व्हातंय म्हनून," गिलासं हातात देयाचे. मग ती दारू प्यायाच्या आधी मोठ्या माणसाच्या पाया पडावं लागायचं. भाऊ, अण्णा, दादा, बाबाच्या पाया पडून पुन्हा दारू प्येयाची. मला बी ती गिलास पेयाला घेतल्यावर समदे एका ठिकाणी बसलेले व्हायाचे. मी समद्यात बारका असल्यानं मला समद्याच्या पाया पडावं लागायचं. मी वाकून पाया पडू लागलो की, माझ्या पाठीवरून हात फिरवून 'आशीर्वाद' म्हणायचे. मग समद्याच्या पाया पडल्यावर मग दारूचा पेला तोंडाला लावायचा अन् डोळे झाकून गटगट पेयाचं. तवा समदे 'शाब्बास, शाब्बास' म्हणायचे. बरं बाहेरचे चांगले लोक दारू पिणं चांगलं नसतंय म्हणून सांगायचे. वरी आमच्या घरी उलटंच व्हतं. आम्ही समदे घरातले लोक मिळून दारू प्यायचे. मी पीना झालं की बाबा, दादा मला "कसारं, पडसं येत न्हाई, पे." म्हणून बळंन पाजायचे. कसं तर मला येगळंच वाटायचं म्हणून मी चौथीत असताना गुरुजी, इतर लोक, "दारू पिऊनी," म्हणून सांगायचे. म्हणून मी चौथीपासून प्यायचं सोडून दिलो. असंच या परिस्थितीतच कसंतर चौथी बोर्डाची परीक्षा दिली अन् पास झालो. मी पास झाल्यावर बाबा, दादा खूश झाले अन् लक्षमन्यानं आपलं नाव कमावलं, आता चार पुस्तकं पास केलाय. पाचव्या पुस्तकाला दुसऱ्या

गावाला शिकाया जावं लागणार म्हणून आनंदानं बोलत व्हते. बरं दादा कधी कधी चोऱ्या कराया गेल्यावर सोलापूरला जायाचा, तिथं आमचे लई सोयरे हायत. तवा दादाला म्हाईत झालं व्हतं की, आपल्या लोकाची शाळा हाय. खायची बी येवस्था हाय म्हणून दादा म्हणू लागला, “लक्षमनला सोलापूरला शाळंत घालावं.” मी एकटा तेवढ्या लांब कसं राहील? म्हणून जावळीच्या पोरवाला आन् लक्षमनला धाडावं अन् जावळीचा बी शिवा, बाबूशाह जात्यात का बगावं म्हणून दादा गेला आन् संतराम भावजीला इचारला. संतराम भावजीनं सोलापूरची बायकू केली व्हती. त्येच्यानं तिथं त्येचे मेव्हणे अन् शिवाचा मामा व्हता. त्याच्यानं नक्की झालं. सोलापूरच्या सिद्रामदादाला आम्ही सोलापूरकडे शाळंत येणार असं कळवलं. सिद्रामदादा सोलापूरच्या सलगर वस्तीत राहायचा, तसा तो पैलवान व्हता. त्येचा त्या वस्तीत दरारा व्हता. अखेर आम्ही चौथी पासचे दाखले घेऊन सोलापूरला गेलो. तिथं गेल्यावर सिद्रामदादाच्या घरी गेलो. पहिल्यांदाच सोलापूरला गेलो होतो. त्येच्यानं मला पूर्वेकडं सूर्य निगायच्या ऐवजी पश्चिमेकडं निगाल्यागत वाटलं. सूर्य उलटा का निगतोय ही बी कळंना. अखेर सिद्रामदादानं आम्हाला शामराव मास्तरांच्या घरी सकाळी-सकाळी वाडीला घेऊन आला. शामराव मास्तर हा आमच्या समाजाचा पहिला पुढारी व्हता. त्येची आश्रमशाळा सोनगावला व्हती. अखेर शामराव मास्तरांची भेट झाली. त्येच्या बैठकीत बसलो. तवा त्येच्या बैठकीत चांदीच्या ढाली अडकवलेल्या व्हत्या. मला वाटू लागलं, ही लढाई करायच्या ढाली व्हत्या. घरात कशा आल्या? कारण मी नुसतं पुस्तकातल्या ढालीचं चित्रच बगितल्यालं. ही चांदीची ढाल बघून मला त्या येळंस वाटायचं. राजाच्या लढाया व्हत व्हत्या, किल्ला बी मोठा हाय. तवा शामराव मास्तराचे बाप कुठंतरी लढाईत असतील, त्येच्या लढाईतल्या ढाली असतील. बरं मला आमच्या सिद्रामदादानं बाहेर आल्यावर सांगितलं की, “बग, गुरुजीच्या घरी किती ढाली हायत. ह्या समद्या आश्रम शाळंला बक्षीस मिळाल्यात. सरकारनं त्येला इनाम दिलंय, लई चांगली शाळा चलवतंय.” आम्ही नुसतं शामराव मास्तरचं नाव ऐकून व्हतो. बरं या येळंस त्येला पहिल्यांदाच बगितलो. आमचं बोलणं झाल्यावर आम्हाला सोनगावला बोलावलं. मी, सिद्रामदादा, शिवा, बाबूशाह सोनगावला जाण्यासाठी निघालो. स्टँडवर आलो. सोनगावला जाणारी बस लागली, त्या बसमधी आम्ही बसलो. तर त्याच बसमधी शामराव

मास्तर व्हता. मग आम्ही सोनगावला उतरलो. तिथं शामराव मास्तरचाच जावई हेडमास्तर म्हणून व्हता. आम्ही एकदाचं आमच्या जवळच समदं सामान एका खोलीत ठिवलो. आमच्याजवळचे सगळे दाखले हेडमास्तरला दिले. त्येनी आमचं नाव पाचवीमधी घातलं.

आम्हाला त्या दिवशी लई आनंद वाटला. आता आपल्या घरच्यांनी न्हाई शिकिवलं तर इथं खाण्याची, राहायची, पुस्तकाची फुकट व्यवस्था होणार म्हणून आनंद वाटायचा. मग आम्हाला सोडून सिद्रामदादा सोलापूरला गेला. ही सोनगावची आश्रमशाळा म्हणजे रोडच्या जवळपास गाव न्हाई. शाळंच्या पट्टा-दोन पट्ट्यावर नदी व्हती. त्येच्यानं ती शाळा उदास वाटायची.

जवळच एक हीर खंदत व्हते. आम्ही त्या दिवशी नदीत अंघोळीला गेलो. आम्ही अंघोळ्या करून आलो. रातच्याला जेवाया जाण्यासाठी घंटी वाजली. पोरावाची पराती, वाट्या घेण्यासाठी झुंबड पडली. एक परात, वाटी अन् पेला मी बी घेतला. शिवा, बाबूशाह अन् मी एकाच लायनीत बसलो. आमच्या आधीपासून आलेले पोरं धट व्हते, ती "इकडं रोट्या द्या, कोरड्यास आना." म्हणायचे. वाढणारे चपराशी व्हते. त्येनी समद्याला दोन-दोन मिलूच्या रोट्या, एक मग दाळ देत चालले. आम्हाला समद्याबरोबर रोट्या, कोरड्यास दिले. रोट्या एका मोठ्या चिरगुटावर ठिवल्या होत्या. एका मोठ्या भगुन्यात डाळीचं कोरड्यास होतं. जेवायला असं वाढताना वारं आलं तवा त्या चिरगुटावरच्या रोट्या वाऱ्यानं उडाल्या व्हत्या. एक दोन पोरांनी त्या तशाच चोरून खिशात ठिवल्या. रोट्या इतक्या पातळ व्हत्या की, एका रोटीचे चार-पाचच घास होयाचे. आम्ही नवीन आल्यानं आम्हाला अर्धी रोटी जास्त दिली व्हती. त्या गपा-गपा खाऊन टाकलो. आम्हाला काय म्हाईत नव्हतं, किती रोट्या देतात. आम्हाला वाटलं पोट भरून जेवाया देत असतील. आम्ही रोटी द्या म्हणून मागितली, तवा एका गुरुजीनं सांगितलं, "एका टायमाला दोनच रोट्या मिळत्याल. तुम्ही आज नवीन आलाव म्हणून अडीच दिलावं. एवढंच खाऊन उठायचं." मंग आम्ही उठलो.

बाबूशाह, शिवा म्हणाले, "कसं करावं बाबा? इथं तर मिलूच्या भाकरी आन् ती बी पोटभर जेवाया न्हाई." त्यांना वाईट वाटू लागलं. बरं पण मला हेचं काय वाटलं न्हाई. कारण मी गावाकडं असताना ही मिळायची बी खात्री नव्हती. चला

काय का असंना, रोज जेवाया मिळतंय ना, बस! मग आम्ही बी पोरावात मिसळलो. काई पोरावाच्या वळखी पडल्या व्हत्या. रोज नदीला अंघोळ्या कराया जायाचं, दर आयतवारी एकवडी साबण मिळायचं. मंग त्यानं कुडतं, चड्डी धुवायचं, असं करत आम्हाला चांगले आठ-पंधरा दिवस झाले. बरं शिवाला, बाबूशाहाला घरी काय कमी नसल्यानं ते कधी असं उपाशी मेल्याले नव्हते. त्यामुळं ते एक्या दिवशी रडू लागले अन् गुरुजीला आम्हाला इथं नगं, आम्ही जानार हाव म्हणायचे. सकाळी प्रार्थना सुरू झाली. प्रार्थना झाल्यावर हेडमास्तर म्हणाले, कुणाला कुणाला इथे ऱ्हायचं न्हाई. ज्येला आपल्या आपल्या गावाकडं जायचं हाय त्येनं समोर यावं, त्याला पाठवून दिवूत. शिवा, बाबूशाह दोघे भाऊ मिळून बाहेर आले अन् आम्हाला जायाचे हाय म्हणून रडू लागले. तवा हेडमास्तर गुरुजीनं त्या दोघाला छडीनं मारलं. समद्या पोरांसमोर जातात काय म्हणून रपारप मार दिला, तवा न्हाई जात गुरुजी म्हणून रडू लागले अन् मग त्या दिवसाची शाळा केली. बाबूशाह, शिवा अन् मी लांब एक्या ठिकाणी बसलो. तिघंबी रडू लागलो. कसं करांव बाबा? लई लांब मुलकात पडलाव. तवा बाबूशाह जरा मोठा व्हता. त्येनं सांगितला, आपण रातच्याला पळून जाऊत. मंग शिवा बी तयार झाला. आम्ही रातच्याला झोपलो. मी झोपेत असताना ती दोघंबी किती वाजता गेले, ती बी म्हाईत न्हाई. अखेर ती पळून गेली. समद्या शाळंत झाले. जावळीचे पोरं पळून गेले. बरं मला एकट्यालाबी करमना. माझ्या बी मनात जायचं व्हतं. बरं गुरुजी लई मारत्याल म्हणून मी काय म्हणालो न्हाई. आखेर शिवा, बाबूशाहाला पळून जाताना रातच्याला पोलिसांनी सोलापूरच्याजवळ एवढ्या रातच्याला कुठं पळत्यावं म्हनून इचारले आन् त्येंना धरले. त्येंना पोलिसांनी घेऊन पोलीस स्टेशनला नेले. बाबूशाहाने सिद्रामदादाचा पत्ता सांगितला. मग पोलिसांनी सिद्रामदादाला सलगर वस्तीत जाऊन बोलावून आणले. सिद्रामदादानं त्येंना सोडवून आणले. मग सिद्रामदादा माझ्याकडं आला. मीही सिद्रामदादाबरोबर जायला निगालो. तिथले हेडमास्तर म्हणाले तुम्ही याचं इतक्या दिवसाचा खर्च भरून द्या तर आम्ही शाळेचे दाखले देताव, नाहीतर न्हाई. मग सिद्रामदादानं कसे तर करून मला बी सोलापूरला घेऊन आला. तिथं शिवा, बाबूशाह बसलेलं बघून मला आनंद वाटला. तशी सिद्रामदादाची लई गरिबी व्हती. त्येचा मिलचा पगार झाला की, तिकीट खर्चाला पैसे घेऊन मी धनेगावला आलो. मला पोरं

म्हणू लागले, "लक्ष्या, तुझी शाळा या वर्षी बुडाली. आता तुजं नाव घालत न्हाईत. तुला जल्दी येयाला काय झालं व्हतं!" मला या गोष्टीचं काय म्हाईत नव्हतं. मी बाभळगावला गेलो अन्‌ हेडमास्तरला भेटून कीव-काकुलत्या करून माझं पाचवीत नाव घालायला लावलं. मला लई मोठी हौस वाटली.

तिथं माझी कोळ्याच्या दगड्यासंगं दोस्ती झाली. दगड्याची माय मुसलमानाची व्हती, बाप कोळ्याचा व्हता. त्येचा बाप संतराम बाभळगावला दगडूसाहेब देशमुख यांची घोडी राखायचा आन्‌ हरणाची शिकार लई करायचा. शिकारीमुळं मी अन्‌ दगड्या जवळ आलो. शाळा सुटली की, जाळं घेऊन नदीला मासे धराया जायचो. कधी कधी चित्तर, व्हलं गुलेरानं मारायचे.

एकदा तिरगायला गेल्यावर हारचंदाला पोलिसांनी धरलं अन्‌ तुझ्या साथीदाराचं नाव सांग म्हणून लई मारलं. हारचंदानं मार खाल्ला; पण तोंड उघडलं नाही म्हणून त्येला रिमांड होममध्ये टाकलं. घरचे लोक म्हणू लागले, "हारचंदा चांगला आनत व्हता. आता लातुरात चोऱ्या कराया जमत न्हाई, आता मोरा झाला कुकल पावशीलेत (समद्याला कळले अन्‌ पोलिसाला बी समजलं.)" बरं आता घर कसं तर चालत व्हतं ते बी बंद झालं. तशी माझी शाळा चालत हुती. मला धरलं, मारलं, चोऱ्या केल्या याचं काहीच वाटत नव्हतं. म्हणून मी माझी शाळा शिकत ऱ्हायाचं. कधी भूक लागली की, बिगर रोटी घेता शाळंला आलो की, लघवीच्या सुट्टीत दगड्या अन्‌ मी शाळंच्या खिडकीतून पळून जायाचं. समद्या माळानं मव्हाळ (मधमाश्यांचा गट्टा) हुडकत जायाचं. व्हल्याचे आड्डे झाडावर चढून बघायचे. अंडे मिळाले की, शेणानं अंडे लिपायचे अन्‌ उकडून निगालं की खायाचा. आमच्या दप्तरात गुलेर अन्‌ काड्याची डबी राहायाची. गुलेरानं व्हले, खडुळ्या मारायच्या अन्‌ भाजून बिगर रोटीच्या तशाच खायाच्या. दुसऱ्या दिवशी तास बुडविल्यानं गुरुजी मारायचे. मार गुपचूप खायचा.

मला शाळंचे पोरंबी लई चिडवायचे. कारण नसलं तरी बी कोणीबी उगंच मारून जायाचे. काय बी म्हणून चिडवायचे. मी नुसत्या कधी कधी शिव्या द्यायच्या. शिव्या दिल्यावर तर लईच मार बसायचा. आमच्या धनेगावच्या पोरीबी बाभळगाला येयाच्या. त्यांनाबी माझ्यासारखाच त्रास व्हायचा. एक बामणाची सुलोभा, पाटलाची शकुंतला, बेंबड्याची एक यांना पोरं काय तर चिडवायचे. मुद्दाम अंगावर गेल्यावाणी करायचे. म्हणून पोरं मागून येऊ लागले की, त्या पोरी

रस्ता सोडून लांबून चालायच्या. मंग माझी बी ह्या पोरींसारखीच गत होयाची. पोरं आले की, मी रस्त्याच्या बाजूला होयाचा अन् येणाऱ्या पोरांवाला रस्ता सोडायचा. जर चुकून मी रस्ता नाही सोडला तर माझ्या गावचे काही माजुरी पोरं त्रास देयाचे. म्हणून मी आमच्या गावच्या पोरींबरोबर चालायचा. सुलोभाचा भाऊ अरुण जोशी माझा दोस्त असल्यानं मी त्येच्या सोबत जायचा. मी कुठल्या पोरवाच्या टुप्यात न जाता पोरीवासंगं जायाचा. तरी कुठं वर्गातले पोरं दिसले की मला चिडवायचे, लक्ष्या, तुजे गुडघे कसे फुटलेत बग. " मी म्हणायचे. जाऊ द्या आपण गरीब हाव. आपल्याला काय बी म्हणलं तर गप्प बसावं. म्हणून मी कायबी म्हणायचं नाही. बरं मी अरुणसंगे राह्यल्यानं मला त्या पोरी बोलायच्या. मला त्या शाळंतल्या पोरी बोलल्या की लई आनंद वाटायचा. आपण एक पाथरुटाचं पोरगं, या थोरा-मोठ्यांच्या पोरी आपल्याला बोलत्यात. मी शाळंत जाताना-येताना पोरीवासंगं जायाचा. येताना माळावरच्या बोरीला बोरं लागल्याले राहायचे. मी बोरीवरले बोरं काढायचे. मी हिरवे हिरवे खायाचे. पिकल्याले मातर सुलोभाला, शकुंतलाला पोरीवांना देयाचा. मला मातर लई पोरीवाची लाज वाटायची. पोरीवानी बोलल्या तरी मी पोरीपरीस जास्तच लाजायचा अन् चाचरत-चाचरत कसं तर बोलायचा.

एकदा तर चोरीचं दादाच्या हिश्शाला कुडतं आलं व्हतं. ती कुडतं लांब भायाचं खमीस व्हतं. दुसरं कुडतं फाटल्यालं व्हतं. मी खमीस हौसेनं घातलो, बरं भाया बी कमी पडू लागल्या. पोटावर आलं. बरं बाजूनं इतकं वरी जायाचं की, इकडून समदं आंग दिसायचं. एका दिवशी असंच कुडतं घालून शाळंत चाललो, तवा अरुणने विचारले, "लक्ष्मण, कुडतं आसं का शिवलं?" तवा त्येला गप्प मारली की, "बेत न घेताच दादानं लातुराहून आनलं." तवा त्या पोरी हसल्या. सुलोभा म्हणाली, "लक्ष्मण, वाईट वाटून घिवू नको, उगी सहज हासलो, की रोज कसा दिसतोस आन् आज असा सदरा बघून हसू आलं." ती कुडतं खराब दिसतंय काय की म्हणून पत्तीनं बाह्या कापल्या अन् बाजूच सुईनं शिवून घेतलो. ठिगळाच्या कुडत्यापरीस बरं म्हणून चोरून आणलेलं, आखूड अन् लांब काई वाटायचं न्हाई. मला चार लोकांत कसं वागावं, कसं, राहावं याची काय शिकवणच नव्हती. दर ऐतवारी सुट्टी राहायची. त्या दिवशी बस्स, मासे धराया जायाचं न्हाई तर पांघरायच्या गोधड्यातल्या उन्हात बसून उवा मारायच्या. कुडतं चड्डी

एकच असल्यानं कुडत्यात अन् चड्डीत उवा किती निघाल्यात ती मोजून मारायच्या. कधी कधी निवांत येळ मिळाला की, कुडतं काढायचं. दगड जवळ ठेवून नखानं दाबून उवा मारायच्या. कधी कधी शाळंत उवा निघाल्या की, त्या हळूच बाकड्याखाली टाकायच्या. उवा म्हणजे माझे जोडीदारच व्हते. माझ्या कमरंच्या करदुड्यात तर इथून-तिथून लिखा आन् उवा गच्च भरून राहायच्या. त्या करदुड्यात तर उवाचं घरंच व्हतं. कधीबी करदुड्यात बघितलं की उवा निगायच्या. उवा बघून-बघून मान दुखायची. लई कंटाळा आला की, मारायचं बंद करायचं. कधी कधी उवानं इतकं अंग खाजायचं की खाजवून-खाजवून अंगाचं रगत निगायचं, कधी तर लई येड्यासारखं वाटायचं. उवा गर्मीनं मरावं म्हणून दुपारच्या येळंस नदीवर जाऊन चरचरा पोळंल आशा वाळूत पडायचं. मग तर समद्या अंगात उवा वळवळ करायच्या. मला पोरंबी शाळेत जवळ बसवून घ्यायचे नाईत.

याच वेळेस घरचे समदे लोक सुगीसाठी दुसऱ्या ज्या गावाला जास्त पिकलं तिथं कमावण्यासाठी घरनीला जायाचे. असं दरवर्षीच जायाचे. माझे त्या येळंस तर लई हाल व्हायचे. घरी एकटाच राहायचा. खायाला-पेयाला काईच ठेवून जायचे न्हाईत. मग त्या काळात लई भूक लागली की, मी बाभळगावच्या रस्त्यानं टेकाळीच्या मुळ्या खंदून खायाच्या. मुळ्या खोबऱ्यासारख्या लागायच्या. त्या काळात एक मला चांगला मित्र मिळाला. तो कोळ्याचा अंकुश मेकले. मी शाळंत उपाशी गेलो, कुण्या कुण्या दिवशी भाकर नसली की, "पाथरुटाचा लक्ष्या उपाशी आलाय, समद्यांनी घास-घास द्या" म्हणायचा. मग समद्यांनी थोडी-थोडी भाकर गोळा करायचे अन् मला देयाचे. समदे पोरं जेवायच्या सुट्टीत एका वर्गात जेवत बसायचे. मी उगाच वर्गात एका कोपऱ्याला पुस्तक हातात धरून बसायचं. जणू की मी अभ्यास करू लागलो, असं दुसऱ्याला वाटावं. पर पोटात भुकंची आग पडल्याली. पुस्तकात कुठं मन लागतंय? बरं मुद्दाम तर बसायचा. पोरं बी ओळखायचे यानं भाकर आणली न्हाई म्हणून असा बसलाय. म्हणून मी जिथं बसायचा तिथं एक बी पोरगं जेवायचं न्हाई. लक्ष्या बगतंय. त्येची नजर आपल्या रोटीवर पडली की, आपलं पोट दुखतंय म्हणायचे. अंकुश भाकरी गोळा करून मला आणून देयाचा. तवा ह्या भाकरीला बघून आनंद वाटायचा अन् माझ्या त्या गरीब परिस्थितीबद्दल भयंकर वाईट वाटायचं. असं बरेच दिवस चालायचं. पोरं तर कुठवर पुरवतील? मला भाकरी दिऊन पोरं

कंटाळले. मग जवारी चांगली निंबरली, त्या येळेस मी, अंकुश शाळा सुटल्यावर रोकडोबाच्या देवळाकडून जायाचे. अंकुश रस्त्यावर उभा ठाकायचा. मला लिंगराम चामलेच्यात चलतीवर कणसं मोडाया सांगायचा. ती पाच-सात कणसं मोडून दप्तराच्या पिशवीत घालायचा अन् अंकुशच्या घरीच कणसं बडवायचे. ज्वारी काढायची. अंकुशची आक्का लई चांगली व्हती. तिनं बी "परदेशी लेकरू हाय म्हणून मया करायची." ती वल्ली ज्वारी गिरणीत दळून देत न्हाईत, म्हणून आक्का भाजून देयाची. मग ती दळून आणायची अन् घरी भाकरी बी तीच करायची. शाळंत कधी उपाशी गेलो अन् भूक सहन हुईना झाली की, पोरावाच्या भाकरी चोरायच्या अन् रानात जाऊन खायच्या. कधी- कधी पोरं जेवून उरलेली भाकर मला देयाचे.

मी शाळंत शिकत असताना एक वरीस कुठवड्याच्या ग्यानबाच्या घरी काम करायचा आन् तिथे जेवायचं. काई दिवस ज्ञानोबा कुठवडे दोस्त व्हता. त्येच्या घरी किराणा दुकान व्हतं. अन् आमच्या गावात तेवढंच मोठं दुकान व्हतं. ज्ञानोबा मला लई संभाळायचा. दुकानातल्या खारका, खोबरं, बिस्किटं चोरून आणायचा. ज्ञानोबाची माय मला लई मया करायची. मी बी दळण करू लागायचं, भांडे घासायचे, दळून आणायचं अन् त्येच्याच घरी झोपायचं. कुठवड्याच्या घरी लई काय-काय चांगलं खायाला मिळत व्हतं. त्येच्या घरी माझं लई मन रमलं व्हतं. बरं ज्ञानोबाचे थोरले भाऊ तुळशीराम अन् तुकाराम लई रंडीबाज व्हते. त्यांना पोरीवाचा लई नाद व्हता. मी, ज्ञानोबा, तुकाराम एकदा माळवदावर झोपलो व्हतो. मी अन् ज्ञानोबा झोपीत असतानाच तुकाराम हळूच उठून एका पाटलाच्या घरावर चढून वाड्यात शिरून पाटलाच्या पोरीसंगं निजला आन् पळत येताना वाड्यात लोक जागी झाले. अन् तुकारामचा ताना काढीत आले. तुकाराम पळत येऊन माळवदावर आमच्यापाशी पांगरून घेऊन झोपला. पाटलाचे लोक काठ्या घिऊनच दार काढून मधी आले. अन् माळवदावरून तुकारामला ओढीत आणले. ढेळजात आणून धडाधड काठ्या घातल्या. तुकारामचं डोकं फुटून रक्त निघू लागलं. मी मातर थर-थर हीव आल्यावनी कापत व्हतो. मला पहिल्यांदाच हा प्रकार बघायला मिळाला, त्येच्यानं लई भेव वाटत व्हतं. पाटलाचे लोक म्हणू लागले हेला "जिवंत मारताव." तवा तुकारामला रातच्याला सोनवतीला घिऊन गेले. तवा मातर मी त्येचं घर सोडून माझ्याच घरी राहू लागलो, अन् बाभळगावला शाळंत जाऊ लागलो.

मला थोडं पुस्तक वाचून ज्ञान येऊ लागलं. मी बराच विचार करू लागलो. मला असं वाटायचं माझ्या परीस भिकारी चांगला जगतो. बरं मला देवानं एवढा वनवास का दिला? मी गेल्या जन्मी काय पाप केलो म्हणून वाटायचं. मी मंगळवारी, शुक्रवारी शाळा बुडबायचं अन् आईच्या ओट्यावर कोणाचा तर निवद दाखवायला येईल म्हणून घंट्यानं घंटे वाट बघायचं. एखादा निवद आला म्हणजे लई बरं वाटायचं. पावसाळ्यात (आखाडात तर) आईच्या ओट्यावर जाऊन त्या आईलाच नवस बोलायचा. नवस करायचं आई, मोठमोठ्या लोकाचे निवद येऊ दे, अन् मला खायाला मिळू दे. मी ऊद घालीन. असे नवस करायचे.

माझ्या गावावरून तीन कोसांवर देवताळाची आई हाय. त्या आईची महिन्याला पंधरा दिवसाला जत्रा भरायची. लई लोक येयाचे. त्या आईला आमच्या भावकीतलीच शेवंतामाय आराधीन असल्यानं, चार-पाच बाया मिळून जोगवा मागाया जायाच्या. मी बी शेवंता बाईच्या मागं लागून घरातली परडी घेयाचं. गळ्यात माळ घालायचा अन् जाताना जेवढी गावं लागतील त्या गावात जोगवा मागायचा. कोणी भाकरी, कोणी चपात्या, कोणी धपाटे देयाचे. मी मातर धपाटे अन् चपात्या परडीत टाकल्या की, जोगवा मागत फिरतानाच खाऊन टाकायचं. एकदा देवताळच्या आईपाशी मी असंच फिरत-फिरत मागं निघालो, अन् झाडाखाली चपातीचे अन् धपाट्याचे तुकडे खिशात घालू लागलो अन् खाऊ बी लागलो. कारण मला म्हाईत व्हतं की, आपल्याला ही टुकडे खिशात शेवंतामाय देयाची न्हाई. बरं तेवढ्यात शेवंतामाय जवळच जोगवा मागत आली अन् माझं तोंड खात असल्यालं बघितली अन् राग करू लागली. “हालकट भाड्या, उपाशी मरू लागलंय म्हणून आणले तर ह्येनं चांगल्या तेवढ्या धपाट्या, चपात्या खातंय. ह्येचा हिस्सा बी नको अन् ह्येला उद्यापासून आपल्यासंगं आणणं बी नको.” मंग तिनं कुठं जोगव्याला निगाली तरी मला संगं येऊ देईना झाली.

गुरुजी शाळंत शिकवायचे गौतम बुद्धाला, महावीर वर्धमानाला ज्ञान कसं प्राप्त झालं, मडं आडवं गेल्यास काय वाटलं, पिंपळाच्या झाडाखाली कसं ज्ञान मिळालं? त्येनी तपश्चर्या कशी केली? असे डोक्यात काहूर सुटायचं. मी असंच गरिबीला कंटाळून इंदिरा गांधी पंतप्रधान व्हत्या त्या येळंस भलं लांबलचक पत्र लिहिलो व्हतो. त्या पत्रात मी इंदिरा गांधीला लिहिलो की, गरिबाला फायदा

मिळावं, त्यांना कपडे मिळावे म्हणून महात्मा गांधींनी कपडे घातले न्हाईत. महात्मा गांधींचे स्वप्न केव्हा पुरे होणार! तुम्ही गरिबाला एक्या टायमाचे भरपूर जेवाया मिळेल एवढं तरी करा, असं बरच काय-काय लिहिलो. बरं त्या येळंस मला पत्ता काय असतंय, ते बी म्हाईत न्हाई. मी त्या पत्रात पत्ता फक्त भारताच्या पंतप्रधान श्रीमती इंदिरा गांधी, दिल्ली राज्य एवढा लिहिलो. माझा कुठं बी पत्ता लिहिलो न्हाई. मला आधीच पोलिसाची लई भीती वाटायची. पंतप्रधानाला असं पत्र लिहिलं म्हणून पोलीस आपल्याला मारतील म्हणून कुठंच पत्ता न देता पत्र लिहिलो. अन् शेवटी लिहिलो की, माताजी, हे पत्र मी आपणास लिहिलंय. चुकलं तर माफ करा. तुम्हाला चांगलं वाटलं की, तुम्ही चोहोकडं जाहीर करा की, हे पत्र चांगलं लिहिलं. असा कोण मुलगा हाय, त्यानं नाव सांगावं आम्ही त्याला इनाम देवू असं म्हणल्यास मी पत्ता देईन; पण तसं झालं नाही. मला आता याची आठवण झाली की, आपण किती अज्ञान होतो, नासमज होतो, असं वाटतं.

मी बाभळगावला शाळंत जायाचा तवा मला माझ्या पायात कायच नसायचं. उन्हाळा होता, उन्हात लई पाय पोळायचे. कधी कधी पायात भग-भग आग पडायची. चपला तर घेऊच शकत नव्हतो. मग आयडिया सुचली आणि गेल्या वर्षाच्या वह्याचे खापट पडून हायत तवा आपण या खपटाचा चप्पल करावी म्हणून डोस्क्यात वारं शिरलं, अन् पायाच्या मापाचे खपट कापलो. आन् लांबकी सुई असं एकावर एक खपट लावून शिवलो. रबराची पट्टी भाऊनं लातुरातून कुठं गवसल्याली घरी आणून ठिवली व्हती, ती पट्टी अंगठे अन् पणे करून बसविलो. आन् दुसऱ्या दिवशी शाळंत जाताना जिथं फुफूमधी पाय पोळत्यात तिथंच ती चप्पल घालायची आन् माळरानानं ती तुटुनी म्हनून हातात घेयाची. वर्गातले पोरं म्हणायचे, "लक्ष्या, तुजी चप्पल काय भारी हाय रं मायला?" मी आपला गप्प बसायचा.

बाभळगावच्या शाळंत एक जिद्द मातर बाळगली व्हती की, आपण थोडं तरी नाव कमवावं. आपण एक तरी दिवस पाथरुटाच्या पोरानं नाव कमावलं, असं लोक म्हणावे, असं वाटायचं. पंधरा ऑगस्ट, सव्वीस जानेवारीच्या दिवशी सर्व हायस्कूलच्या मुलाचे मॅट्रिकपर्यंतचे भाषण ठेवायचे. माझ्या भाषणात मॅट्रिकच्या वर्गाचा पहिला नंबर येयाचा. पहिलं बक्षीस मिळू लागलं. समद्या पोरावात माजं

नाव झालं. मॅट्रिकपर्यंत कधी भाषण झालं तर लक्ष्मण गायकवाडला बोलवा म्हणायचे. माझी बी छाती भरून येयाची. असंच एकदा नववीमध्ये 'स्त्रीशिक्षण योग्य की अयोग्य' या विषयावर भाषण ठेवले व्हते. मला माझ्या वर्गातून गुरुजींनी बोलावून घेतले. मी 'स्त्री-शिक्षण योग्य आहे' म्हणून भाषण करण्याची तयारी केली व्हती. बरं मी जवा वर्गात गेलो तवा सर्व वर्गातल्या मुली जमल्या होत्या. मंग माझं नाव पुढं व्हतं तर वर्गात काही मुलींच्या विरोधातले व वर्गात स्वतःला शहाणे समजणारे मुलं व्हते. त्येंनी मला धमकी दिली अन् सांगितलं, "बग लक्ष्या, आमच्या मनासारखं भाषण कर. न्हाई तर रस्त्यानं तुला बदडताव बग. स्त्रीशिक्षण योग्य नाही म्हणून भाषण कर." मी त्येंना भीत व्हतो अन् अगोदरच कुणीबी मारायचे, म्हणून मी "तुमच्या मनासारखं बोलतो," म्हणून कबूल केलो. अन् माझ्या मनात नसतानाही स्त्री-शिक्षणाच्या विरोधात भाषण केलो. तवा मुलींना अगोदरच वाटलं लक्ष्मण आपल्याकडून बोलेल, गरीब आहे. बरं उलटंच झालं. मला आजही त्या मुलीवांच्या समोर स्त्री-शिक्षण अयोग्य म्हणून जे भाषण केले आणि स्त्रियांचा अपमान केला, त्याबद्दल मी मला कधीच माफ करू शकत न्हाई. त्याबद्दल मला आजही आठवण आली तर वाईट वाटून घेतो आणि या जीवनात लई मोठी चूक केली असं वाटतं.

आपल्या डोक्यात एकच की, मी पाथरुटाचा हाव. बरं मला समद्या गावात बेंबड्याच्या घरी रोज भजन व्हायचे, मंग मला भजन कराया शिकायाचा लई नाद लागला. रोज जाऊन देवळात कुणाला न शिवता एका कडला बसायचं. तसा महादेव बेंबडे म्हातारा माणूस होता. बरं माझ्यावर चांगली मया करू लागला. एका पाथरुटाचं पोरगं या सांप्रदायात येयाचं म्हणजे त्येला बी पुण्य लागतंय. मग हळूहळू मला अभंग म्हणाया शिकवलं. मी लिहून घेयाचं अन् इंग्लिशचे शब्द पाठ केल्यावानी घोकमपट्टी करून अभंग पाठ करायचं. रातच्याला भजन सुरू झालं की, मला बी एक अभंग म्हणू द्या हो म्हणून केवलवाणी म्हणायचं. भजन करणाऱ्यानंबी म्हण म्हणायचे. मला चाल-ताल-स्वर कायबी कळायचं न्हाई. उगं आपलं कविता म्हणल्यावानी म्हणाया सुरू करायचं. मग समदे भजनकरी हसायचे. माझा अभंग अर्धा राहू नये म्हणून दुसरंच कुणीतरी म्हणायचं. असं करत काई दिवसानं मला टाळ वाजवया येऊ लागला, थोडं अभंग बी मांग मांग म्हणू लागलो. मला भलतीच हौस वाटू लागली.

कधी न्हाई ती आमच्या लोकांपैकी मी भजन करण्यासाठी थोर मोठ्याच्या घरी जाऊ लागलो. मला समदेजन शिवून निघू लागले. मी बी लई भारावून जायाचं. आपण कुठं पाथरुटाचा पोरगं. कुणी पाणी भरू देत न्हाई, कशाला शिवू देत न्हाईत. एक येळंस तर धनगराच्या इसव्यानं मी हिवाळ्यात आईच्या देवळा म्होरं जाळ लावून शेकत बसलो व्हतो. तेवढ्यात इसव्या आला अन् तापत बसला. बसल्यास माझा हात त्येला लागला. त्येच्या हातात पितळाचा तांब्या व्हता. त्यानं "माझा तांब्या बाटवलास कीरं लक्ष्या" म्हणून एक दोन शिव्या दिल्या. मीच जाळ लावलेल्या जाळात ती तांब्या जाळला अन् काढून घेतला अन् जाळातून तांब्या काढल्यास त्या तांब्याचा बाट केला म्हणून मग घरी घिऊन गेला. मग मी कुठं सप्ताह आला, कीर्तन असलं की हजर राहायचे. टाळाचा, पखवाजाचा आवाज जर कानावर पडला की, माझं भान मला राहायचे न्हाई अन् पळत सुटायचा. मंग बी आता कीर्तनातून, पोथीतून पाप-पुण्याच्या गोष्टी ऐकू लागलो. त्याच्यानं मन बदलू लागलं. रोज खेकड्याची आमटी, मासे, डुक्कर खानं पाप आहे म्हणू लागलो. शुक्रवार, श्रावण महिन्यात शनिवार असे कितीतरी वार धरू लागलो. या सर्व गोष्टी करण्यामागं एकच कारण की, लोक आमच्या लोकांपैकी मलाच घरी येऊ द्यायचे. शिवून घ्यायाचे, चांगलं बोलायचे. बापजन्मी कोणी शिवून न घेतल्यालं माणूस. मानानं वागवले न्हाई. पण आपल्याला एवढा मान देत्यात, त्येच्यात मला बी लई भूशान वाटू लागलं. मंग मी बी 'बामनाला दिली वसरी, हळूहळू पाय पसरी' ह्या म्हणीसारखं आता भजन करू लागलोच, बरं मारुतीच्या देवळात रामायण सुरू व्हतं. आता रामायण वाचायचं ठरविलो. बरं ज्या माणसानं रामायण लावलं व्हतं ती गोविंद पाटील तर मराठी असून मराठ्यात जर शिवलं तर अंघोळ करून गाईचं गौमतर (मूत) पेयाचं एवढा कडक नियम त्यांचा व्हता. मराठ्याला शिवू न देणारा गोविंद पाटील मग माझासारख्या पाथरुटाला पोथी कसा वाचू देईल वाटायचं. बरं मनात ठरविलो की, आपण एक दिवस मारुतीच्या ओट्यावर बसून पोथी वाचायचीच. मग मी बेंबडेच्या महादेव अण्णाला इचारलो, "आन्ना मला पोथी वाचायची हाय." तवा अण्णा म्हनले, "आरे लक्ष्मण, त्या गोविंद पाटलाला म्हणं देवाचे समदे लेकरं सारखे हायत, मग मला का वाचू देत न्हाईत, विचार बरं." माझी विचारायची हिंमत काय होईना. मी रोज ओट्यावर बसून पोथी ऐकत बसायचा. मी एके दिवशी

मन घट्ट करून विचारायचं ठरवलं अन् एकदाचं विचारलो. तवा त्या गोविंद पाटलाला भलताच राग आला. अन् म्हणाले, “डुक्कर, मांजर खाणारी तुमची जात, पोथी वाचतूस व्हय?” तवा मी त्येंना गळ्यातली माळ काढून दाखवली. भजन करू लागल्यापासून नेटकीच घातलो व्हतो. मी म्हणालो. “मी भजन करू लागल्यापासून समदं सोडून दिलो. एकादशी करतोय, बगा, माज्या गळ्यात माळ हाय.” तवा गोविंद पाटील म्हणाले, “बरं ठीक हाय. रोज अंघोळ करून येत जा आन् आदी वाचाया शिक.” तवा मी शिवलीलामृत, भगवद्गीतेचे बारके पुस्तक वाचाया शिकलो. अन् ज्या मारुतीच्या जवळ जाऊन पोथी वाचू लागलो ती बी समद्या परीस चांगला गळा काढून पोथी वाचत व्हतो. समद्या गावच्या बाया, पोरी म्हणायच्या, “माय, पाथरुटाच्या लक्ष्याचा आवाज किती चांगला हाय बगा!” बरं कुणीच लक्ष्मण कधी म्हणत नव्हतं.

भावजयाला माझा लई कंटाळा यायचा अन् म्हणायच्या पोती, भजेन, शाळामधी काय पडलंय? तिरगायला जायाचं अन् काम करायचं तर साळंत जातंय. कुठं मास्तर होनार हाय की, हेला कोण आयतं पोसावं म्हणून रागवायच्या. भावजय रोज सकाळी कण्या करायची, मग त्या कण्याच्या दळताना मी थोडं थोड पीठ राह्याचं त्या पिठाची एखादी भाकर शाळंत जाताना कधीतर बांधायची, तर कधी भाकर नाही म्हणून कण्याचं खावून जावा अन् त्या शाळंत बी घिवून जावा म्हणून म्हणायच्या. कुण्या भावाला सांगावं तर त्या मला मारायच्या, जेवाया जल्दी मिळायचं तीबी बंद होयाचं. समद्या बायका आपल्या आपल्या नवऱ्यांना चांगलं बघायच्या; पण माझी अन् हारचंदाची मातर बंडाळ होयाची. आम्हाला घरात नीट बघायचे नाहीत पर जेव्हा हारचंदानं तिरगायला गेल्यावर काई चोरून लुगडे, तेलाचे डब्बे आणले की चांगलं बघायचे.

आमच्या घरात तर कधीच चांगले दिवस बघाया मिळालेच नाहीत, सारखं गरिबी अन् लाचारीच होती. अख्ख्या सणावाराला चिपाट्याच्या पोळ्या करायच्या तो बी चेटकी करतेत म्हणून भेव. राध्याची दाळ शिजवताना आमच्या घरी बिबा, कवडी जवळ ठिवायचे. आमच्या शेजारी चुलतभावाची बायकू अंजनाबाई चेटकी करती म्हणून तिचा संशय घेयाचो. एकदा असंच सणाला भाभीनं ठरवलं की, अंजनाबाई चेटकी करून आपल्या भाकऱ्या ठिवून शिजलेलं पुरण घेऊन जात्याय तवा या येळंस तिला अक्कल घडवायची म्हणून अंजनाबाईला तिकडंच

चूल पेटवून पुरण शिजाया? भगुन्यात पाणी टाकली आन्‌ मधी हारभऱ्याची दाळ टाकायाऐवजी म्हशीचं शेण टाकली अन्‌ आम्हाला म्हणाली," बगा आता तिच्या पुरणात तिनं चेटकी करू लागली की, समदं आपल्या भगुन्यातलं शेण तिच्या भगुन्यात जातंय. तिनं आपल्यातून चेटकी करून दर सणाला पुरण उडवल्यात. भाकरी करू लागलं की, भाकरी उडवित्यात म्हणून बरकत येत न्हाई. त्या दिवशी बगत बसलो तसं काय बी झालं न्हाई. अंजनाबाईनं पोळ्या करून खाल्ल्या. मग भाभी म्हणाली, "रांडंनं उरपाटी फिरवल्याय, तिचं पुढच्या सनाला बगत्याय." मला चेटकीबद्दल काई कळायचं न्हाई. भाभी म्हणायची चेटकी कराया शिकायचं असंल तर पाच शनिवारी चिचुक्या इतका गू खावा लागतोय. मग चेटकी येतीया. मला लई भूक लागली की, वाटायचं आपण अंजनाभाभीला मला चेटकी कराया शिकव म्हणून अन्‌ पाच शनिवार गू खावं, मग आपण कधीच उपाशी राहणार न्हाई. चांगल्या घरच्या लोकांनी चेटकी करावी का? बरं गू खाल्ल्यास आपल्याला चेटकी जर न्हाई आल्यास? म्हणून मी अंजनाबाईला म्हणालो न्हाई. कारण, एकदा बाबानं मला सांगितलं होतं की, रुचिक अन्‌ बोरीच्या मधी रोज परसाकडला बसावं. असं एक महिना बसलं अन्‌ एका शनिवारी एक रुपाया कुणाचं तोंड न बगता, मसनवट्यात बोरीच्या अन्‌ रुचकीच्या मधी पुरावं म्हणजे माणसाच्या खिशात किती बी रुपये खर्चले तरी एक रुपाया तसाच राहतो अन्‌ रानातले पाखरं काय बोलतात ते कळतं. मग मी एक महिना रुचिक अन्‌ बोरी एक जागी असंल ती जागा बघून तसं एक महिना केलो व्हतो. अन्‌ माझ्या खिशात रुपाया बी राहिला न्हाई. म्हणून मला भीती वाटू लागली. मी पाच शनिवार गू खाल्लो आन्‌ चेटकी न्हाई आल्यास समदं वाया जायाचं. म्हणून मला भीती वाटायची म्हणून मी चेटकी शिकलो न्हाई. मला या गरिबीनं किती भयानक परिस्थितीला तोंड देण्यास भाग पडलं व्हतं अन्‌ काय-काय करावं वाटलं याचं आजही डागनी दिल्यावनी मनावर परिणाम व्हतो.

एकदा मी, आमची भावजय बाहेर अंगणात झोपलो व्हतो. बाकी सर्व भावजय मधी झोपल्या व्हत्या. भल्या रातच्याला कुणी तर एक गडी आला अन्‌ चक आमच्या भावजयाच्या अंगावर पडला. बाजूच्या भावजयच्या तोंडावर हात ठिवून भावजयला निजू लागला. मी जागीच व्हतो. बरं मिस घेवून गेल्यागत गपचूप पडलो. अन्‌ आमच्या भावजयला घोळसून घोळसून लगेच गडबडीनं

पळाला. अन् भाभी मोठ्यानं आरडू लागली अन् बोंबलू लागली. पळापळा कोणतर कडू माझ्या अंगावर पडून गेला. तवा समदे तेच्या मागं पळाले. बरं तंवर तेन अंधारात पसार झाला व्हता. मग आमच्या भावजया भाभीला इचारू लागल्या तेनं निजलं का म्हणून. मग भाभी म्हणाली मी निजू दिलं नाय. कडू मापूशी माझ्या अंगावाच घात व्हता. अन् तोंडावर हात लावला व्हता. आता खरं खोटं काय केलं ते भाभीलाच माहीत. बरं भावू काय म्हणंल भाभीला सोडून देईन म्हणून तिनं फिरवली.

वर एकदा भाऊ लई कसार येऊन पडला. हात पाय बारीक झाले. भाऊचा बेभरोसा वाटू लागला. मग अण्णानं कसं तर करून पैसे गोळा केला अन् समद्या गावात बैलगाडी लातूरपर्यंत पसारा द्या म्हणून फिरला. कोणी देईनात. तेवढ्यात बेंबड्या डिगूची गाडी लातूरला चालली व्हती. आमच्या अण्णानं बेंबड्याला सांगितलं. “कारभारी एवढं आमच्या भावाला गाडीत बसवा. दवाखान्यात न्यायाचंय.” बेंबड्याच्या नागाने “नाय जमत, तुमच्या बापाची गाडी हाय का” म्हणाला. तवा अण्णा “पाया पडतो” म्हणाला. “आमच्या भावाला वाचवा. तेला बसवून न्या. आमी पायी चालत येताव.” तरी त्या बेंबड्याने नेला नाही. अखेर आमचा चुलतभाऊ तुळशीरामाच्या गाढवावर बसवून नेलं तवा भाऊ कसातरी वाचला. बरं गावातले लोक काहीच मदत करत नव्हते. उलट आमच्या गावात लिगरा चामले श्रीमंत मानूस हाय. हा तर आकाड श्रावणात लोक उपाशी मरू लागले तर उपकार म्हणून कीड लागलेल्या खराब ज्वारी चार दोन पायल्या देऊन त्या काळात उकंड्यावरच्या खत कमी पैश्यात चार-दोन पायल्यात घ्यायचे अन् गरिबांच्या मुंड्या मोडायचे. बरं कधी कोणाला मारू लागले तर बघायचे नाहीत. इतकं आमचं गाव कठोर व्हतं. तांब्या ठेवून गाढव देत नाहीत. ही म्हण आमच्या गावाला लागू व्हते. अखेर आमचा भाऊ नीट होऊन आला. पुन्हा भावजयांत एकमेकांचं जमेना झालं. वेगळं राहायचं म्हणू लागले. अखेर बाजूला पडायचं ठरला. समद्याच्या वाटण्या झाल्या. आम्ही तीन माणसं बेवारशी. बाबा, हारचंदा अन् मी. त्याच्यात बाबा मका राखायचं काम करायचा. हारचंदा चोऱ्या करायचा. हारचंदावर समद्याचा छाप होता. हारचंदाला प्रत्येकजण म्हणायचा मी सांभाळतो. बाबाला बी अण्णा सांभाळतो म्हणाला. बरं मला कोण सांभाळण्यास तयार होईना. कारण आमचे बायकापोरं सांभाळावं का याला सांभाळावं. ह्याचे पुस्तकं,

वह्या कुठले द्या. अखेर मला संभाभाऊ संभाळाया तयार झाला. बरं समद्या भावांनी पुस्तकाचा खर्चा दर वर्षाला द्यावा असं ठरलं. हारचंदाला मात्र आमचा थोरला भाऊ सांभाळतो म्हणून घेतला. कारण तो चोऱ्या करून काय तर आणून द्यायचा. बाबाला अण्णानं घेतला. समदे बाजूला राहून संसार करू लागले. अण्णानं धनेगावला पोट भरंना म्हणून सासरवाडीला गेला. दादाबी असाच बाहेर सोयऱ्याच्यात चोऱ्या करण्यासाठी गेला. आता घरी मी, भाऊ, भाभी राहत व्हतो. असंच सुगीला भाभीला भाऊने धाडला. मी अन् भाऊच धनेगावला राह्यलो. त्या येळंस मीच रोट्या बांधून देयाचे. भाऊनं रोज चार रुपयं कमवायचे. आमचं घर गावाच्या बाहेर जवळ जवळ हागणदारीच!

कधी कधी भाऊ लई उशिरा यायचा. मी तेची वाट बघत आईच्या ओट्यावर बसून बसून भीतीनं झोपून जायचो. भाऊ येऊन उठवायचा. मग घरी जायाचं. कधी घरी काय नसलं तर भाऊ येऊस्तवर उपाशी राहायचं. मग भाऊ येतानाच एक दोन किलो ज्वारी दळून आणायचा. भाऊ चूल पेटवायचा. मला कोरड्यास करायचा.

अशाच टाईमाला एकदा मी बाभळगावला शाळंत गेलो. भाऊ कामावर गेला. घरी कोणी नव्हते. मी कुलूप लावून शाळंत गेलो. मी शाळेतून परत आल्यावर कुलूप मोडून पडलेलं दिसलं. कडी काढलेली व्हती अन् दार उघडंच व्हतं. मला घरी भीती वाटू लागली. मी रडत रस्त्यावर उभा राहिलो. अन् शाळंतला दोस्ताली सांगितलं माझं घर कोण तर फोडलं. चला हो म्हणून आत हळूच दबकत घरात गेलो. तर समदा उघडा पडला व्हता. त्याच्यात एक हारचंदानं आणलेला टरलीगचा खमीस चोरून आणलेला व्हता. मी त्या खमिसाला लई जपत व्हतो. जनमताचं पहिलं भारीच खमीस मिळालं होतं. तेबी नेलं व्हतं. ते मी सणावाराला घालायचो अन् मला माझा मोठा खजिना नेल्यासारखं वाटू लागलं अन् रडू लागलो. दोस्तांनी जाऊ दे म्हणून माझी समजूत काढली. गप्प बसविलं. बरं दुरडीत भाकर व्हती ती बी चोरीला गेली व्हती. भाऊचं धोतर, पांघरायचं गोधडं, आमचा समदा संसारच चोरीला गेला व्हता. त्या दिवशी भूक लई लागली व्हती. बाळाचार्य गुरुजीचा अरुण जवळच व्हता. त्यानं घरी जाऊन त्याच्या बहिणीला सांगितलं की, लक्ष्मणकडं चोरी झालीया. तेची भाकर बी चोरीला गेलीया. त्यानं उपाशी हाय म्हून. तवा सुलभानं मला बोलाविलं अन्

भाकर कोरड्यास दिलं. ते खाऊन चोरी कोण केलं असंल याचा विचार करत बसलो. रातच्याला भाऊ आला. त्या येळंस कडक हिवाळा व्हता. आमच्या घरात पांघराया काही बी नव्हतं. भाऊ जवळ पैसे बी नव्हते. भाऊचं एकच अंगावरचं धोतर व्हतं. तेवढं एक पदर ठिवून थंडीची ऊब द्यायचा. कवा कवा थंडी लईच वाजू लागली की, जाळ करून शेकत बसायचो. पिशवीतलं पुस्तक काढून टोपी करून पिशवी करून मी लेवायचो. अन् मी अन् भाऊ काय देवानं येळ आनलीया म्हणून रडत बसायचो. दोनच दिवसानं कळलं की, आमच्या चुलतभावाच्या पोरानं नाऱ्यानं आमच्या घरात चोरी केलीया म्हून. त्यानं सोनवतीला कुडतं, धोतरं, गोधडं दहा रु.ला इकला म्हून. आम्हाला आणाया पैसे बी नाहीत. नाऱ्या बी पळून गेलेला. तवा आमचे लई हाल झाले. भाऊ तेच धोतर पांघरायचा अन् तेच घालायचा. तवा भाऊ म्हणायचा मी मशीन नीट कराया शिकू लागलो. मला साहेब आता पगार वाढविणारेत. पुन्हा कायमची मशीन नीट करायची नोकरी बी देणारेत. असं सांगायचा. मग मला बी वाटायचं भाऊ मग लातुरात राहील. लांबकी चड्डी घालील. साहेबासारखा राहील. मीबी लातूरला जाईन. तवा आपली बी मजा राहील. बस, गाड्या, आगिनगाडी, बाजार, सिनेमा बघाया मिळंल. आपल्याला बघून लोक म्हणतील वा काय पाथरुटाचे लोक लातूरला गेलात, सुधारले बगा. चोर म्हणून ओळखायाचे बंद करतील. भाऊ साहेबावानी पँट घालून सायकलीवरून जाईल. असं सारखं स्वप्नं पडायचं. ते मी पाह्यचा, आनंद घेयाचो.

आमच्या घरात सगळे वेगळे झाल्यामुळं मला सांभाळायचा प्रश्न येतच व्हता. तवा मी बाभळगावच्या बोर्डिंगमधी राह्यचा ठरविलो. मला आमच्या वर्गातल्या एका पोरानं सांगितलं की, मागासवर्गीयांसाठी आपल्या बोर्डिंगमधी पैसे घेत नाहीत. मग मी हेडमास्तरांना भेटून सेक्रेटरीच्या नावाने चिठ्ठी घेतली अन् भेटून आलो. त्यांना बी बर वाटलं की, आपल्याकडे भटक्या जमातीचं एक बी पोरगं नाही. त्यांनी मला बोर्डिंगमधी राहायला बोलविले. मग मी भाऊला सांगितलं की, बोर्डिंगमधी मला जागा मिळालीय. मी तिथंच राहतो. मला शाळाबी लई लांब पडत व्हती. मग मला पुस्तकं ठेवण्यासाठी एक पेटी, ताटली अन् तांब्या घिऊन दे म्हणालो. तवा चार रुपयाची लाकडी पेटी भाऊ घेऊन आला अन् मी बोर्डिंगमधी राह्यला गेलो. बोर्डिंगमध्ये वीसेक पोरं व्हती. मी बी त्यांच्यात सामील

झालो. नुकतीच बोर्डिंगमधल्या समद्या पोरवाची दोस्ती झाली. बोर्डिंगमधी दोन टाइम भरपूर जेवाया मिळू लागलं. मी बी वेळंवर शाळंत जाऊ लागलो. दर रविवारी धनेगावला बाबाला भेटाया चामल्याच्या मळ्यात जायचो. एक दिवस बाबाजवळ राह्यचं. बाबा एवढं इमानदारीनं नोकरी करायचा. बरं कधीच ऊस खायला द्यायचा नाही. उंदरानं अर्धा कातरलेला ऊस देयाचा, त्या बी चुयल्या उघड्या टाकू द्यायचा नाही? त्या पुरून टाकायचा. कोठल्या झाडाचं पान तोडू देयाचा नाही. एवढ इमानदारीनं नोकरी करायचा. त्याच्या बदल्यात जेवण अन् महिन्याला दहा पंधरा रु. मिळायचे. मग मला कधी आठबाराने खर्चाया देयाचा. मी दर रविवारी येतोय म्हणून बाबा सिताफळं, उंदरानं कातरलेला ऊस ठेवायला विसरायचा नाही. दोन दिवस थोडी थोडी भाकर आपल्या हिश्शातली काढून ठेवी अन् मला आल्यावर पाचटातील भाकर काढून देई. मला वाटायचं बाबा आता एवढा म्हातारा झालाय, थकलाय तरीबी नौकरी करतुया. बाबा कधी कधी म्हणायचा, 'तू लई शाळा शिक. मोठा कामदार बन' म्हणायचा. आम्ही सोमवारी सकाळी बाभळगावला शाळेत जायचं. बोर्डिंगात समद्या मित्रांत मन रमलं होतं. मला सर्वजण प्रेमानं वागवत. बाभळगावचं बोर्डिंग पाटील चालवत होते. मी आठवड्यातनं मंगळवार, शुक्रवार, पंधरवाडी एकादस करत असल्यानं पाटलाला मी येगळाच वाटायचा. अन् ते माझ्यावर प्रेम करायचे. शुक्रवारी एकादशी दिवशी फराळाला मला घरी घेऊन जायचे. मला वाटायचं, आपण किती चांगल्या नावारूपाला आलाव. येवढा मोठा पाटील आपल्याला घरी बोलावून फराळ कराया लावतो. मग बोर्डिंगमधले पोरं माझ्याकडं बघायची. आमच्या बोर्डिंगात लिंगायताची दोन पोरं राह्यची. बाकी समदे म्हाराचे, मांगाचे अन् मी बी पाथरुटाचा. वाण्याचे पोरं मात्र आमच्यात मिसळायचे नाहीत. ते स्वतःला लई भारी समजायची अन् जेवाया एका कडला बसायची. मी मात्र गौरमसलग्याचे गंगाधर गायकवाड, शिवाजी हे एका जागी बसायचा. कधी कधी डाळीत अळ्या निघयाच्या, कधी भाकरी कच्च्या राह्यच्या. बरं कोणाची तक्रार करायची हिंमत होयाची नाही. तसंच गुपचूप खायाचे. मागंच शिव्या द्यायचे. सरकारचे पैसे घेत्यात अन् आम्हाला मात्र खराब जेवण देत्यात म्हणायचे. मी मात्र कधी कधी मोरे गुरुजीच्या खोलीवर जायचा अन् त्यांचं उरल्यालं जेवण मोरे गुरुजी मला जेवाया द्यायचे. कारण त्यांच्या इंग्रजीच्या तासात त्यांनी इंग्रजीचे शब्द विचारले

की, मी ती मुखपाठ सांगायचा म्हणून ते माझ्यावर माया करायचे. मग त्यांच्या घरी ते एकटे असल्यावर मला बोलावून घ्यायचे. मी त्यांचे भांडी धुवायचा. त्यांच्यापाशी जेवाया जायचा अन् त्यांच्याच विषयाचा अभ्यास लई करायचा. बोर्डिंगातले समदे दोस्त रोज संध्याकाळी फिराया जायचे, पाणी पिण्यासाठी न् संडासाला एकच तांब्या असायचा. रानात उगच गप्पा मारायचा, मी थोडा सर्वांना आगाव असं वाटायचा. बोर्डिंगमधल्या पोरावालाबी माहीत व्हतं की, आमची जात उचलाच्या धंदा करतात म्हणून. ते मला विचारीत कसे करतात, काय करतात? मीबी समदं सांगत राह्यचा. मग मी समद्याला भुशाऱ्यावानी सांगे की, माझा भाऊ सरकारी नौकरीवर हाय. आमच्या घरी भाऊनं रेडिओ घेतलाय. मला त्या येळेस सहकार अन् सरकार शब्द सारखाच वाटायचा. म्हणून भाऊची नौकरी सहकारचीच हाय असं वाटायचं. म्हणून दोस्तांना सांगत होतो. कधी कधी लातूरला गेलो की, भाऊचा बारका रेडिओ घेतला होता ती मी घेऊन यायचा. मग बोर्डिंगातले पोरं मला वेगळ्या नजरेनं बघायचे. हेचा भाऊ मोठ्या नौकरीवर हाय असे एकमेकांस बोलायचे. मला लई बरं वाटायचं. आपल्या आयुष्यात आपल्या भावाला मोठं नौकरदार समजत्यात. लातूर म्हणजे मला मोठी शहर वस्ती वाटायची. बाहेरचं काहीबी म्हाईत नव्हतं. एकदा तर इतिहास-भूगोलाचे गुरुजी आले. त्यांनी सर्वांना विचारले, कोणी "औरंगाबाद पाह्यलंय का?" तवा समदे म्हणाले नाही. बरं, मी मातर पाह्यलो म्हणालो. तवा गुरुजी म्हणाले "कवा गेला व्हतास" तवा मी सांगितलो, "गुरजी मी तुळजापूरला जाताना बस गाडीमधून पाह्यलो." तवा समदे हासाया लागले. मला काय ह्या वेळंस कळालंच नाही. मला तवा उस्मानाबाद औरंगाबादसारखंच वाटलं. दोनीतला फरक कळतच नव्हता.

बोर्डिंगमदी दिवाळीपस्तोर काढलो. मधून मधून लातूरला गेल्याने मनावर सारखा परिणाम होऊ लागला. बाबा म्हातारा झालाय. हारचंदा आता चोऱ्या करायचं बंद झाल्यानं त्यालाबी कोणी सांबाळीना झालंय. आपणाला कुणी पुस्तकांसाठी पैसे देईनात. आपण कायतरी नौकरी करावी अन् बाबाला सांबाळावं असं वाटायचं. दिवाळीची सुट्टी झाली. बोर्डिंगमधली लाकडाची पेटी उचलली गपचूप अन् लातूरला आलो. दिवाळीची सुट्टी कधी होईल याची वाटच पाहत होतो. कारण मला बोर्डिंगमध्ये जेवाया मिळायचं. बरं हारचंदाला कोणी सांभाळंना

झालं. कोण्या भावाच्या घरी चार दिवस राह्यला गेला, तर भावजया त्याला कुत्र्यासारखं घरातून बाहेर काढायचे. दोन दोन दिवस भाकर घालायच्या नाहीत. तो उपाशी मरू लागला म्हणून बाबा त्येला मळ्यातच आपल्याजवळ ठिवून घेतला. अन् आपल्या जेवणातलं अर्ध जेवण त्याला देयाचा. मी आईतवारी गेलो की, मग तर बाबाच्या जेवणात तिघंजण व्हायचे. बाबाला एका टायमाला अडीच भाकरी मालकीण देयाची. त्याच्यात बाबा एक खायाचा. बाकी हारचंदाला देयाचा. त्याच्यात कधी कधी मी जायाचा. मला बक्कळ जेवू नये वाटायचं. बाबा-हारचंदांना जेवावं वाटायचं. बाबाला सांगायचा आताच जेवून आलो. तरीबी बाबा अन् हारचंदाबी मला बळच जेवाया घालायचे. आमा तिघालाबी सहारा न्हाय म्हणून कधी मळ्यात आम्ही तिघं रडत बसायचे. अशा वेळेस मला वाटायचं आपण शाळा सोडावी न् चोऱ्या कराया शिकावं अन् बाबाला, हरचंदाला सांभाळावं. आता मला समदं कळत होतं. बाबाला कधी कधी मालक शिव्या देयाचा. तुमा दोघा बापलेकावाला सांबाळायचा गुत्ते घेतलाय का म्हणायचा. कधी कधी भाकरी कमी देयाचे तवा रानात बाबा, हरचंदा रताळं भाजून खायाचे. कधी कधी तर एक एक वेळेस भाकर जल्दी नाही आली की, बाबा हरचंदा निस्ते पातीचे कांदे तोडून खायाचे. त्यामुळे मी पक्कं ठरविलं की, दोघांना सांभाळायचं. दिवाळीपस्तोर शाळा करायची अन् सुट्टीत बोर्डिंगातलं समदं सामान घेऊन पळून जायचं. या विचारानं एकदा दिवाळीच्या सुट्टीत भाऊच्या घरी आलो. पेटी टेकीवली. भाऊला सांगितलो, "समदे पेटी अन् पुस्तकं घिऊन आलो." तवा भाऊ मला काय काय म्हणाला. तसं भाभीला बरं वाटलं. का तर पुस्तकाचं पैसे वाचतील अन् फुकट संभाळायचं बंद होईल, या आशेनं भाभी गप्प होती. बरं, आयतं बसून खाऊ लागलो तसं भाभी भांडण करायची. जल्दी भाकरी करायची नाही. सारखं भांडण व्होयाचं. आम्ही ज्या वाड्यात होतो त्या वाड्याची घरमालकीण आमच्याच लोकांची होती. बरं तिने पह्यले दोन नवरे सोडून दिल्ते अन् आता एका यलमाच्या रेड्डीला ठिवून ऱ्हायली होती. तसं तिला लातुरातले बरेच लोक ओळखीत होते ते जाधवीण म्हणून. तसा ह्या बाईचा नंबर दोनचा धंदा होता. सुरुवातीसुरुवातीला दारू विकायचा लई मोठा धंदा होता. तवा मी न् भाभी गेलो. कारण ती भाभीच्या गावची होती अन् तिची जवळून पाहुणी होती. त्या येळंस ती एका चांगल्या घरात राहत होती. जे

घर मी स्वप्नातबी कधी बघितलं नव्हतं येवढं चांगलं ते घर होतं. बरं, तिचा नेम होता की, उचलेगिरी करणाऱ्याला अजिबात घरासमोर उभा ठाकू देत नव्हती. आमचीबी तीच गत झाली. मी मनात म्हणायचा आपल्या लोकातली बाई श्रीमंत हाय तवा आपल्याला इचारंल. पर तसं झालं नाही. तिनं आम्हाला चेक हाकलून दिलं. बरं, भाभीला तेवढं नौकरीच्या गड्यानं भाकर खायला दिली अन् सांगितली की, रेड्डी जेवाया यायचा टाईम झालाय. तुमी जावा नायतर तुमाला मारील. मग आम्ही तवा माघारी आलो. तवाच्या टाईमालाच दारूवर तिने वाडे बांधून काढलेले लातूरला हायेत. बरं, आम्हाला वाटलं नव्हतं की, आम्ही लातूरला राह्यला येऊत म्हणून. बरं, भाऊला नोकरी लागल्यानं लातूरला खोली घेण्याचा संबंध आला. मग चंद्रभागाबाईची ओळख झाली. त्याच्यानं तिच्याच वाड्यात खोली किरायानं घेतली. मग तिचा कारभार तसा दांडगा होता. मग ती मला कधी दूध विकाया धाडायची, कधी भुस्सा, पेंड आणाया सांगायची अन् चारआठ आणे द्यायची अन् तेच पैसे मी भाऊला देयाचा. मग असं करत दिवाळीची सुट्टी चंद्रभागा माईच्यात काम करण्यात घालवले. तसे मी १०-१५ रुपये जमवले होते.

एक्या दिवशी बाबा लातुराला आला. बाबा धास्तीनं लई खराब झाला होता. म्हणू लागला, पोरा शाळा सोडू नको. घरावरले पत्रे विकतो अन् तुला पुस्तकं घेतो पर शाळंत जा. एक तर हरचंदाचं वाटुळं चोऱ्या कराया जाण्यानं झालं. धड चोऱ्या करणाराबी निघाला नाही ना धड कामाचा निघाला नाही. एक दिवस दारं धर म्हणलं तर धरता येत नाही. कुठं फेफ्रं यील तीथं पडतो अन् माझ्या जीवाला त्रास आणतो. म्हणून सांगत होता. हेच्यानं धड त्याचंबी पोट भरंना ना माझं बी. दोघे उपाशीच राहतो. बाबा म्हणाला, आता मी किती दिस उपाशी राहून त्याला सांभाळू. मालक बी शिव्या देऊ लागलाय. मालकीण बी मुद्दाम कमी भाकरी बांधून देतीया. आता हरचंदाला तुळजापुराहून एक परडी आणून देतो. मागून तर खाईल. अखेर बाबानं मालकाकडून काई पैसे आणून तुळजापूरच्या आईपासून परडी, माळ आणली. तसं आमच्या घरात आईची परडी माळ होती. मी मंगळवार, शुक्रवार जोगवा मागायचा अन् परडी मोकळी ठेवू नये म्हणून मीबी चार दाणे न्हायतर पीठ ठिवायचा. घरात उंदरं लई होते. त्यांनाबी काय खायला मिळायचं न्हाई म्हणून ते समदं खाऊन टाकायचे अन्

चिडून परडी कातरून मातरून पारच केली. म्हणून बाबानं तुळजापुराहून परडी आणली. हरचंदा चोऱ्या करण्यात पटाईत होता तवा सर्वांना लई आवडायचा. समदे घरचे त्याच्यावर प्रेम करत होते. पर माराच्या भीतीने अन् फेफ्रं जास्त झाल्यानं चोरी कमी झाली. म्हणून बाबानं काई दिवसांपूर्वी त्याला चोऱ्या कराया लावल्या अन् जास्तच उपासमार होऊ लागल्यानं भीक मागण्यासाठी हरचंदाला परडी न पोत दिली. हरचंदा रोज गावात जोगवा मागायचा अन् पोट भरायचा. नवीन नवीन आमच्या गावात जोगवा मागायचा न्हाई. शेजारच्या गावात तर कधी लातुरात जोगवा मागाय जायचा अन् जुना मागणारा झाल्यास गावातच जोगवा मागू लागला. खरा आईचा जोगवा तर मंगळवार, शुक्रवार, अमोशा याच दिवशी मागायचा. बरं, आमच्या हरचंदाचं तसं नव्हतं. रोजच भीक मागायचा. आम्ही त्याला भीक न म्हणता जोगवा म्हणू.

अशा सबंध त्रासाला कंटाळून नोकरीचा प्रयत्न सुरू केला. आणि ठरवले की, हरचंदाला भीक मागू देयाचा नाही. मग लातूरमध्ये नांदेड नाक्यावर आमच्या गरीब लोकांची वस्ती होती. तिथं पाव विकायला सुरू केलो. बरेच दिवस पाव विकलो. भाऊ सूतगिरणीत नोकरीला असल्यानं खेड्यातून पोरं नोकरीला लावा म्हणून यायचं. कुणी नोकरीला टिकायची नाही तवा आलेल्या पोरांना मी अर्ज लिहून देयाचा. कोणत्या पोराला नोकरी देयाचं. कोणच्या कोणच्याला म्हणायचं, तुला जमत नाही, तुझं वय कमी आहे. तवा मला वाटायचं आपल्या परीस मोठे पोरं घेत नाहीत. मला काय घेणार, मी गप्प राह्याचा. मी कधी भाऊला म्हणायचं, "भाऊ तुझ्या सायबाला सांगून मला नोकरीवर लाव बरं." भाऊ म्हणायचा, "तू लई बारका हायस." तवा मी गप्प राह्याचा. काय करावं समजंना. मग कधी बाजारात फिराया गेल्यावर माझ्याएवढे पोरं बरेच धंदे करू लागलेले आढळत. कोणी केळं, कोणी खारेमुरे, आंबे विकलेल्या पाहिलो आन् पावात काय मुनाफा नाही, केळं विकावं म्हणून ठरविलं अन् केळासाठी भाऊकडून पैसे घेतलो. त्यान कसंतरी पैसे दिले मग मी एक डाल घेतली. रोज सकाळी ११ ते १२ रु. शेकडा करून घेयाचे आन् १५ पैशाला एक, डझनावर विकत दिवसभरू फिरू लागलो. काही दिवस पाव घ्या म्हणून आरडत हुतं. पुन्हा 'केळं घ्या केळं घ्या' म्हणून आरडत फिरायचं. तसंच केळामध्ये थोडं पैसे उरू लागले. अन् खायला बी मिळू लागले. ह्यामुळे हा धंदा बरा वाटू लागला. अन् केळं विकायचे

झालं की, चंद्रभागामायेच्या म्हशीला पेंड-चुनी आणाया जायचा. त्यातबी पैसे मारायचं. थोडी चुनी पेंड कमी घ्यायची. त्यातही उरलेले पैसे जमा करायचे. घरी काही जेवाया नसले की, बस हॉटेलात जायचे, खायचे, नाहीतर रस्त्याने गोड भज्जे, तिखट भज्जे खायचे. मग वाटायचं आपल्याला भावजयांनी सांभाळू न सांभाळू मी आता स्वतः धंदा करून जगू शकतो. आता कुणाची गरज नाही वाटायची; कारण हमेशा भावजया टोचून बोलायच्या जा घरच्या बाहेर म्हणून. कधी कधी बाहेर हाकलायच्या. बरं मी दिवाळीच्या सुट्टीपासून पाव, केळं विकलेल्यानं कोण काय म्हणंना झालं होतं. बरं आशात मला शाळेतले पोरे भेटले तवा बोर्डिंगमधून पळून आल्याने हेडमास्तर म्हणत होते. म्हणं त्या लक्ष्याला धरून आणा. त्याच्याकडून आतापर्यंत जेवलेल्याचे पैसे भरून घ्या अन् शाळंतून कमी करा. तवा मला वाटू लागले, आपण शाळेत गेल्यावर पैसे माफ करतील. नाहीतर येथपस्तोर येऊन पैसे वसूल करतील. तवा एवढं पैसं कुठून द्यावे म्हणून मी परत शाळेत जायचं ठरविलं अन् लातूरवरून बाभळगावला येऊ लागलो. तवा स्वामी गुरुजींनी माझ्या अंगावर छड्या मोडल्या. “शाळा बुडविचील का? मधून (बोर्डिंग) मधून पळून जाचील का?” म्हणून मारले तवा मी स्वामी गुरुजींना सांगितलो, “गुरुजी मला शाळा नको, मला आता शाळा पुरं ” म्हणून रडू लागलो. तवा थोडं मारायचं बंद केलं. मी तवापासून शाळा सोडून दिली आणि एक दिवस नोकरीचा अर्ज देऊन शेवटी सूतगिरणीला गेलो. तवा मला लई बारका दिसतोस म्हणून हाकलून दिलं. आणि मी परत अर्ज दिलो आणि मला एकाने मिलपाशी सांगितले, “केशवराव सोनवणेला भेट रं पोरा. तेनं सही दिली की, गुपचूप घेतात.” तवा मी केशवराव सोनवणे यांचे घर हुडकीत फिरलो. तवा पत्रांचे घर मिळाले. बरं केशवराव सोनवणे हे सहकार मंत्री होते म्हणून समजले; पण ते कधी लातुरात येतेल म्हणून पाहायचं. मग एका दिवशी सकाळी घरी गेलो. तवा सोनवणे साहेब आहेत म्हणून समजलो. तवा मला मधी कोणी जाऊ देईना झाले. मला तर कायबी करून त्यांची सही अर्जावर घ्यायची होतो. मग मी हळूच घरात शिरलो तर सोनवणे साहेब कुठेच दिसेना. मी तसा धट होतो. कोणाला भेटायची भीती वाटत नव्हती. मी त्या खोलीतून दुसऱ्या खोलीत शिरलो. त्या जागीच केशवराव सोनवणे दाढी करत होते. मला ते आहेत म्हणून माहिती नव्हते. मी त्यांना म्हणालो, “ओ सायब मला सोनवणे सायबाची गाठ घ्यायची

हाय आन् त्यांची सही या अर्जावर पाहिजे." तवा ते म्हणाले, "बोल, मीच सोनवणे हाय." तवा मी त्यांच्या पाया पडलो. आन् सायब मला सूतगिरणीत नोकरी करायची हाय आन् तुमची सही झाल्याबिगर घेत नाही. तवा त्यांनी मला म्हणजे, "तू अजून लहान हायेस." तवा मी त्यांना म्हणालो, "सायब मला कोणी सांभाळत नाही तवा भीक मागावा लागलं. मी बारका जरी असलो तरी मी काम करीन" अन् तवा मला केशवराव सोनवणे यांनी दाढी करतच माझ्या अर्जावर सही केली अन् म्हणाले, "तू हुशार आहेस रे. चांगला बोलतोस." तवा मी उगाच हासल्यासारखं केलं. अन् तो अर्ज देण्यास घेऊन गेलो तवा वॉचमेन मला सोडीना झाला. तवा मी त्याला सांगितले, "मला सोनवणे सायबांनी धाडले." तवा त्याने मला आतमध्ये सोडले. तवा तेथे स्पिनिंग मास्तर यांच्या ऑफिसमध्ये गेलो. "सायब मला सोनवणे सायबांनी नोकरीसाठी धाडलेय." तवा माझ्या अंगावर हाफ चड्डी, अंगात हाफ कुडतं होतं. स्पिनिंग मास्तरानं विचारलं, "तुझी उमर काय?" त्याला मराठी येत नव्हतं अन् मला हिंदी. तरी बी मोडकंतोडकं शाळेत हिंदीचं पुस्तक वाचल्यानं थोडा फार जमलं अन् मी सांगितलं, "सायब, मैं वैसा मोठा हूँ. काम करूंगा." त्यानं परत विचारले, "तुम्हारा वय काय?" तवा १६ वर्षं म्हणून सांगितलो. तवा ते म्हणाले, "हम आठरा बरस वाले को लेते है." तवा मी धीटपणे सांगितले, "साआब मेरा वय १६ वर्षं स्कूल मैं है, लेकिन सही वय १८ है." तवा त्यांनी कशी तरी सही केली. आणि म्हणाले, "इतने छोटे बच्चे कैसे काम करेंगे? " त्याने मला रिंगफ्रेम खात्यात घातले तवा मी सूतगिरणीत समद्यात बारका होतो. मला समदे लोक बारक्याच म्हणायचे.

मी कामावर जाऊ लागलो. नवीन-नवीन काम फुकटच घेयाचे. ह्येचानं मी निस्ता दोरा लावायचा शिकत फिरू लागलो. चाती हातानं धरायचं म्हणलं की, चरकन पोळायचं. त्या येळंस जीव गेल्यावानी वाटायचं. पुन्हा पुन्हा ती चाती धराया बघायचा. दुसरे तिथले लोक चटाचट चातीला धरून दोरा लावायचे. मला का येत नाही, म्हणून चिडून त्या चातीला धराया जायचं. कवा कवा काड्या निवडाया ठिवायचे. कधी कापूस उचलायला लावायचे. असं पंधरावीस दिवस गेले. पगार चालू करायचं म्हणाले तर, चाती धरून दोरा जुडवत नाही तंवर पगार चालू करायचे नाहीत. माझ्यापरिस मोठे मोठे पोरं चाती धरायचे. चाती धरून दोरा चिकटवायला येईना म्हणून तीन तीन चार महिने फुकट काम करून

पगार चालू व्हईना म्हणून पळून जायचे. त्या येळेस समदे काम करणारे बाहेरून आले होते. मग मी स्पिनिंग मास्तर कधी खात्यात आले की, "सायब मला दोरा लावाया येऊ लागलाय. माझी ट्रायल घ्या" म्हणायचा. कधी कधी दोरा चिटकायचा तर बाजूचे तुटायचे. ह्याच्यानं सायब निघून जायाचे. असं मला कामाला लागून १२५ दिवस झाले होते. साहेबाकडे अर्ज केला-माझा पगार चालू करा म्हणून, तवा साहेब म्हणाले, "तुम जब तक धागा लगाते नहीं तब तक पगार चालू नहीं होगा."

तवा मी साहेबांना विनंती केली, "साहेब, मैं बहुत गरीब हूं. मुझे खाने को नहीं, लेने को कपडे नहीं, साहब तुमच मेरे माँ-बाप है, मुझे पगार चालू करो." तवा साहेब म्हणाले, "चलो, तुम्हारी ट्रायल लेता." तवा माझं काळीज धड धड करू लागलं. मनातल्या मनात समद्या देवांची नाव घेऊ लागलो. आन् मला देवा दोरा चिकटवायला येऊ दे. मग सोप्या मशीनवर जाऊन साहेबासमोर तिथं चात्या धरून दोरे चिटकवलो तवा साहेब खूश झाले. "छोकरा हुशार है." म्हणून अर्जावर ६० रुपये पगार द्यावा म्हणून लिहिले. मी लई खूश झालो. वाटू लागलं आपण आता पगारदार माणूस झालो. मला सकाळची पाळी होती. सकाळी ७ वाजता ड्युटी राहायची. मी जलदीच उठायचं अन् सहा वाजता जाऊन सूतगिरणीच्या पावणेसातच्या भोंग्याची वाट पहायची. भोंगा वाजला की, मधी जायचं. आता माझा पगार चालू झाल्यानं मला मोठं काम देऊ लागले. बिगारी काम करायला लावायचे. काड्याचे बास्केट वाइंडिंगमधून दावं बांधून ओढीत नेयाचे. समद्या अंगाची ताकत लावायचं अन् बास्केट कमीत कमी ६० ते ७० किलो वजनाचे ते टोपले ओढायचे. नाइलाजानं ओढायचे. नाही ओडलं तर कामावरून कमी करतील म्हणून तसंच काम करायचं. मधल्या सुटीत जेवायला जायचं. मग मला दोन महिन्यांनंतर डाप काढाया लावू लागले. डाप काढायचं म्हणजे मशीनच्या भरलेल्या दोऱ्याच्या बाबीन काढायाच्या व मोठमोठे डब्बे डोक्यावर घेऊन पळू पळू मशीनचा डाप काडायचं नंतर तारा लावायचं. आता मला चांगलं काम येऊ लागलं. जॉबर प्रभाकर कोकणे म्हणून होते. ते मला भावासारखं समजावून सांगत. "बारक्या टिकून काम कर. तुला चांगले काम आल्यावर मी तुला सायडर करतो" म्हणजे मशीन सांभाळाया देईन. मग मी मन लावून काम करायचं. मोठ्या माणसालाही मी तार लावाया ऐकाचा नाही. मला जलदीच डापरचं

तारवाला केले. तारवाल्याला जास्त काम नव्हते. नुस्तं तार लावीत फिरायचे. वजंही उचलायचं बंद झालं. सहा महिने झालेत कामाला लागून की, माझा पगार ६० रुपयाचा ७५ रुपये झाला तवा मला मी किती मोठ्या पगारीवर गेलो म्हणून वाटायचे. तवा धनेगावला जाऊन रोकडोबाला, आईला पेढे वाटून नवस फेडलो. आता चेक राहू लागलो. मला सायकल शिकावं म्हणून हौस वाटू लागली. सायकल शिकल्यावर मी बराच प्रयत्न करून गुडघे फुटून आणि बऱ्याच लोकांचा मार खाऊन कसं तरी सायकल शिकलो. मला थोडी सायकल येऊ लागली. मग सायकल किरायानं घेतली. अन् आता मला सायकल चालवाया येऊ लागली. मला ह्याचा आनंद वाटत होता. सायकल घेतली अन् सरळ बाजारात चालवत गेलो. लातूरला गोलाई हाय. त्या गोलाईतून सरळ भुसर लाईनला लागलो. तवा एका डालडा फॅक्टरीच्या वॉचमनच्या अंगावर गेली. तवा मला समोर माणूस आल्यावर ब्रेक कसं मारावं हे माहीत नाही. तरी कोकणे अन् मी बाजारातून जायाला निघालो. कोकण्याला चांगली सायकल येत होती. तो पुढे सरळ निघून गेला. मला त्या वाचमननं पायातला चप्पल काढून खाली पडेपर्यंत बडवलं. मग बाजारातल्या लोकांनी सोडवलं, जाऊ द्या मरूनबिरून जाईल. तवा सोडलं. मी खेडूत अडाणी मानूस. बरं शहर वस्तीतले लोक कसे राहतात? आपण बी तसं राहावं. शहरातल्या लोकांची बरोबरी करावी. मरोस्तर मार खावा लागला; पण मी नाद सोडला नाही.

आता चांगली नौकरी करू लागलो. भाऊला, भाभीला आता बरं वाटू लागलं. बरं मी मात्र उदास होतो. वाटायचं बाबाला आता नौकरी होत नाही. हारचंदाला कोण संभाळणार? बाबाच्या मनात मी शिकून मोठा व्हावं. बरं शाळा बी सोडून दिली. त्यामुळे मी आता कसा मोठा होणार? चांगल्या नौकरीवर कसं जाणार? या विचारात तरसायचा.

मी नोकरी करत असताना एक पाटील टाईमकीपर म्हणून सूतगिरणीत होते. मी एकदा पगार घ्यायला त्यांच्याकडे गेलो तवा पाटीलसाहेब म्हणाले, "काय एल. एम. गायकवाड, अरे तू एवढा लहाना आहे. शाळा शिकायची ते नोकरी कसा करतोस? तू शाळंत बी जातजा अन् काम बी कर." तवा मी पक्का विचार केला. आपण शाळंत नाव घालावं अन् नौकरी बी करावं. मग एके दिवशी बाभळगावच्या हेडमास्तरकडं जाऊन टी. सी. काढून आणलो, अन्

लातूरच्या शिवाजी हायस्कूलमध्ये नाव घातलो. पाटील सायबाला सांगून कायमची रातपाळी मागून घेतलो. रात्री १२ वाजता कामावर लागायचं अन् सकाळी सात वाजता सुटायचं. कामावरून सुटल्यावर घरी यायचं. आल्याबरुबर शिळीपाकी रोटी खायाची अन् साडेनऊपस्तोर झोपायचं अन् बरोबर दहा वाजता शाळंत जायचो. शाळंत गुरुजी धडे देयाचे अन् होमवर्क लिहून आणाया सांगायचे. बरं, शाळा सुटायची पाच वाजता. मग शाळंतच झोप यायची. रातभर काम करून थकलेल्यालो ऱ्हायचो. जांभळ्या देत कसंतर तास करायचे. अन् शाळा सुटली की, बस घरी यायचे, जेवायचं अन् झोपायचं, असा माझा कार्यक्रमच ठरला. ह्येच्यानं लई तरास होऊ लागला. असाच शाळंत दोस्त झालं. नांदेड नाक्याजवळ एक खताच गोडावून हुतं. तिथं माझे दोस्त राह्याचे. त्यांची चांगलीच दोस्ती झाली. मी जवळच चंद्रभागामायच्या वाड्यात किरायानं राह्याचा. मी शाळा शिकत काम करू लागल्यानं मला समदेजण चांगले म्हणू लागले. त्याच्यानं मलाबी बरं वाटायचं. चांगल्या घरचे दोस्त बी मिळाले. मराठ्याचे, गुरवाचे, वाण्याचे दोस्त मला त्याच्या घरात न्यायचे, चांगलं बोलायचे. कधी बापजन्मी आम्हाला शिवून घ्यायचे नाहीत. 'लक्ष्या, पाथरुटा म्हणून आरडायचे.' इथं तर चेक लक्षुमन गायकवाड म्हणू लागले. ती बी मराठ्याची पोरं. त्यानं मलाबी किती मोठे पदाला चढलाव वाटायचे. आपण काय हुतं आता आपणाला काय इज्जत मिळतीया म्हणून आनंदात राह्यचं.

एकदा दत्तू सावंताच्या घराला जेवाया सणाला बोलविलं हुतं. दत्तूची आई लई चांगली हुती. मला लई प्रेमानं बोलायची. त्यादिवशी दत्तूच्यात जेवाया गेलो अन् त्या जागे दत्तूचा बाप, त्याचा दाजी, मी, बाबू अन् दत्तू एवढ्याला ताट वाढले. ती ताट आयुष्यात पहिल्यांदाच बघितले. घर चकचकीत हुतं. पाट टाकलेले हुते. मला कसंतर पाटावर बसवलं. बरं ताट जवा समोर ठिवलं तवा तर मी लई हरबडलो. ते ताट स्टिलचे. त्याच्यात तीन-चार वाट्या, भात, पापड, भाजी. मी मनात म्हणालो, दत्तूच्या घरी येवढ्या स्टिलच्या वाट्या न् ताट अन् तांब्या कुठनं आणल्या असतील. एवढं सामान घरात असंल ही कल्पनाही मी करू शकत नव्हतो. जेवायचं तर तिकडंच गेलं, सारखं विचारच करू लागलो. तेवढ्यात दत्तूची आई एका चमच्यातनं तूप लाईन लाईननं टाकत आली अन् जेवा म्हणाली. बरं, काय आधी खायचं हे मला म्हाईत नव्हतं. मी एक भजे

घेतलो, तेवढ्यात दत्तू जवळच बसला हूता, त्यानं डिवचिला अन् भातावर बोट ठिवून खुनविला. मी ओळखून घेतलो अन् नुसताच भात तोंडात घातलो. तवा सर्वच माझ्याकडं बघू लागले. मंग कायतर चुकलो वाटलं. मग दत्तू कसं खाऊ लागलाय बघितलं तर त्यानं भातात आमटी घालून हातात घेयाचा अन् तेवढाच भात खायाचा. मग कसं तरी भात सुरुवातीला खाल्लो. बरं जेवताना मात्र माझ्या हातापायातलं वारं गेल्यावानी झालं. लकवा मारल्यागत खाताना हात लटपट कापत हुता. माझ्या बापजन्मी कधीच एक वाटी ताटात घेऊन म्हाईत न्हाई. इथं तर तीन-चार वाट्या. भजे, पापड, भाजी कसं खावं ती समजंना. आपलं जेवण म्हणजे बस हात धिवले न धिवले. जरमनची ताटली हातात घेतली. दोन हातानं कुस्करून दाळीत कालवून खाणारे माणसं आम्ही. हे तर सगळं येगळंच दिसू लागलं. शेवटाला मी माझ्या पद्धतीनं जेवाया सुरू केलं. समदे एका हातानं जेवू लागले. मला एका हातानं भाकर मोडणं माहीत नव्हतं. त्यात ही तर गव्हाची चिकन पोळी. ती एका हातानं तोडाया बघितलं तर ती तोडाया येईना म्हणून दुसरा हात लावायचा अन् पोळी तोडून दुधात बुडवून खायचं. अखेर दोन्ही हातानं जेवाया सुरू केलो. कशातला कशात बी खायाला सुरू केलो. जेवताना पायाला कळ लागली, तो पाट रुताय लागला. बरं कसं तर जेवलो अन् जेवायचं झाल्यावर पाणी घेतलो अन् ताटातच हात धिवलो. तवा मातर दत्तूनं रागारागानं बघितला. बरं हात धिवलो तर धिवलो. बरं दुसरी चूक लई मोठी केली. ताटात हात धिवलो अन् ताट-तांब्या घासाय बाहेर नेलो. कारण मी घरी जेवण झाल्यावर आपली ताटली उचलून बाहेर धिवून आणून परत कुणाला तरी जेवाया आणून द्यायाची. जेवल्यालं ताट धिवणं या लोकांत कमीपणाचं समजतात. ते ताट चक्क धिवून घासून धिवावं म्हणून बाहेर नेलो तवा दत्तूची आई म्हणाली, "लक्षुमन असं जेवल्यालं ताट उचलून ठिवायचं नसतं." ताट धिवायचं नसतं म्हणाल्यावर मला नवल वाटलं. अन् जन्मल्यावर पहिल्यांदाच कुणीतर या शहरी जीवनात कसं वागायचं असतं याची जाणीव करून देतंय असं वाटलं. मी तर चेक राख हातात घिवून, मला एवढं चांगलं जेवाया दिल्याबद्दल म्हणून निसत्या पाण्यानं ताट न धिवता राखानं घासावं म्हणून पुढे गेलो होतो. बरं दत्तूच्या आईनं तसं सांगितल्यावर मी ती ताट तसंच ठिवलो अन् बैठक खोलीत येऊन बसलो. जेवणाचं चित्र सारखं समोर येऊ

लागलं. काय लोकांची जिंदगी हाय, आपण कुठं हाव असं सारखं मनात खालीवर होत होतं अन् वाटायचं आपण जन्मात तर असं होऊ का?

तेवढ्यात दत्तू, बाबूबी जेवून बाहेर आले. मग समद्यांनी सुपारी, बडीशोप, घेतली अन् दत्तूला म्हणालो चलतो. मला रातपाळी हाय म्हणून झोपायचं हाय. आज झोप बी नाही. तवा दत्तू बाहेर माझ्यासोबत आला अन् सडकेवर उभा ठाकून बोलू लागला. तसं तर त्याला माझ्या अमंगळ जेवण्याचा राग आला अन् त्याला वाटत हुतं की, आपण ह्येला जेवाया बोलवून मोठी चूक केली. बरं मला काही म्हणायचं त्याला धाडस होईना तवा त्यानं एवढाच म्हणाला, 'हे बघ लक्ष्मण, तू यापुढे कुणाच्याबी घरी जेवाया गेल्यावर एवढं ध्यान ठिव की, जेवताना डावा हात कशाला लावायचा नसतो. सणवारी जेवताना पहिल्यांदा ताटाच्या भवती तांब्यातलं पाणी घिऊन फिरवावं अन् तोंडात टाकावं. मग आमटी थोडी भातावर टाकून भात खावं. सर्वच न्हाई पण पोळी फक्त उजव्या हातानं तोडावं अन् पोळी खात जात कधी भजं, कधी भाजी खायाची. अन् एक ध्यानात ठिव की, ताट धिवायचं नाही अन् जेवल्यावर सर्वांनी हात धुतल्यावरच हात धुवावं.

भाऊ अन् मी ज्या वाड्यात व्हतो त्यो वाडा तसा काई सुधारलेला नव्हता. रुक्मीणबाई जाधवीण हिला महामाय म्हणायचं. तिच्या वाड्यात जेवढ्या बाया व्हत्या त्या कुणाच्या न कुणाच्या ठिवून घेतलेल्या व्हत्या. रुक्मीणबाई तर दोन नौरे ठिवून व्हती. एक कायमचा यलमाचा, पोलिसातून सस्पेंड झालेला तुकाराम रेड्डी अन् एक ठाकूर. तसं तर रुक्मीणबाईनं आमच्या जातीत दोन नौरे केले अन् त्या नौऱ्यान्ला सोडून बी दिलं. लातुरात आल्यावर चांगली सुधारली. आपल्या ठिवलेल्या नौऱ्यापासून लेकरं हुईनात म्हून रेड्डीचं दुसरं लगीन करून दिली अन् सोयरीक जमवायला गेली. तवा मी रेड्डीची भैन है असं सांगून एका गरिबाच्या पोरीबरोबर लगीन लावून दिली. त्या बाईचं नाव सुशीला हाय. तिला कोणबी सुशीला म्हणत नाय. समदे सुचीच म्हणतेत. इतकंच काय पण तिला घरकामासाठी ठिवलं व्हतं. म्हशीचं शेण काढणं, भांडी घासणं, सैपाक करणं. बरं काय चुकलं की, रुक्मीणबाई तिला मरुस्तर मारायची. सुशीलाला एक पोरगं अन् एक पोरगी हाय. दोघंबी सख्ख्या आईला सुशी म्हणायचे अन् रुक्मीणबाईला माय. तसं रुक्मीणबाईच्या हातात कारभार व्हता समदा. रुबाब तिचाच चालायचा. तुकाराम रेड्डीबी तिचा शब्द वलांडत न्हाई. कारण जेवढं काय जागा, वाडा,

घरातलं भांडे बी तिनं आपल्या नावानं करून ठिवलं व्हतं. म्हणून सारे तिचं ऐकायचे. रुक्मीणबाईचा तसा लै रुबाब व्हता. एक किराणा दुकान चालवायची; पण गांजाच्या पाल्याच्या गोळ्या विकायची. त्या नशा येणाऱ्या गोळ्या रोज ४०० ते ५०० रुपयांपर्यंत विकायची. त्याच्यात नफा मिळायचा. त्या गल्लीत समदं वैदू, मांग, गारुडी, म्हारोगी ऱ्हायचे. त्या लोकांत हिचंच वजन होतं. वैदू लोकांची ज्वारी कमी भावानं घेऊन ती जास्त भावानं दुकानात विकायची. म्हारोगी लोकांना हैदराबादला पाठवून गांजाचा पाला आणायची. कारण म्हारोग्याला कुणी विचारत नाही. आणि झडती बी कुणी घेत नाहीत. त्यो पाला घरात पुरून ठिवायची अन् गोळ्या करून विकायची.

तिच्या घरात संडास नव्हता. ती अंगानं मोठी असल्यानं भाइर जायची न्हाई. मग घरात एक टोपल्यात हागायची अन् सवतीला-सुचीला काढाया लावायची. समद्याला बकऱ्याचे मटण म्हणून, वैदू लोकांकडून आणलेले मटण खायाला द्यायची. रेड्डी यलमाचा व्हता त्याला कधीच माहिती होऊ द्यायची नाही. त्याला रोज दुपारचं मटण खायला द्यायची. वैदूच्यातून कधीकधी मीच डुकराचं मटण आणायचं. बाळ तेवढा तिनं खायचं म्हणजे ओळखू येऊ नये.

तिच्या वाड्यात एकदा मसनजोगी आला तवा त्याच्याकडून एक कंगन आन् दोन हाडकं ठिवून घेतली व्हती. त्याचा तिनं चांगलाच फायदा करून घेतला. काई लोकाला लटकंच सकून बघायची, अंगारा द्यायची, कधी औषध द्यायची. तीबी गांजाचा पाला अन् तुळशीचा पाला घालून बुकनी द्यायची. गंमत अशी की, तिचा कधीकधी गुण बी यायचा. लेकरू न व्हणाऱ्या बाईला तिनं औषध दिलं की, लेकरू व्हतंय असा फमगा चौकड झाल्ता. लोक लांबून यायचे अन् ती अंगारा औषध द्यायची. एकदा एक बाई सकून बघाया आली. ती मुरूडकडली व्हती. तिला असंच गुण आला अन् लेकरू झालं. तवा तिनं दोनशे रुपये साध्या पंचवीस पैसे पोस्टाच्या पाकिटात टाकून पाठवून दिली व्हती. त्यावर चुकून तिनं पत्ता दुसरीकडला लिहिला व्हता. ते पाकीट एका रुक्मीणबाई नावाच्या बाईला पोस्टमन दिऊन आला. तवा त्या बाईनं फोडली अन् त्यात दोनशे निघाल्यावर घाबरून गेली. अन् पाकिटावर रुक्मीण जाधवीण हे नाव व्हते. अन् तुम्ही मला औषध दिल्यानं पोरगं झालं असं लिहिल व्हतं. ती बाई बी अडाणी निघाली. ती पाकीट घिऊन चौकड फिरली. सकून बगणारी रुक्मीण जाधवीण कोण हाय

म्हणून रडत फिरत व्हती. अन् म्हणत व्हती, “माझ्यावर सरकारचं काय येतंय की. माय मी रांडानी उगाच त्या पोस्टमनकडून हे पाकीट घेतलं.” आखिर तिला रुक्मीण जाधवीण सापडली तवा तिला समाधान वाटलं. ते पाकीट तिनं तिच्या हातात दिलं अन्, “बगा माय! भरती दोनशे रुपये हायत की न्हाईत, न्हाइतर माझ्यावर बला यायची.” रुक्मीणबाईनं मला मधून बोलवून ती चिठ्ठी वाचाया लावली. मी ती वाचून दाखवू लागलो. त्यात त्या बाईनं लिहिलं व्हतं, “माय तुमच्या आशीर्वादानं मला पोरगं झालं. मी तुमाला साडी घेण्यासाठी शंभर रुपये अन् तुमचे देयाचे शंभर रुपये देत आहे.” मी तर कपाळालाच हात लावून घेतला. तेच्यायला पैशाकडंच पैसा जातोय. हिला कईसुदा येत न्हाई. नुस्तं ढोंग करण्यानंबी मनिआडरनं पैसे येत्यात. पाकीट न आलं तर ते सुदा या बाईनं न घेता सोता हुडकत घरी आणून दिलं. तसं रुक्मीणबाईला अंगात आल्यासारखं झालं. तिला एकदमच अंगात आल्यावानी होयाचं अन् बेहोश पडायची. या येळेला मातर जी दातकीळ बसली ती निघंना झाली. रेड्डी कितीबी प्रयत्न करू लागला तरी निघंना. मी बी तिच्या तोंडात बोटं घालून काढाया गेलो तर दातकीळ उघडंचना. तवा रेड्डी भाकरी उलथायचं लाकडाचं उलतनं घिऊन तिच्या दाताच्या भेगात घालून उघडायला गेला. तवा उलथनं तोंडात अन् दोन दात रुक्मीणबाईचे पडले. तवा दातकीळ उघडली. सारे लोक रडत बसले. रेड्डी म्हणायचा, “रुक्मीण, तू मला सोडून जाऊ नकोस. हे सारं तू कमावलीस. तू अजून काईच सुख बघाया न्हाईस.” म्हणून रडायचा. आम्हाला सर्वांना वाटलं ही झटक्यात मरंल, पर कशाचं मरतिया. आखिर थोड्या येळानं उटली तवा तिच्या दातातनं रक्त निगत व्हतं. तिचे दात पडल्याचं तिला कळालं व्हतं. बरं झालं गप्पच बसली. अशी तिची अवस्था व्हती. बरं संपत्तीची हाव सुटत नव्हती. अशा भयानक वाड्यात मी ऱ्हायला व्हतो. मग चांगलं वळण लागायचं तिकडंच गेलं, उल्टं मला तितं सर्वच शिकाया मिळालं.

शहरात काय करावं लागतं याची माहिती रुक्मीणबाईकडून मला मिळत व्हती. ती मला उपाशी मरू देत नव्हती. काई दिलं तर त्याचा मोबदला घ्यायची. मी कधी तिच्यात जेवलो तर गांजाचा पाला शिजवाया लावून मिरे घालून ते घासाया लावायची अन् त्याच्या गोल गोळ्या कराया लावायची. कधी रेड्डीच्या दुकानात गोळ्या घेऊन जायला लावायची. रस्त्यानं पोलीस धरतील म्हणून

लपत लपत जायचं अन् रेड्डीला गोळ्या देऊन यायचं. तवा चार आणे देयाची. कधी तिचं काम नाय ऐकलं तर माझ्या चहाड्या सांगून भांडण लावायची. पुन्हा सोडवायची.

मी पुढे शाळंत जाऊ लागलो. नौकरीबी करीत असल्यानं काई मित्र जवळ आले. पगार झाल्यावर मी त्यांच्यावर खर्च करायचा. पुढं मला आवारा पोरवाची संगत लागली. त्येंच्या बराबर कुटं बी बोंबलत फिरायचा. आमच्यात रघू शिंदे, गुरवाचा मन्या हे लै आगाव व्हते. शहरात कुण्याबी गल्लीत पायी मारामाऱ्या करायचे. मीबी तेंच्या संग फिरायचा. गरगजे हा वेश्याचा किंग व्हता. समद्या वेश्या त्याला भीतीपोटी पैसे देयाच्या. कुण्याबी वेश्येबरोबर कुणी आगाव बोललं, भांडण केलं तर गरगजे अन् आम्ही सर्व जाऊन त्यांना मारायचे. तेच्याशी भांडण करायचे. तसं आमची पार्टीबी बऱ्याच येळंला मार खाऊन यायची. कधीकधी आम्ही हॉटेलात जेवाया जायचं. तितं कायतर खायचं अन् स्टीलचे चमचे खिशात घालायचे. कधीकधी बालाजीच्या देवळात नस्ता आईच्या देवळात जाऊन आमच्या जुन्या चपला तितंच ठिवून तितल्या चांगल्या चप्पला घालून यायचे. मला वाटायचं आमचे लोकच चोऱ्या करत न्हाईत तर चांगल्या घरची पोरंबी चोऱ्या करतात. उलट मीच लाजायचा. अन् कुठंकुठं अंग काढून घ्यायचा, लांब उभा ठाकायचा. असं करण्यात काही दिवस गेले. माझी शाळा अन् दिवटी चालूच राहिली.

आता मला त्या गल्लीत सर्व ओळखत व्हते. कधीकधी मी ओवरटाईम करायचा. भागामायच्या वाड्यात दिवसा झोप घ्यावं म्हणलं तर सारखा बायांचा, लेकरांचा गर्दा चालूच व्हायचा म्हणून मी घराजवळच्या सरकारी गोडाऊनजवळ सावलीत झोपायचा. रातपाळी केल्यानं दुपारच्या उनातबी फुल झोप यायची. ऊन कधी पडलं समजायचंबी न्हाई. त्या गोडाऊनसमोर एका इंजिनिअरचं घर व्हतं. ते घर म्हणजे एक बिल्डिंगच व्हतं. तितं एक सुंदर मुलगी राहायची. मी झोपाया निगालो की, ती माझ्याकडं बघत हसत राहायची अन् ती हसली की, माझ्याबी मनात गुदगुल्या व्हायच्या. एवढ्या श्रीमंत घरची सुंदर पोरगी, माझ्यासारख्या फाटक्या माणसाबरोबर हसते. मला मनात खूपच आनंद वाटायचा, मग जोपर्यंत ती खिडकीत बघत उभी ठाकायची तवर मीपण झोपायचं सोंग घिवून पडायचा अन् तिच्या हसण्याला प्रतिसाद देयाचा. मधीच कोणी आमच्याकडं बघू लागलं तर मी चटकन झोपल्यावानी करायचं. बरं सारखं हसण्यानं मला मात्र त्या पोरीनं चांगलंच येड लावलं.

माझा आता नेहमीचा कार्यक्रम ठरला. रोज दिवटी करून घरला आल्याबराबर गोडाऊनपाशी झोपाया जायचं. ती पोरगी समोर खिडकीत यायची, मग मात्र चैन पडंना झाली. एका दिवशी दहा वाजता शाळंला निगालो तवा ती बी शाळंला निघाली व्हती. आमची रोडवरच भेट झाली. तिच्याशी खूप बोलावं वाटत व्हतं. पर बोलावं का नाही या विचारानं माझं अंग लटपट कापू लागलं. बोलण्याचं धाडसच हुईना. ती बी माझ्यापुढं दमानं चालत व्हती. तिलाबी माझ्याशी बोलावं वाटत हुतं पर घाबरत व्हती. अखेर आम्ही एकमेकाकडं बघत, हसत गेलो. त्या दिवशी दोघांचंबी बोलायचं धाडस झालं नाही. मी माझ्या शाळेकडं वळलो अन् ती तिच्या रस्त्याला लागली. तिनं जाताना मात्र हळूच हात वरी केला तवा मी बी हात वरी केला अन् शाळेत गेलो.

सारं मन त्या पोरीकडं लागलं. हसत हात वरी केल्याला तिचा चेहरा सारखा डोळ्यांसमोर नाचू लागला. शाळंत गुरुजी काय शिकवत व्हते याच भान बी नव्हतं. रोज रातपाळी करून आल्यावर शाळेत डुकल्या घ्यायचा पर आज झोप पार पळून गेल्ती.

कधी नाही ते आयुष्यात एका श्रीमंताची सुंदर पोरगी आपल्याबराबर प्रेम करती याची खुशी व्हायची अन् लई सपनं पडायची. शाळा कधी सुटंन अन् कधी तिला बोलाया भेटंल असं वाटायचं. तिच्याशी काय बोलावं याचाच विचार करत व्हतो. आज नायतर उद्या बोलायचंच असं मनात पक्क ठरवत व्हतो. एकदा शाळा सुटल्यावर मी रोजच्या रस्त्यानं न जाता तिच्या घरापुढनं गेलो, तर ती काय दिसली नाही. मी घरी गेलो अन् जेवण करून पुन्हा बाहेर त्या पोरीकडं गेलो तवा ती बी त्याच खिडकीत माझी वाट बघत उभी व्हती. मी तिच्याकडं बघून इशारा करायचा अन् ती माझ्याकडं. दुसऱ्या दिवशी शाळंत जाताना एकमेकाला रस्त्यातच भेटलो. आता मात्र जवळजवळून चालत व्हतो. तेवढ्यात तिनं धाडस केली अन् म्हणाली, "तुमी कोणत्या शाळंत जाता."

ती असं म्हणाली अन् माझ्या काळजाचं पाणी झालं. मला बोलायचं सुधरंचना. नव्या नौरीनं लाजत यावं तसं तिला म्हणालो, "शिवाजी शाळंत नववीत हाय. सूतगिरणीत नौकरीलाबी हाव."

मग तिनं मला नाव इचारलं. मीबी नाव सांगितलो. तिचं नाव विचारलं तवा तिनं शोभा जगताप असं सांगितलं अन् मुलीच्या सरकारी शाळंत जातेव असं

सांगितलं. तशी ती माझ्यापरीस बोलाया धीटच व्हती. मी तिच्याकडं पाह्यलं तवा तिच्या अंगावर सोन्याचं लाकिट, हातात अंगठी अन् खूप भारी कपडे व्हते. दिसायला इतकी सुंदर व्हती की तिचे पाय स्पंजावानी दिसायचे. माझ्याकडे पाह्यलं तर धड कपडे चांगले नव्हते. हायत ते बी घाण. आपले तळहात तिच्या तळपायावानी होते. आपलं अन् हिचं प्रेम कस्काय व्हणार ह्या विचारात मी व्हतो. तेवढ्यात ती म्हणाली, "चला! मला शाळेपर्यंत सोडून या." मी बी तिच्याशी बोलत गेलो. मी मात्र तिला सांगितलं, "शोबा! मी फार गरीब हाय तू तर इतकी श्रीमंताची दिसतेस. मला अन् तुला असं कुणी पाह्यलं तर लोकं काय करतील." तवा ती म्हणाली, "काय करतील? लोकांची काय पर्वा करायची." मी मात्र आता पक्का यडा झालो.

आता मात्र आम्ही दररोज मिळून जाऊ लागलो. एकमेकाला प्रेमपत्र देत व्हतो. तिनं मला एकदा छान पत्र लिहिलं व्हतं, "तुम जहाँ भी रहो खुश रहो सनम. दिल से दिल मिल गया तो क्या कम है सनम."

तिनं दिलेली चिठ्ठी मी एकदा माझा मित्र गुरवाच्या मोतीला दाखवली. त्याला म्हणलं, बघ ही पोरगी माझ्यावर प्रेम करती. मला चिठ्ठी लिलिया तिनं. तवा त्यानं ती चिठ्ठी वाचून बघितली. मला प्रेमफिम कायच माहीत नव्हतं, काय बोलावं माहीत नव्हतं. त्यानं चिठ्ठीचं उत्तर लिहून द्यावं म्हणून त्याच्या हातात चिठ्ठी दिली; पण मला माहीत नव्हतं की, शोभा देखणी, सुरेख, सुंदर असल्यानं बरीच पोरं तिच्या मागं लागत. त्यात हा मोतीबी शोभाचा पाठलाग करायचा. शोभा त्याच्याकडं बघायची पण नाही. मोतीच्या हातात शोभाची चिठ्ठी गेली. मोती मला म्हणाला की, चिठ्ठी वाचून मी उत्तर लिहितो अन् तुला देतो. दुसऱ्या दिवशी मोती शोभाच्या शाळेच्या वाटेवर उभारला. शोभाच्या जवळ जाऊन तिला म्हणाला, "तू माझ्याबरोबर प्रेम का न्हाई करत? त्या वकल्या लक्ष्मण गायकवाडावर प्रेम करतेस." तवा शोभानं पायातली चप्पल काढून हातात घेतली अन् म्हणाली, "गप जातोस का बघू ?" तवा मोतीनं चिठ्ठी शोभाला दाखवली अन् सांगितलं की, तू माझ्यावर प्रेम कर नायतर ही चिठ्ठी तुझ्या आईला दाखवतो. तवा शोभानं त्याला जारे म्हणून हाकललं पण मी ती चिठ्ठी मोतीला दिल्यानं शोभा माझ्यावर भडकली अन् माझ्याशी बोलंना. खिडकीत पण यीना. माझी किती मोठी चूक झाली ते कळलं. मी मोतीला भेटलो अन् असं का केलास म्हणून विचारलो तवा मोतीनं मलाच धमकी दिली.

ती चिठ्ठी त्यानं शोभाच्या भावाकडून तिच्या बाबांना दिली तवा शोभाच्या बाबानं शेगडीवर उलथनं ठिवून लाल झाल्यावर तिच्या गालावर चटका दिला. तिच्या गालावर मोठालट वण पडला. मला खूप वाईट वाटलं की, शोभाला माझ्यामुळं त्रास सहन करावा लागला. एकदा शोभा मला भेटली अन् कसंकसं मारलं रडूरडू सांगत होती. मी बी तिला पोळल्यालं बघून रडलो. पण एवढं होऊनबी शोभा मला प्रेमानं बोलायची. मी तिला दिसलो नाही तर बेचैन व्हायची. पण मला प्रेम काय अस्तं अन् कसं करावं ते माहीत नव्हतं. एवढ्या मोठ्या प्रसंगाला तोंड दिऊनबी शोभा माझ्याशी बोलायची. माझी मात्र भांबरी उडायची. कुणीतरी आपल्याला मारून टाकलं असं वाटायचं. एवढ्या श्रीमंत पोरीवर आपण प्रेम कसं करू शकतो? पण तिचं माझ्यावर खूप प्रेम व्हतं. तिनं आपल्या हातातली सोन्याची अंगठी मला घाल म्हणायची, लॉकेट लेव म्हणून द्यायची; पण मलाच भीती वाटून मी नगं म्हणायचा.

आखरीला या गोष्टी सर्व मित्रांना, तिच्या घरच्या लोकांना माहीत झाल्या. शोभा कवाकवा आमच्या घरी चोरून यायची. भाभीसंगट बोलत बसायची. तिच्या आईला हेबी कळलं. माझे सारे दोस्त माझ्यावर जळायचे. आम्ही एवढे श्रीमंत, भारी भारी कपडे घालताव तर ही शोभा आम्हाला बोलत नाही. अन् ह्या फाटक्या घाणेरड्या लक्ष्मणला कशी बोलती असं म्हणायचे.

ज्या दोस्तासंगट मी दुसऱ्यांना मारायला जायचा त्या दोस्तांनी एकदा तुला शोभानं बोलावलं चल, म्हणून मला एका खोलीवर घेऊन गेले अन् लाथाबुक्क्या घालून मार दिला अन् म्हणले खबरदार तू शोभासंगं बोललास तर. परत तिच्या संगं दिसलास तर जिता मारू. तवा मातर मला प्रेम काय असतं कळलं अन् दोस्तीचा अनुभव आला. नंतर हे सारं शोभाला कळलं. मी शोभाला एक लांबलचक पत्र लिहिलं अन् त्यात सांगितलं शोभा तुझ्या माझ्यात जमीन अस्मानचा फरक आहे. मी इतका गरीब आहे की, तुझ्यासारख्या मुलीसोबत प्रेम करण्याची लायकी नाही. आपण प्रेमानं जवळ आलोत; पण आपण पाक आहोत. यापुढे तुझे माझे संबंध राहतील पण भाऊ बहीण म्हणून. हे पत्र शोभाला लपूनछपून शाळेच्या वाटंला दिलो तवा ती पत्र वाचून ढसाढसा रडू लागली, "लक्ष्मना! तू असा कसा पत्र लिहितोस." तवा मला सुद्धा घैवरून आलं पण माझा नाइलाज व्हता. कारण असंच प्रेम ठेवलं तर तिला अन् मलाबी जितं ठेवलं नसतं. म्हणून शोभाला मी कायमचं दूर केलं; पण तिची आठवण कायमची मनात राहिली.

आखरीला तिचं एका शिक्षकाशी लग्न ठरलं. पत्रिका मला द्यायला लावण्यास ती विसरली नाही. मी काई लग्नाला गेलो नाही. नंतर एकदा तिनं माझी भेट घेतली. लग्न झाल्यानंतर दोन वर्षांनी पहिल्या बाळंतपणात शोभा वारली. ते मला जवा समजलं तवा मी खूप रडलो. श्रीमंत असूनबी गरिबावर प्रेम करणारी शोभाची आठवण विसरता विसरत नाही.

पुढे मी शिवाजी हायस्कूलमध्ये नववीची परीक्षा दिली. नोकरीमुळे अभ्यास न झाल्यानं नापास झालो. सूतगिरणीत आता पगार बरा मिळू लागला. हारचंदा भीक मागून खाऊ लागला व्हता. ते बरं वाटंना म्हणून हारचंदाला लातूरला आणून मी सांभाळत व्हतो. आता शाळा सोडली अन्‌ हारचंदाला घिऊन वेगळी खोली केली. सकाळी रोज सैपाक करायचा, दिवटीवर जायचं. हारचंदाला कुठं तर काम बघ म्हणून सांगायचं.

असं असतानाच औरंगाबादच्या सूतगिरणीत कामगाराची भरती सुरू झाल्याचं समजलं. आपला कपकाप्या जॉबर लोक घेऊन जात आहे, २०० रुपये येण्यासाठी ॲडवान्स देत आहे असं कळलं. तवा मात्र मला लातुरातून पळ काढावा अन्‌ औरंगाबादला नौकरीला जावं असं वाटाया लागलं. लांब मुलकात गेल्यावर थोडा येगळा अनुभव यील म्हणून १९७२ ला मी औरंगाबादला गेलो.

औरंगाबाद शहर फक्त इतिहासात ऐकून व्हतो. वेरूळ-अजिंठ्याची कला मनाला खूश करत व्हती. औरंगाबादला जायला मिळतंय म्हणून सगळा पसारा घेतला. हारचंदा अन्‌ माझ्यात मिळून एक पांगरायचं, एक हातरायचं असे दोन गोदडे, कोरड्यास करायचं भगुनं, तांब्या, दोन ताटल्या, एक दोन देवाचे फोटू असा पसारा. लातुरात असताना कवा तर भावाकडनं दहावीस रुपये घेतल्याले. जवा मी औरंगाबादला जायला निघालो तवा माझे पैसे टाक तवा औरंगाबादला जा. म्हणून आमच्या भावानं म्हणला अन्‌ माझा सारा पसारा हिसकावून घेतला.

मी रडत बसलो. भाऊ दिवटीला गेल्यावर मी अन्‌ हारचंदा औरंगाबादला निगालो. औरंगाबादला बाबाची मात्र लई आठवण यायची. बाबाला गावाकडं नौकरीवर सोडून आल्यानं वाईट वाटायचं. औरंगाबादला कसं तर दिवस जात व्हते. नावालाच औरंगाबादला व्हतो. तसं तर औरंगाबादच्या तीन-चार किलोमीटर लांबवर गारखेडा म्हणून मुसलमानाचं गाव व्हतं. त्या गावात खोली किरायानं घेऊन राहत व्हतो. सूतगिरणीजवळ व्हती. सूतगिरणीत वासनगावच्या पोराबराबर

मिळून जायचं. आम्ही लातुरातून पाच-सात पोरं आल्तो अन् एकाच खोलीत राहत व्हतो. लातुरात कुणी तारवाले, कुणी डॉपर म्हणून राहत. औरंगाबादला आल्याबरोबर सारेच सायडर झालो. रोज दहा रुपये मिळू लागले. बरं वाटायचं. आम्ही बाहेरून आल्याले लोक असल्यानं आठ दिवसाला पगारी ठिवल्या व्हत्या. पगार झाला की, दर रविवारी आम्ही औरंगाबादला बाजार कराया जायचं. लातूरला हाब्रीट खाण्याची सवय. इकडं हाब्रीट भेटायचं न्हाई. सतत बाजरीच खायचं. घऊ, बडी जवारी म्हाग असल्यानं घेयाचं न्हाई. आम्हाला हाब्रीटची सवय व्हती. आता बाजरीची सवय लागली. रीझमल शेट याच्या दुकानात माल भरायचा अन् गारखेड्याला न्यायचं. आम्ही सर्व पोरं. हाडगी, बाजर, इंगळे अन् मी एक पाळीला राहायचो तर वासनगावचे येश्या, काशा, भरत एका पाळीला. मंग खोलीवर भांडे घासायचे, सैपाक करायचा अन् समदे खरकटे भगुने ताटल्या ठिवायच्या. बकिटातलं समदं पाणी सांडायचं अन् आमी रात्री बाराला दिवटी करून आलं की यांना सैपाक करता येऊ नये अन् उपाशी झोपावं म्हणून मुद्दाम पाणी न ठिवता समदे भांडे खरकटे ठिवून जायचे. आम्ही रात्री बाराला आलो अन् दार उगडलं की, आधी भांडी पायाला लागायचे. मग आम्ही त्यांना शिव्या द्यायचे. तेवढ्या रात्री एकादं भगुनं धुवायचं. पाणी आणून सैपाक करायचा अन् एक दोनला जेवायचं अन् आम्ही बी मग भांडे खरकटे ठिवून कामाला जायचं.

स्वच्छता म्हणजे काय ते तिथं आम्ही तिघं विसरलो व्हतो. प्रत्येकाने लाकडाच्या पेट्या घेतल्या व्हत्या. सगळ्यांनी आपापल्या पेटीत पीठ, मिरची, मीठ ठिवायचं अन् करून खायचं. असा आमचा नित्यक्रम सुरू असायचा.

गारखेडा तसं फार छोटं गाव होतं. तिथं सर्वच मुसलमान व्हते. त्यानं मला हिंदी लवकर शिकता आली. नवीन गेल्तो तवा तिकडची भाषा, तिथलं राहणीमान बघून हसूच यायचं. बाया म्हाताऱ्याबी चड्डी घालायच्या. तितले लोक दर शुक्रवारी अंघुळ करायचे. मग आम्हालाबी तीच सवय लागली. बरं त्या गारखेड्यात काईच सुधारणा नव्हती. आम्ही बाहेरून गेल्याला लोकांमुळे ते गाव चांगलंच सुधारलं. नौकर लोकाला खोल्या मिळंना झाल्या तवा लोकं बांधकाम करू लागले. घर भाड्यानं दिऊ लागले. दारूचं दुकान, हॉटेलं झाले. अशा सुधारणा गावात होतंच गेल्या. आता माझं मन चांगलंच रमलं. अनेक लोकांच्या ओळखी झाल्या. लातूरच्या सूतगिरणीसारखा त्रास नव्हता. लातुरात तर चेक जॉबर लोक

काम करताना फोकांनी मारायचे; पण औरंगाबादला मारत नव्हते. काम पण तेवढं अवघड नव्हतं. सुटीत आम्ही बिबीचा मकबरा, दौलताबादचा किल्ला बघाया किरायाच्या सायकली घेऊन जायचं. आल्याली पगार खर्च करून माझ्याबरोबरचे मित्र पान, तंबाकू, दारूत खर्च करायचे अन् १० रु. म्हैना शेकड्यानं व्याजी पैसे काढायचे. मला कसलंच येसन नव्हतं. त्यामुळे मी पगाराचे पैसे बराबर दुसरी पगार हुईपर्यंत घालवायचे. एकदा आमच्या मिलमध्ये कोणीतरी रशियाला जाऊन आल्तं. त्यांचं भाषण सूतगिरणीत ठेवलं व्हतं. तवा ते सांगत व्हते की, रशियात कामगार मालक एक आहेत. तेथील लोक फारच सुखी हायेत. त्यांचं भाषण संपल्यावर त्यांनी कुणाला काय विचारायचं की, म्हणलं तवा मी त्यांना विचारल, "रशियात कामगार मालक एक आहेत, तर मग आपल्या भारतात असं का आहे ?"

तवा त्यांनी मला कसंतरी उत्तर दिलं, पण मला जवळ बोलावून नाव विचारलं अन् माझा पत्ता घेतला. "तुम्ही हुशार आहेत. मला परत भेटत चला." आता मी एक हुशार कामगार म्हणून मला सर्व ऑफिसर लोकांची ओळख झाली. फॅक्टरी मॅनेजर मला सतत कामाबद्दल विचारायचे. ते बी लातूरहून आले व्हते. तेच नाव तांदळे व्हतं. मला त्यांचा जास्त पाठिंबा व्हता.

लातूरला आमच्या संभाभाऊची नौकरी गेली. मग तो गारीगार, भाजी विकत लातुरात फिरत व्हता. मला कळल्यावर त्यांना पण औरंगाबादला बोलावून घेतलं आणि तांदळे सायबाकडं नेऊन भाऊला औरंगाबादला कर्डिंगचा चांगला फिटर म्हणून कामावर लावलो. भाऊ-भाबी आल्यानं आता चांगली खोली घ्यावं म्हणून जवाहर कॉलनीत बांधकाम चालू होतं तवा स्वस्तात खोल्या तितं मिळाल्या. मग भाऊ आम्ही तितंच ऱ्हायलो. परत तितं थोडे दिवस झाल्यावर भाबीचं, हारचंदाचं आन् माझं जमंना झालं. परत औरंगाबाद सोडावं म्हणून उदास वाटू लागलं. आठ-पंधरा दिवसाची हक्काची रजा घेऊन लातूरला बाबाला, भाभीला भेटाया आलो.

आता आणखिन दोन भाऊ, सर्वांत मोठा माणिक आणि भगवान हाही लातूरला मिलमध्ये नोकरीवर होते. मग तिथे गेलो. धनेगावला बाबाला भेटायला गेलो. बाबाला खूप आनंद झाला. बाबा म्हणाला, "लक्ष्मण! तू एवढ्या लांब देशीला नौकरीला गेलायस, मी म्हातारा झालाव. कधीतर पटकन मरून जाईन,

तुझी भेट होयाची न्हाई. तू इकडंच ये पोरा! आता मी किती दिवस कष्ट करू? मालकबी आता पोटाला नीट सांबाळंना." तवा माझा मलाच राग आला. आपण जन्म दिलेल्या बापाला संभाळात न्हाई, मायतर लहानपणीच गेली अन् आता बापालासुद्धा सुख देता यीना. बाबाला मालकीण शिळ्या भाकरी द्यायची. दुपारच्या कधीतर भाकरी द्यायच्या. दोनच टाईम जेवण मिळायचं. बाबाला दुःखी बघून मला औरंगाबादला जाऊने वाटू लागलं. आपण इकडंच कायतर नोकरी करावी. बाबाला, हारचंदाला संभाळावं. मग बाबाला म्हणालो, "बाबा, मी तुला लातूरला घेऊन जातो, मी लातूरला नौकरी धरतो." मी बाबापासून धनेगावला गेलो. माझ्या बराबरीचे गावातले सारे माझ्याकडं सारकं बघत व्हते. म्हणायचे, "मायला! पाथरुटाचा ल्योक सुटपँट, बूट घालून साहेबासारकं आला." कुणी म्हणायचे, "मायला! किती गरिबी व्हती. देवानं पांग फेडलं. आता नौकरी करतंय! " कुणी श्रीमंताची पोरं म्हणायची, "आरं! कशाची नौकरी! मायला! ह्या उचल्याची जात काय सुधरणार हाय व्हय! असंल लक्ष्या कुण्यातरी चोराच्या टोळीत. आपल्याला एवढं शिकून नौकरी लागंना. ह्या पाथरुट्याला नौकरी लागती व्हय?" मला त्या पोरवाचा लई राग यायचा.

धनेगावला आमचं कुणीच राहत न्हौतं. मी धनेगावला गेल्यावर कुणी म्हाराचे नाहीतर आमच्या जातीचे वर्गातले पोरं भेटले तर चांगलं म्हणायचे. मी गावात चांगले कपडे घालून जायचा कारण मला त्या गावात भीक मागत फिरावं लागलं, उपाशी पोटी दिवस काढावे लागले. त्या गावात मी आता चांगला जगतोय म्हणून मुद्दाम जायचा. औरंगाबादला जुन्या बाजारात वीस रुपयाला टेरीकाटची पँट घेतली व्हती. शर्टबी जुनाच व्हता. शहागंजमधी जुने बूट घेतले व्हते. सगळं मायला जुनं व्हतं पर फिट बसलं व्हतं. मी जरा खुलून दिसत व्हतो. या गावात जलमलो म्हणून माझा गाव म्हणायचं, पर याच गावानं मला उपाशीपोटी ठिवलं व्हतं अन् लाचारीनं जगाया लावलं हुतं. मराठ्याचं बारकं पोरसुदा "लचीमन ताता खेकड्याची आमटी खाता?" म्हणून चिडवायचं. कुणाच्या भांड्याला शिवलो तर जाळून शुद्ध करून घ्यायचे नाहीतर गाईला शिवायचे. मी एक वर्षाच्या लहान पोराला बी आदबीनं बोलायचा. या गावानं मला गुलामाचं जिनं जगाया लावलं हुतं. या पलीकडं काय बी न्हौत. तरी बी या गावात जलमलो म्हणून गावावर प्रेम हुतं अन् गावात यायचो पण लोकांच्या भावना बदलल्या न्हौत्या म्हणून वाईट

वाटायचं. तरीपण पारावर बसलेल्या अन् रस्त्यानं भेटणाऱ्या मोठ्या लोकाला राम राम करायचा. मला राम राम करनं बी ते कमीपणा समजायचे. राम राम न घालता, "ए! कदी आलास रं! पाथरुटाच्या लक्ष्या!" असं बोलायचे. मग वाटायचं एकदा तरी या गावात नाक वर करून यीन आन् ह्या लोकांना राम राम करायला लावीन. असा निश्चय करून राग जिरवायचा. गावातून बाबाच्या मालकाच्या वाड्यावर गेलो. लांबूनच किसनामायच्या पाया पडलो. किसनामाय तशी चांगली व्हती. सुनंला तिनं चा कराया लावली. मला लाकडाच्या चिपट्यात चा दिली. "घेरे! लक्ष्या! चा घे! लई दिवसाला बापाला बघाया आलास रं! काय लगीनबिगीन केलास का ?" मी म्हणालो, "न्हाई." "मग नौकरी करतोस म्हनं. मार्तंड मला सांगत व्हता. माझं धाकटं औरंगाबादला तीनशे रुपयाची नोकरी करतंय म्हणून. खरं हाय का रं?" मी म्हणालो." व्हय माय! औरंगाबादला सूतगिरणीत नोकरी हाय " "बरं झालं माय! माय मेल्यालं परदेशी लेकरू व्हतं. ती मेली तवा किती बारका व्हतास! देवानं पांग फेडले बग."

मग मी चामल्याच्या वाड्यातून बाहेर पडलो. तुळशीरामाच्या नाऱ्याला, तुक्याला भेटलो. तुक्या माझ्या चुलत्याचा पोरगा पण लहानपणचा मित्रच. त्यो म्हणाला, "कवा आलास लक्ष्या! ये की! " असं म्हणून गोदड हातरलं. झोपडीतच राहत हुता. मी विचारलं, "तुकाराम, तू आता काय करतोस? तवा म्हणाला," आपण काय बाबा! तुझ्यावानी साहेब थोडाच हुणार? बापानं केलं तेच करतोय. नवं एकच केलो बघ. ये सुंदरे! " तसं कोपऱ्यात बसल्यालं माकड चटकन तुक्याच्या अंगावर आलं. तुक्यानं, "मामाच्या हातात हात दे! " म्हणल्यावर माझ्या हातात हात घालू लागलं. तवा मला समजलं तुक्या आता माकडाचा खेळ करून पोट भरतोय. अन् नाऱ्या अजून चोऱ्याच करत फिरतोय.

तुका म्हणाला, "लक्ष्या बस! आज मुक्कामच कर! एकाची सलगू मारतो अन् जेवाया करतो " (सलगू, म्हणजे डुकराचा नर) मी नको म्हणालो अन् किती डुकरं हायत म्हणालो. त्यो म्हणाला, "सोनोतीची पोरगी केली. आपल्याला सासऱ्यानं हुंडा नाय दिला पर डुक्कर दिलं व्हतं. आता खंडीभर झाल्यात. दोन-तीन गाढवं हायत. बास! कसंबसं चालतं. आता रोज चूल पेटायती." तुक्याचं सारं रामायण पूर्ण ऐकलो. पुन्हा जेवणाचा आग्रह धरल्यावर मी थांबलो नाही.

नंतर लातूरला अण्णा अन् दादाकडं आलो. मग सूतगिरणीच्या जुन्या दोस्तांना भेटलो. माझा एक जॉबर दोस्त कोकने याला भेटलो. त्याला सहज म्हणालो, मला लातूरच्या मिलमध्ये कामाला घ्याल काय? तवा त्यो म्हणाला, "तुला करायचं हाय का?" मी त्याला म्हणालो, "नौकरी लागली तर करावं वाटू लागलंय. माझे वडील थकलेत अन् आता किती दिवस औरंगाबादला ऱ्हाणार. कधीतरी गावाकडं यावंच लागंल की !" तवा कोकने यानं मला नोकरी लावण्यासाठी प्रयत्न केला. साहेब चांगला व्हता. मला अर्ज कराया लावला. मी अर्ज लिहून प्रभाकर कोकनेबरोबर गेलो. फॅक्टरी मॅनेजरला भेटलो. त्यांनी त्या अर्जावर सही केली अन् लुपसी म्हणून कामावर घेतलं. प्रभाकर कोकने याचीच पाळी दिली. मला लई आनंद झाला. आता आपण आपल्या गावात राहूत अन् बाबालाबी संभाळता यील.

माझा सारा पसारा औरंगाबादलाच व्हता. पंधरा दिवसांचा पगार झाल्यावर औरंगाबादला गेलो. तितं राजीनामा दिऊन राहिलेला पगार घेतला. हारचंदाला घिऊन पसाऱ्यासकट निगालो तर भाऊ अन् भाबी रडू लागले. म्हणाले, "लक्ष्मन! तुझ्यामुळे आमी एवडं लांब आलो अन् तूच आमाला सोडून चाललास." तवा त्यांना समजावलं, "आता बाबा थकलाय, त्याला संभाळावं लागंल म्हणून मी लागलाच नौकरी धरलाव. आता तुमालाभी मी लातूरलाच नोकरी लावतो. तवर तुमी हितंच ऱ्हावा." आखरीला मी औरंगाबादहून लातूरला आलो.

एक खोली किरायानं घेऊन रुक्मीणमायच्याच वाड्यात राहिलो. थोड्याच दिवसांत बाबाला नौकरी सोडाया लावली अन् इकडं घेऊन आलो. आता माझ्यावर बाबा अन् हारचंदाची जिम्मेदारी पडली. आता आम्हाला लातूरलाबी ३००-३५० रुपये पगार पडू लागला

एकदा माझ्या पायाला एक फोड आला. अन् हळूहळू तो इतका वाढला की, उजवा पाय तळपायापासून गुडघ्यापर्यंत नासल्यावानी झाला. औषधपाणी लै झालं पण काय बी फरक पडंना. नीटच हुईना. हे माईचंच असंल म्हणून बाबानं मला मंगळवार कराया लावला. मरत गेल्याली जोगव्याची परडी परत हातात आली. अन् आता चक्क लंगडत लंगडत दर मंगळवारी लातुरात जोगवा मागत हिंडावं लागलं. जिवात जीव राहिना. आता मी लंगडा व्हतो का काय, अशी भीती पोटात गोळा उठवाया लागली.

रुक्मीणबायच्यात ज्वारी विकण्यासाठी वैदू समाजाचा एक गडी आला होता. त्याला आमच्या बाबानं दावलं. त्यो म्हणाला मी याला एक अवशद देतो. नीट झाल्यावर मला २० रुपयं द्या. बाबानं बरं म्हणून सांगितल्यावर त्यानं लगीच तुमडी धरून आणली. (तुमडी म्हणजे वैदुलोक शरीराला भोकं पाडून आतली घाण तोंडानं वढून काढतात) माझा पाय साऱ्यांनी मिळून धरला. गच धरून वैदून पातीनं कापून पायावर जागा केली अन् तोंडानं धरून वढू लागला. जीव गळल्यागत झालं. माझ्या पायातून वाटी भरून पू निघाला. त्यात अळ्या अन् जाळ्या व्हत्या. वैदूनं अळ्या काढून दाखवल्या अन् कशाचा तर पाला दिलान् वाटून लावाया सांगितलं. त्यो पालाबी लावला. डॉक्टरचं औषध पण घेतलं मग थोड कमी होऊ लागलं. पाय तोडायचा वाचला, दोन म्हैन्यात का हुईना पण घोट्यापासून तळपायापर्यंत कायमचा वण पडल्यावनी झालं, मासालाच चमडा चिटकून बसला, आई माय म्हणून बसलो असतो, तर पायच गेला असता. वेळंला दवाखान्यात गेलो, इलाज केला म्हणून नीट तरी झालं. आज चालता येतंय नस्ता मला परत गावात जाऊन भीकच मागावी लागली असती.

तो प्रसंग संपला, मी लईच खराब झाल्तो. सायबाला विनवण्या केल्या अन् परत मिलमधी कामावर गेलो. काम करू लागलो. आता लोकांचं कर्ज झाल्तं, म्हणून डबल दिवटी करून पैसे कमवत व्हतो. बाबानं हरचंदाला सैपाक कराया शिकवलं. त्यानं माझं सैपाक करणं चुकवलं. आता फक्त दिवटीच करायची अन् दोस्त मंडळीत टाईम घालवायचा.

आता मला थोडं समाधान वाटाया लागलं. आपण लहान असूनबी बापाला, भावाला संभाळतोय अन् चांगल्या सायेब लोकांच्या बराबरीला बसतोय. हळूहळू थोडे पैसे गोळा करून दोनशे रुपायाची एक जुनी सायकल विकत घेतली. चालायचा त्रास कमी झाला. मिलमधी सायेब लोक कवाकवा फोकानं झोडपायचे. पाळीत कामाला जरा मागं पडलं तर मार खावं लागायचं. आता मी चांगली नौकरी करतो हे साऱ्या सोयऱ्याधायऱ्यात झालं.

एकदा आमच्या थोरल्या भाभीच्या धाकट्या भावाचं लगीन सलगऱ्याला व्हतं. लग्नाचं बोलावणं आल्तं, सोयऱ्याधायऱ्यांचा संबंध तुटू लागलाय म्हणून आम्ही समदे लग्नाला गेलो. लांबलांबचे बरेच सोयरेधायरे सलगऱ्याला आल्ते. लगीन सुरू होण्याआधी समद्या सोयऱ्यांचं भांडणंच दिसू लागले. कुणी दारू

पिऊन कुठंबी झिंगत पडल्याले, तर कुणी म्हणत व्हते, लग्न कसं व्हतंय ते बघताव. आरं ही पोरगी सलगऱ्यात दिऊ लागलेत तिच्या मायला बट्टा हाय. तिनं अजून आपल्या जातपंचायतमधी सुद्ध करून घेतलं न्हाई. असं सगळे वेगवेगळ्या गावचे पंच म्हणत व्हते. होळीचा मजकुऱ्याचा मारुती तर भलताच उड्या मारत व्हता.

लगीन झालं तर आपल्या जातीचं नाकच कापलं म्हणून समजा असं मोठमोठ्यानं बोलू लागला. ह्या पोरीच्या माईच्या माईनं एका मराठ्याला ठेवली व्हती. अन् ही तिच्या पोटची जलमली. ही जरी आपल्या लोकातला नवरा केली असली तरी काय झालं, पैला कायमच हाय. लग्नाचा टाईम हून गेला पर लगीन काय लागू देईनात. नवरी नवऱ्याकडच्या लोकांनी एकमेकांच्या राजीखुशीनं सोयरीक जमवली व्हती, तर हे जातपंचायतचे तळगे त्याला अडवत व्हते. त्यांचं न ऐकता करावं तर वाळीत टाकायची भीती. अखेर भांडण जुंपलं, लगीन तिकडंच राह्यलं. एका आंब्याच्या झाडाखाली पंचायत बसली. पंच लोक बोलाया सुरू झाले. कुणी म्हणायचे बाईला गू खायला लावा, कुणी म्हणायचे २००० रुपये दंड करा, कुणी म्हणायचे नाक कापा. शेवटी एकानं मधला मार्ग काढला, की त्या नौरीच्या आईचे समदे केस भादरून कापून लावा. यावर सर्व पंचाचं एकमत झालं. अन् त्या बाईचे केस कापायचं ठरलं. माझ्या डोक्याला मुंग्याच आल्या. मला वाटू लागलं, आपला समाज किती मागासलेला आहे. किती अघोरी प्रकार आपण बगतोय. एकीकडं सुधारलेला शहरी समाज अन् एकीकडं आमची जातपंचायत. या पंचायतीचा दंश भयानक किळसवाणा वाटायचा. बरं मी तर काय समाजापुढं छोटा. मी काय सांगावं तर आपल्यालाबी कुण्या मुळ्या हुडकून काढतील. आपलं तर अजून लगीन बी झालं नाही. आपण काय विरोध करावा तर बाबा आपल्याला शिव्या घालील. अन् जातपंचायतला विरोध केला म्हणून पोरगी न्हाई द्यायचे. म्हणून गुपचूप काय हुईल ते पाहत व्हतो.

पोटच्या गोळ्याचं लगीन राहिलं अन् एकदा लगीन मोडलं तर पोरगी तशीच राहील. तिला कुणी घ्यायचं न्हाई म्हणून भीतीनं नौरीची माय जातपंचायतच्या लोकांमध्ये येऊन बसली. सर्वांच्या पाया पडली. नौरा मेल्यागत बघत बसला. अखेर एका पंचानं वस्तरा आणला अन् पान्यात भिजवून डोक्यावरले केस काढाया सुरुवात केली. त्या बाईचं काळीज तीळ तीळ तुटत व्हतं. बिचारीच्या

माईन केल्यालं लेकीला फेडावं लागत व्हतं. नौरा जिता असताना पंचायतच्या लोकांनी त्या बाईला बोंडी केली. एवढ्यावर न थांबता लगीच निर्दय पंचांनी डोक्यावर शेंदूर फासला. नौरीच्या मायेनं रडण्याचा आवाज ऐकू येऊ नये म्हणून लुगड्याचा पदर तोंडात खुपसला व्हता. आता पंचायतचा निर्णय संपला. लग्नाला सुरुवात झाली. बिचारी नौरीची माय मांडवाच्या कडला आपलं बोडकं दिसू ने म्हणून पदर घिऊन फुंदू फुंदू रडत हुती. इकडं लगीन लागलं. पंचांनी न्याय तोडला म्हणून नौरानौरीकडून एक डुक्कर अन् दारू सर्व पंच लोकाला दिली.

रात्री डुक्कर भाजून दारू पिऊन सर्व पंच मस्त व्हते. मला वाटू लागलं एकतर लग्नात अडथळा आणला. नौरीच्या माईला बोंडी केली तरी लोक त्यांना चांगलं खायला दिऊ लागलेत. माझा नाइलाज व्हता. कारण माझा बापबी त्या पंचांत व्हता. तवा माझ्या मनात म्हणावं तसं परिवर्तन झाल्यालं न्हौतं. समाजातले काई जुने विचार डोक्यात घर करून व्हते. त्याकरता मी गप बसलो व्हतो.

लोकं मातर मला पहात व्हते. मारतंडाचा पोरगा बरा दिसतोय. आपली पोरगी याला द्यावं का असं बोलत व्हते. सलगऱ्याचं लगीन पार पाडून एकदाच आम्ही आलो.

आम्ही लातूरला आल्यावर बापाचं नाव बदलावं लागलं. कारण बापाचं नाव मुळात मारतंडा. आमाला मारतंडा म्हणून लेव्हायची लाज वाटत हुती. आमच्या भाऊनं मारतंडा ऐवजी मारुती असं लेव्हल. तवापासून आम्ही आमच्या बाबाचं नाव मारुती ठेवलं. तेच आता कायम झालं.

परत आपली सूतगिरणीची दिवटी सुरू झाली. आता रुक्मीणबाईच्या वाड्यात कंटाळा आल्ता. कारण तितलं राहणीमान आता पटंना झालं तवा मी अन् माझा दोस्त आम्ही खोल्या हुडकीत निगालो. तवा सर्वच जात विचारत हुते. जात सांगावं तर खोली भेटत न्हाई. तवा मी साळेगल्लीत एका ठिकाणी म्हराट्याचा हाय म्हणून सांगितलं. तवा कुटं एकानं खोली दिली. रुक्मीणबाईच्या जागेतून निघून त्या जागेत राह्यला गेलो.

साळेगल्लीत काई दिवस चांगले गेले. जवळच माझ्यापेक्षा मोठा आणखीन एक भाऊ व्हता. तोबी सूतगिरणीत कामाला व्हता. भगवान भाऊच्या सासरवाडीचे लोक सतत तिरगायाला (चोऱ्या कराया) आले की, त्यांचा मुक्काम आमच्या भावाकडंच राहायचा. आमच्या भावाचा सासरा तसा आमचा जवळचा नातेवाईकच

व्हता. तेला चार बायका हुत्या. त्यात ऐलावा नावाची एक बायकू व्हती. ती चोऱ्या करण्यात लै पटाईत हुती. ऐलावा लातूरला आली म्हंजे दोगं नौरा बायकू चारपाच हजार रुपयं कमवायचे. आमच्या भावाच्या घरी ते आले की, आमचीबी मजा व्हायची. ते आले म्हणजे मटनाला अन् दारूला काय कमीच न्हौतं.

आमच्या भावाचा मेहुणा बी सूतगिरणीत माझ्या बरोबर कामाला व्हता. त्यो न् म्या एकाच खोलीत राहायचो. शिवाला काय कमी न्हौतं. मायबाप दोघं लातूरला चोऱ्या कराया आले की, त्याला कपडे, पैसे द्यायचे. तेच्या बरोबर माझीबी मजा व्हायची. शिवाचा बाप सोपान याला उस्मानाबाद जिल्ह्यात समदे पोलीस उचल्या आहे, खिसे कापण्यात लै पटाईत आहे म्हणून वळखत व्हते. त्याचा लातुरात, आंबेजोगाईत, उदगीरला, ज्या ठिकाणी बाजार भरायचा तितं पोलिसाशी संबंध होता. खिसा कापताना भारी कमाई झाली असं पोलिसांना समजलं की, ते चक सोपानला हुडकत यायचे. सोपान भेटला की पोलिसांना पार्ट्या द्यायचा.

कधी सोपान पोलिसांना पैसे न देता चकली देऊन गेला की, बसस्टँडवर कधी चोरी कराया आला तर पोलीस त्याला धरून न्यायचे. त्याच्यावर केसफिस भरायचे नाहीत. हजार पाचशे रुपयं मागायचे. मग त्याची बायकू जावळीला जायची. हजार पाचशे रुपयं आणून फौजदार जमादार यांना द्यायचे मंग त्याला सोडायचे. त्याला पोलीस त्रास देत न्हौते. सोपान आम्हाला सांगायचा, कुकाला थोडं कासुल दिले की, आपल्याला त्रास देत नाहीत. उलटं चहा बिड्या पायजे तेवढं पुरवतात. (आमच्या लोकात कुत्र्याला कुका अन् पैशाला कासुल म्हणायचे.) कधी बायकांच्या गळ्यातले दागिने घेताना ऐलवाला धरलं तर आमचा भाऊ, भावजय दोघं जाऊन जावळीच्या शेतकऱ्याला पैसे दिऊन जामीन करायचे अन् सोडवून आणायचे.

ऐलावा बायकांच्या गळ्यातले दागिने मारायची. आडतीवरले गठुडे मारायची. ती दारू पेल्याशिवाय चोऱ्या करायची न्हाई. तिला रोज दारू लागायची. सतत गांजा, विड्या वढायची. आमचे लोक म्हणतात तिनं कमवली असती तर पाच तळाची माडी बांधली असती. झाल्याली कमाई तिनं पिण्यात, गावातल्या सावकाराला, पोलिसांना वाटण्यात घालवली. तिनं आणलेले कपडे सूतगिरणीत असताना शिवा अन् मी घालायचे. कधी कधी ऐलावासंगं आम्ही कापड दुकानात गर्दी करायला जायचे.

एकदा असाच पाडव्याचा सण व्हता. बाजारात गर्दी व्हती; ऐलवानं चला तुम्हाला कपडे घिऊन देते म्हणून मला, अण्णाला, वैनीला अन् भिवाला बाजारात आणलं. एका गर्दीच्या दुकानात आम्ही शिरलो. ऐलवानं भले बक्कळ कपडे काढाया लावले. आम्ही कपडेच बघत बसलो. तवर ऐलवानं तिच्या पिशवीत पाटीचा भला मोठा गठ्ठा घातला. थोडं इकडं तिकडं करून आम्हाला खुणवून बाहेर पडली. ऐलावा बोळाबोळांतन पळू लागली. मी मात्र शिवाला बाजूला घेऊन दुसऱ्या रोडनं गेलो. तवर ऐलावा घरी येऊन बसली व्हती. आम्हालाबी बरं वाटलं. आता हिस्सा मिळंल. चांगल्या भारी प्यॅंटी शिवून घिऊत म्हणून मनातल्या मनात खूश व्हतो. मग ऐलावानं आम्हाला दोन दोन रुपयं दारू पेयाला मागितले. आमी चटकन कपड्याच्या आशेनं देऊन टाकले. ऐलावा साळेगल्लीतल्या दारूच्या दुकानात जाऊन दारू पिऊन आली. रात्रपाळीवर असताना आम्ही दिवसा झोप काढायचो. नाहीतर रात्री दिवटी करायचं म्हणलं की, जिवावर यायचं. काम करताना झोप यायची अन् हात चात्यात जायचा अन् चटकन पोळायचं. आज कपड्याच्या आशेनं दिवसभर झोप न्हाई. सारखं ऐलावाच्या मागच हुतो. कारण तिला दारूला, बिड्याला पैसे नसले की, ती चोरून कोणती बी वस्तू कमी पैशात इकायची. आम्ही जर कामावर गेलो तर ही सर्व कपडे विकून टाकंल म्हणून त्या दिवशी मी अन् शिवानं ठरवलं की, आज कामावर जायचं न्हाई. कसं करून ऐलावानं दारू पेल्यावर आम्ही तिला गोडगोड बोलून प्यांटीचं कापड फाडाया लावलं तरी ऐलावानं एका पॅंट मागं १० रुपये खुशाली म्हणून घेतली.

त्यो खाकी रंगाचा कपडा घिऊन आम्ही प्यॅंटी शिवाया गेलो तर टेलर म्हणाला याला शिलाई जास्त पडंल, हा टेरीकाटचा कपडा हाये. तवा आमाला आणखी आनंद झाला. ऐलावाला कळायच्या आत आणखी कापड विकत घिऊन दोन प्यॅंटी शिवल्या. त्या प्यॅंटी घालून आम्ही कामावर जायचं. तेच्या आधी सादं ४-५ रुपयं मीटरचा कपडा वापरायचे. आता आमच्या बराबरच्या कामगारापरीस आमचे चांगले कपडे बघून आम्ही चांगल्या घरचे असू असं साऱ्यांना वाटाया लागलं. पगारात कुठलं हे करता येतंय? आम्ही आमच्या बराबरच्या कामगारांना आमी मराठ्याचे हाव म्हणून सांगायचे. त्यामुळं आम्ही चोरीचे कपडे घातले तरी सबादून जायचे.

तसं ऐलावा एकाच चोरीवर अवलंबून नव्हती. ती वाटेल त्या चोऱ्या करायची. कधी आडतीवरून गठुडे तर मोठ्या मोठ्या जत्रेत गड्याचे सुद्धा खिसे मारायची, तर कधी बायांच्या गळ्यातील मंगळसूत्रं, बोरमाळा, वज्रटिका, बारक्या पोरांच्या सोन्याच्या बिंदल्या चोरायची. ऐलवा बायांचे दागिने तोंडानं तोडून काढण्याइतकी चपळ होती. ती सांगायची की, मी सोन्याचा लाकेट दोन दातानं तोडते, कारण लॉकेट सोन्याचं असल्यानं पत्तीनं कापता येत नाही. सोपान भावजी म्हणजे आमच्या भावाचा सासरा ते तिच्या बरोबर राह्याचे, तिरगायला जायाचे. दोघा नवऱ्याबायकोला दारू पेल्याशिवाय चोऱ्या करायला येयाच्या नाही. कधी कधी लांबून चोऱ्या करून आल्यावर हिश्शासाठी भांडण करायचे व दोघे मिळून दारू पेयाचे अन् परत भांडण करायचे.

ऐलावा तिच्या नवऱ्याला सोपान्या म्हणायची. ती म्हणायची की मी एवढे बकढ (दागिने) आणले मला त्यातले किती पैसे दिलास. मग सोपान्या म्हणायचा, "ऐल्ले मी तुला रांड म्हणून आनलो. तुला बायकोसारखा संग घेऊन जातो, तू जादा कमई केल्यावर खुशीत तुझा पाक (हिस्सा) देतोच तरी बी तू मला भांडतीस." तसं ऐलावा सोपान्याची चौथी बायको. ती काढून आणल्याली होती, कारण तिला चोऱ्या कराया येत होत्या. तशी ती कोण्या जातीची होती ते म्हैत नाही. तशा सोपान्याच्या दोन बायका घरीच राहायच्या. त्या दोघीला लेकरे होते, त्यामुळं दोघी वेगळ्या राहायच्या अन् सोपान्या त्यान्ला हिस्सा बरोबर देयाचा. सोपानची थोरली बायको मेल्यावर त्यानं तीन बायका केल्या. मेल्याली बायको मात्र माझी थोरली बहीण होती.

चोऱ्याची कमाई लई होती. त्यात ऐलावाला करून घेतल्यावर जास्त कमाई झाली. ऐलावा तसं वेगळंच राहात होती. पुढे ऐलवाला पोरगं झालं त्यामुळे सोपानाला सोडून एकटीच चोऱ्या करायला जायाची. लातूरला आल्यावर आम्ही ऐलवाच्या मागं मागं राहायचं. ऐलावानं काय आणलं तर हिस्सा मिळायचा. त्यामुळं वाटू लागलं आपल्या नोकरीपरीस हा धंदा शिकला तर बरं होईल.

एकदा ऐलावानं लातुरात आडतीतनं बांगड्या आणि नव्या कपड्याचे दोन गठुडे उचलून आणली. तवा तिनं ते गठुडं माणिकदादाच्या खोलीवर आणून ठेवली. पोलीस माग काढत साळेगल्लीत आले आणि माल पकडला. ऐलावा पळून गेली. आमच्या भाभीला पोलिसांनी धरलं. भाभीला आमच्या चोऱ्या

करायचं माहीत नव्हतं. बरं गरिबी असल्यामुळं जे कोणी चोऱ्या करून आले की, ५-१० रुपये मिळायचे. चांगलं चांगलं खायला मिळायाचं म्हणून या लोकांना राहायला घरात जागा द्येयाची; पण या वेळेस पोलीस बरोबर पत्ता काढून घरी आले, मालासहित पकडले. भाभीला पोलिसांनी तिथंच दम दिला, सांग कोण कोण होतं. तवा भाभीनं सांगितलं की, ऐलावानं आणून ठेवली साहेब.

आमच्या भाभीला अटक केली तवा आमच्या अण्णानं वैनीच्या गळ्यातील पत्याची सोन्याची माळ सोनाराच्यात ४०० रुपयाला ठेवली. भाभीवर केस न करण्यासाठी आणि कोर्टात केस न जाऊ देण्यासाठी पोलिसांनी ४०० रुपये मागितले होते. आमची वैनी ऐलावाची सावतर पोरगी होती; पण आपल्या जावंची इज्जत जाऊ नये म्हणून सोन्याची माळ ४०० रुपयात गिरवी ठेवली. अन् भाभीला सोडवून आणलं. तवापासून आमची त्या गल्लीत बेइज्जत झाली. सर्व चोर आहेत असे सगळे म्हणू लागले. मग मातर मी ठरवलं की, आता आपण या नादाला लागायचं नाही. आणि ऐलावाच्या संग फिराया जायाचं नाही. तिला खोलीवर पण येऊ द्यायचं नाही. शिवा आणि बाबूशहा दोघेही सावतर भाऊ होते आणि सोपानाचेच पोरं होते, ते मातर ऐलावाची कमाई झाली की, गोड बोलून तिच्याकडून पैसे काढायचे.

पुढे काही दिवसांत बाबूशहाचं लग्न जमलं. पोरगी सोलापूरची होती. बरं, बाबूशहाचे मायबाप तयार नव्हते. बाबूशहा तसा सूतगिरणीत चांगला पगार पाडायचा. तो बाइंडिंग खात्यात काम करत होता. पगार अंगावर होता. आमच्या अण्णानं बाबूशहाला पोरगी पसंत असल्यानं लग्न करायाचं ठरवलं. बाबूशहाचं पहिलं लग्न जमलं होतं. त्यामुळे त्याचे आईवडील तेच कर म्हणायचे. शेवटी अण्णानं सोलापूरच्या पोरीला आणून बिना आईबापाचं रात्रीतूनच लग्न लावलं. बाबूशहाचे आईवडील नंतर खूप भांडले; पण अखेर लग्न झाल्यामुळे नाइलाज झाला. ते नवराबायको मजेत राहू लागले. मग मला बी वाटायचं, आपणबी लग्न करावं. तसं तर मी बारका असतानाच भाडगावच्या तुकारामाची पोरगीसंगं सोयरीक केली होती. तवा तुकारामाला वाटलं की, आपल्या पोरीच्या लग्नानंतर लक्ष्मुमन जावई झाला, की झकास खिस्तंग मताया (खिसे कापाया) शिकवावं. मी शाळा शिकल्यानं त्या पोरीचं लग्न दुसरीकडं झालं. मग नंतर जावळीच्या पोरीसंगं सोयरीक झाली. एकदा गानूरच्या पोरीसंगं सोयरीक झाली ती बी मोडली. पुन्हा

जगलापूरची करायची ठरवली. हे मला माहीत नसतानाच आमच्या भावाच्या बोलण्यावरून झालं होतं. तसं तर मला कोणी विचारत नव्हतं.

कवठ्याची चिंगू चोऱ्या कराया लई पटाईत होती. ती आमच्या जवळची होती. त्यांनी आमच्या भावाला विचारले आणि चक्क लग्नाची तयारी करायची सुरुवात केली. या पोरीला लहानपणी शाळा शिकवायच्याऐवजी चोऱ्या कराया शिकवत होते. आणि त्या पोरीची सोयरीक जमली. मला बी वाटायचं आपली बायको चोऱ्या करणारी जर भेटली तर दोघा दोघाची कमाई होईल. बरं या लग्नाची त्या चिंगूनं समदी तयारी केली. कवठ्यात एका दिवशी लिंगाप्पाच्या घरी लग्नासाठी किती खर्च येईल म्हणून ती विचारत होती. त्याच लिंगाप्पाची एक पोरगी लग्नाची होती. तवा कवठ्याच्या चंद्रभागानं विचारलं, कुठला पोरगा केलास. तवा तिनं सांगितलं धनेगावचं हाय. चांगलं पुस्तक शिकलंय. सूतगिरणीत नोकरी करतंय. या चंद्रभागाचं मन फिरलं आणि माझ्याबद्दल चढाओढ लागली. आपल्या छबूला शिकलेला पोरगं बघ म्हणून किती दिवसापासून सांगतोय. बरं अजून तू बघितला नाहीस. जा. लातूरला हाय म्हण. तवा महादू, किसन लातूरला आले. त्याची आमच्या थोरल्या भावाची ओळख निघाली. मग त्यांनी आमच्या भावाला विचारलं.

आमचा दादा भलताच खूश झाला. त्यानं होय म्हणून सांगितलं. दुसऱ्या भावाचा विचार नाही घेतला. इकडं अण्णानं आपल्या सावतर सासूची पोरगी बघितली आणि तिला विचारलंबी, शब्द दिला की मी तुझ्या पोरीला लक्ष्मनला करतो. बरं दोघांनीबी मला विचारलं नाही. दोघांनी माझ्या दोन सोयरिकी केल्या. मग भावाभावात भांडण सुरू झालं. दादा म्हणाला कवठ्याची करा तर अण्णा अन् भाऊ म्हणू लागले, जावळीची बाबूशहाची बहीण करायची.

आमच्यात ज्याचं लग्न करायचं आहे त्याला बोलवायचे नाही, मोठ्या माणसांत बारक्यानं शहाणपणा दाखवायचा नाही असा नियम हाय म्हणून मी गप्पच होतो; पण थोरला दादा आला अन् सांगितलं, बघ कवठ्याची पोरगी चांगली हाय अन् गोरीपान हाय. घरी शेतीबाडी हाय. त्या पोरीच्या बहिणीचा नवरा इंजिनिअर होणार हाय. लग्न करून देतो म्हणत्यात आणि मुलीला हुंडा न घेता करून देणार आहेत. आपण रिकाम्या हातानं घरनं जायाचं आहे. मी तुझं चांगलं करावं म्हणलं तर हा भगवान सासुरवाडीची करावं म्हणू लागलाय. त्याचं

ऐकू नको बघ, म्हणून मला भरवू लागला. मला बी दादा माझं चांगलं करावं म्हणतोय, तर मग तीच कवठ्याची पोरगी करा म्हणून दादाला सांगितलो. मग अण्णा अन् भाऊ म्हणू लागले लक्ष्मण दादाचं ऐकू नको. आरं लांबचे पाहुनसे काय माहीत नाहीत. जर बट्याचे निघाले तर वाळीत पडावं लागंल. आपल्या जवळच्याच नात्यातील आत्याबाईची पोरगी करून घे. ती तुला काय मागेल ते देतो म्हणत्यात. तुला मिलची नोकरी नको वाटली तर किराणा दुकानला भांडवलबी देतो म्हणत्यात. मी लई कोड्यात पडलो. काय करावे ते समजेना. तसा तर मी वेगळाच होतो. मला माहीत होते की, माझ्यासाठी कोणताच भाऊ लग्नासाठी खर्च करणार नाही. शेवटी मलाच माझ्या लग्नाचा खर्च करावा लागणार.

मग शेवटी बाबाला विचारलो. बाबांनी सांगितलं, बघ बाबा. माझं काय? पर आपसात करू नको. तुझी इज्जत करायचे नाहीत. आता गोड बोलतील. तसा मी वेगळाच असल्यानं काय करायचे ते मलाच ठरवायचं होत. मी विचार केला की, कवठ्याचे लोक शेतीबाडीवाले आहेत आणि आपला होणारा साडू इंजिनिअर हाय तवा आपण कवठ्याचीच पोरगी करावी. मग दादाला सांगितलं दादा, बघ कवठ्यांची सोयरीक करा. दादा आता सूतगिरणीत झाडूवाला म्हणून काम करत होता. त्यामुळे आम्ही चार भाऊ लातुरात तर संभाभाऊ औरंगाबादला होता. मग माझं लग्न न झाल्यानं आणि बाबाला आणि हारचंदाला संभाळत असल्यानं माझ्या नावे आठ पत्रे घरावरचे ठेवले होते; ते चंद्रभागाच्या घरावर ठेवले. मग दादाला कवठ्याला जायाचं झालं की, तो पैसे मागायचा? मी देत राहायाचा. एकदा सोयरीक झाल्यावर कुकू लावायला जायचे होते.

आमचे अण्णा, भाऊ नाराज झाले. सोयरिकीला जाईना झाले. ते म्हणू लागले जावळीचीच पोरगी कर, तवा मी सांगितलो की, मला आता कवठ्याचीच पोरगी करायची, तसं तर मी ती पोरगी पाहिलीच नव्हती. दादाच्या सांगण्यावरूनच करायची ठरली. मग कुकू लावायला पैसे नव्हते. दादा चोऱ्या करणारा असल्यामुळे सतत दारू पिणारा, चैनीबाज होता. मंग मला म्हणाला, लक्ष्मण आपण तुझे नावचे पत्रे विकू. मी बी शेवटी तयार झालो आणि दादाला पत्रे विकण्यास सांगितलो. दादाने मला चंद्रभागाला चिठ्ठी देण्यास सांगितली. मी चिठ्ठी दिली आणि कामावर गेलो. तवर दादाने दोन पत्रे विकतो म्हणून आठच्या आठ पत्रे हराशीत विकली. बायकोला गुळाच्या भाकरी कराया लावल्यावर पोरीला साडी,

झंपर घेतला. पत्र्याचे पैसे जास्त आले होते. लगेच आपल्यासाठी नवे धोतर, खमीस घेतला आन् मी ड्युटीवरून येईपर्यंत कवठ्याला गेलाबी.

म्हणूनच मी निर्णय घेतला; पण दादानं सर्व पत्रे विकून लग्नाचं चांगलंच प्रेम दाखवला. पत्र्याचे सर्वच पैसे जिरवून टाकला. मी विचारलो, "दादा, सर्वच पत्रे कसे विकला." तसा दादा म्हणाला, "लग्न का फुकट होतंय का? मला सोयऱ्याच्या गावाला जायचं म्हणल्यावर चांगले चांगले कपडे घालून जावं लागेल, का फाटक्या कपड्यानं जायचं. तुझा अथवा माझं पोझिशन राहील का?" असं मलाच समजावून सांगितलं. मी मनात म्हणलं दादा चोऱ्या कराया गेल्यावर, दुसऱ्याला जसे फसवतोय तसं मलाबी फसवू लागलाय. लग्न होणार म्हणून मला बरं वाटत होतं. त्यामुळे गप्प राहिलो. शेवटी लग्नाची तारीख ठरली. इतर दोस्त आपले लग्न होण्याआधी बायको बघून येतात तसं आपूणबी जावं म्हणून एका दोस्तासोबत सायकलवर कवठ्याला गेलो. लातूरपासूनही उचल्याचं कवठा सत्तर किलोमीटरवर आहे. शेवटी आम्ही गेल्यावर तिथं आमच्या होणाऱ्या सासरवाडीनं चांगला पाहुणचार केला. बरं कवठ्यातली जी सोयरीक अगोदर जमली होती ती लोक भांडाया आले. आमची पोरगी करून घेयाचं म्हणतावं दुसरी कसं करताव, आम्ही जातपंचायत बसवू असं म्हणू लागले. शेवटी आमच्या सासरवाडीनं यायचे ठरविले आणि त्या पहिल्या पोरीच्या घरच्यांना गप्प बसवले. ते भांडण मिटलेलं पाहून बरं वाटलं.

सासरवाडीला मुलगी पाहण्यासाठी गेल्यामुळे पाहुणे खूपच प्रेम करू लागले. बरं मी नवीनच मुलगी पाहण्यासाठी गेलो होतो. त्यामुळेच मीपण जसं मुलगी लाजते तसाच लाजत होतो. मला सर्व नवीनच वाटत होतं. आमची एक मेव्हणी शिकल्याली होती, त्यामुळे नवीन पद्धतीने मुलगी दाखवायचे ठरविले. मग दोन पाट आणले. मी एका पाटावर बसलो. मग एका मुलीला समोर आणून बसविले. माझ्या अंगाला दरारा घामच आला. मी काय विचारावे ते समजले नाही. ती मुलगी बी लाजत होती तशीच माझी बी गत झाली होती. त्या पोरीची मान खालीच होती. मी विचारले नाव काय? ती म्हणाली छेबू. मग मी ५ रुपये ताटात टाकले अन् गप्प तसाच बसलो. त्या मुलीच्या थोरल्या वैनीने मला आणखीन काय विचारायचंय काय भावजी विचारा म्हणल्यावर माझ्या मनात उकळ्या फुटल्या. मी मानेनंच काही नाही म्हणून सांगितले. मग मुलगी निघून गेली. मग त्या दिवशी मुक्कामाला राहिलो. रात्री मटण केले. मी नौकरीला

लागल्यापासून दारू पीत नव्हतो की तंबाखू खात नव्हतो; पण त्या दिवशी त्यांनी मला दारू पाजवायची ठरवली असावी. एरवी लोक मुलीला मुलगा करताना मुलगा दारू पितो का, तो काही व्यसन करतो का, याची चौकशी करतात; पण मी सासरवाडीला गेल्यावर मला जबरदस्तीने दारू पाजण्यात आली. मला खूप उलट्या झाल्या. दुसऱ्या दिवशी मला बऱ्याच लोकांनी चहासाठी बोलावले. कोण्या एखाद्या मुलींकडं लक्ष गेले की, वाटायचं आपण काल पाहिल्याली मुलगी हीच आहे का? कारण मी माझ्या होणाऱ्या बायकोस लक्ष देऊन पाहिलेले नव्हते. शेवटी लातूरला येयाचे ठरले. मग आमच्या होणाऱ्या सासूने सांगितले "बघा, लक्ष्मण, तुम्ही माझे जावईच हाव, मला तर मुलासारखेच हाव. कोणी काय बी सांगितलं तर ऐकू नका. आमचा अपमान होईल." मी त्यांना सांगितलं, "तसं काही होणार नाही. तुम्ही काळजी करू नका."

मग मला पाठविताना सर्व लोक पाटीपर्यंत आले. कवठ्यात बरेच तरणीबांड पोरं होती. सर्व खिसे कापण्यात लई पटाईत होती. हे ऐकून होतो; पण जवा पाहिलं तवा वाटलं किती भारी कपडे आहेत. आपण तर येते वेळेस दोस्ताचे चांगले कपडे मागून घालून आलो. एवढंच नाही तर येताना जुन्या बाजारातला मुंबईचा बूट विकत घेऊन पायमोजे घालून आलो. आपण चांगल्या नौकरीवर हाव असं वाटावं म्हणून दाखवत होतो; पण त्या लोकांपुढं फिकच वाटत होतो. मी लातूरला आल्यावर सर्व भाऊ मला शिव्या देऊ लागले. भाडखाऊ लग्नाच्या आधी बायको बघाया गेलास. आरं आमचं लग्न झालंय. नीट कळत नाही बघायचं. मग शेवटी लग्नाची तारीख नक्की झाली. मग कवठ्याचे लोक कपडे घेण्यासाठी आले. लग्न पंधरा दिवसांवर आहे म्हणता कपडे घेऊन अडकावून ठिवावे म्हणून त्यांनी कपडे घेतले. कधी नाही ते जीवनात एवढे भारी कपडे घेतले. एका ड्रेसला २५० रु. गेले आणि बूट ६० रु. चा असा बाजार झाला. कपडे शिवाय टाकलं. बूट घरी घेऊन आलो. आता सासरवाडीचे लोक माझ्याच खोलीवर येऊ लागले.

तवर इकडं अण्णाच्या घरी जावळीची आतेबाई पोरीला घेऊन येऊन बसली होती. आमच्या भावाला सांगू लागली की, लक्ष्मणला माझीच पोरगी करा नाही तर मी जीव ठेवणार नाही. मी तुमच्या दारासमोर धडक घेऊन मरते. तिथंच मुक्काम ठोकून बसली अन् थोरल्या भावाला बोलावून घेतली. आत्याबाईने

दादाला सांगितलं, "बघ माणिक ! मी तुमच्या गांडी धिवल्या. गू माझ्या नाकातून अजून निघाला नाही. मी तुम्हाला नाही तेवढे करून बघितले व मला लांब करू नका. काही करून लक्ष्मण माझी पोरगी करा. काय पाहिजे ते मागा. मी लक्ष्मणला पाच तोळे सोने देते. लातुरात प्लॉट बांधून देते. अजून त्याच्या मनाप्रमाणे मागेल ते देते. दोई अंगी करून देते. सांगा अजून काय पाहिजे?" मग आमचे सर्व भाऊ एक झाले.

त्या दिवशी आत्याबाईने सर्व भावांना खूपच दारू पाजली! आमच्या दादाला काय, दारू झाली की बस, लगेच आत्याबाईला सांगितला, "लक्ष्मण माझ्यापुढं कसा जातोय ते मी बघतो. पहिली सोयरीक मीच केली आणि आता ती मीच मोडणार." दादा एकदा मासे धरायला जाऊन तिथंच दारू पिऊन सोयरीक करून आला होता. आता मला चांगलं कळत होतं. शेवटी दादा, अण्णा, भाऊ एक झाले. मला समजावून सांगू लागले. "लक्ष्मण ऐक तुझ्या जिंदगीचं बरं होईल. आत्याबाई जवळ होईल." शेवटी मी नाहीच म्हणून बसलो तवा आत्याबाई म्हणाल्या, "लक्ष्मण तुझ्या भौजीने मूचन आणायला भंगार (चोरून आणलेला) हाय. तुला लॉकेट मुद्दाम करते. तू ऐक." तवा मी सांगितलं, "बघ अत्याबाई, मी एकदा त्यांना शब्द दिलाय. त्यांनी कपडे घेतलेत. आठ-दहा दिवसांवर लग्न आहे. तू मला सोन्याचा पलंग देते म्हणालीस तरी मी कवठ्याची मुलगी करणार." तवा आत्याबाई बोलू बोलू रडू लागली. उगीच चक्कर येऊन बेहोश पडल्यावानी, नाटक करू लागली. मग आमचा थोरला दादा ज्यांनी माझी सोयरीक आणि कवठ्याचीच मुलगी कर म्हणणारा दादा, मला म्हणाला "आत्याबाईची जावळीचीच पोरगी कर. ती आता हुंडा जास्त देऊ लागलीय. कवठ्याचे नुसतं लग्नच करून देऊ लागलेत. तू जर ही पोरगी नाही केलीस तर तुझं लग्न आम्ही लातुरातच बांधून करू."

शेवटी सर्वांनी ठरविले. लक्ष्मण असा ऐकत नाही. त्याचं जबरदस्तीनंच लगीन करूत. आमचं ऐकत नाही म्हणून सर्वच बिघडले. मी भयानक पेचात पडलो. वर, बाबा तेवढ्या माझ्या बाजूला. पर बाबा म्हातारा. त्याचं कोणीच ऐकेना. पर शेवटी मीदेखील गोड बोलायची आयडिया केली; कारण आता मला समजले की, मुलगी येथे आणली तवा माझं जबरदस्तीनं लग्न लावणार. मग मी त्यांना सांगितलं, "त्यांनी कपडे घेतलेत." तर मग मला सांगितलं की, त्यांच्या

कपड्यांचे पैसे देऊन ये. मग मी शेवटी त्यांच्या कपड्याच्या पैशाच्या निमित्ताने कपडे आणि पैसे घेऊन कवठ्याला गेलो आणि त्यांना सर्व हकीकत सांगितली. ते पण घाबरून गेले. मी बोललो, "तुम्ही काळजी करू नका. आमचे कोणी भाऊ लग्नाला नाही आले तरी मी एकटा का होईना नक्की लग्नाला येतो. तुम्ही तयारी करा". तवा त्यांना धीर आला. मी तीन-चार दिवस भावाची भेट घेतलीच नाही. दुसऱ्यापाशी सांगितलो, "मी मरेन पण आता दुसरी पोरगी नाही करणार." तवा सर्व भाऊ गप्प झाले. वाट पाहून आत्याबाई रडत पडत जावळीला निघून गेली. आमचा भगवान अण्णा तसा शहाणा होता. त्यानं शेवटी लग्नाच्या येळेस सांगितलं, "लक्ष्मण म्हणतंय तसं त्याला करू द्या." तेव्हा मग सर्वजण तयार झाले. माझं लग्न अखेरला सासरी ना घरी असं झालं. मला माझ्या मालकीचं घर नाही, त्यामुळे शेवटच्या येळी आमच्या सासूच्या बहिणीच्या मुलाचं लग्न होतं त्याच लग्नात माझं करायचं पक्क झालं. मग चहूकडे लग्नपत्रिका गेल्या. माझ्या लग्नासाठी कोणी खर्च करायास तयार नव्हते. शेवटी मी माझ्या मित्रांकडून आणि सोसायटीचे कर्ज काढून लग्नाची तयारी केली. तसं मला लग्नात काय खर्च नव्हता. मुलाला हुंडा न घेता फक्त लग्न करून द्यायचे ठरले होते. बरं, आमचे मेहुणे लई चालू होते. कारण किसन म्हणायचा मेहुणा असाच तिरगायला (चोरायला) जायाचा त्यामुळे त्याला कोणाला कसं फिरवावं अवगत होतं. त्यांनी मला लग्नाच्या पहिल्या दिवशी येऊन हळूच बाजूला बोलावून सांगितलं, "भौजी आमची थोडी बंडाळ हाय. तुमच्या घरातील कपडे लग्नात तरी मान मानतूकासाठी द्या." मला तसं सारं खरं वाटलं. आणि मी मनातल्या मनात मनतक्यासाठी रुसणार नाही असं सांगील. मग लग्न उद्यावर आले. घरचे सर्व लोक येण्यास तयार झाले. मग बैलगाड्या काढायचे, बैलगाडीनं जायाचे ठरले.

हारचंदाला फेफरं येत असल्यानं त्याला लग्नाला न येऊ देता घरी राखायला ठेवलं. तो म्हणाला, "मलाबी लक्ष्मणच्या लग्नाला येऊ द्या." बरं, त्याला कुठंही फेफरं आल्यास उगीच पंचायत म्हणून तिथं ठेवलं. बैलगाडी मिळंना झाली. मग एस. टी. ने पानचिंचोलीला उतरलो. तिथून चालत येळीला निघालो. रस्त्यात भुका लागल्या म्हणून एका मळ्यात सैपाक केला. सर्वांनी जेवण केले. मग आम्ही चालत येळीला पोहोचलो. आम्हाला गावच्या बाहेरून वाजत गाजत घेऊन गेले. एका खोलीत आमचं बिराड उतरलं.

लग्नाची गडबड सुरू झाली. कारण माझ्या लग्नाबरोबर आणखीन दोन लग्ने होती. त्यामुळे बरेच पाहुणे आले होते. जिकडे पाहावे तिकडे जातपंचायत बसल्यासारखे थवेच्या थवे बसले होते. दारूचे टुब फुटत होते. गटागटा दारू पीत होते. जुनी भांडणं उकरून काढत होते. इकडे आम्हाला नवरदेवाला हळदी लागत होत्या. आमच्या बिराडात अण्णाची बायको मुद्दाम भांडण काढत होती, कारण तिची जावळीची बहीण नाकारली गेली होती. आमच्या बाबाला वरबाण्याचा आयर का घेतला नाही म्हणून आमचे सर्व भाऊ भांडू लागले. वरबापाला आयर घेतला नाही. नवरदेवाचा बाप मेलाबिला काय? या लोकांची रीत हाय का? मग मला सर्व दोष देऊ लागले. ह्या कडूला नगं म्हणलं तरी कवठ्याचीच पोरगी करायची म्हणून बसला. माय घाला आता.

अखेर बाबानं सर्वांना समजावून सांगितलं, "कपड्यासाठी कशाला भांडण काढता, जाऊ द्या " म्हणून मिटवामिटवी केली. लग्नाची वेळ झाली, माझे मिलमधले दोस्त सायकलीवर लग्नासाठी आले होते. अगोदर दत्तूचं लग्न लागलं. पुन्हा माझ्या लग्नाची तयारी झाली. मला मारुतीच्या पारावर उचलून घेऊन गेले. एका जागी एकमेकांच्या हातात सुपाऱ्या देऊन सोयऱ्या-सोयऱ्याच्या गळ्यात गळा घालून भेटत होते. मला आहेर चढला आणि मला लग्नापरीस आनंद या कपड्याचा वाटू लागला. भारी कपडे मिळाले. बूट, पँट, शर्ट इन केला, मी लई चांगला दिसत होतो. लोक म्हणायचे सर्वांत नवरदेव एवढाच उठून दिसतो. मग मला वाजतगाजत मंडपात आणले. सर्वांनी अक्षता घेतला होता. बामणाने नवरी आणाया सांगितले, समोरासमोर पाटावर उभं केलं आणि एकदाचं लग्नं लागलं.

लग्न लागल्यावर अण्णाची बायको मुद्दाम भांडण करू लागली. जावळीचा शिवा, बाबूशहा आणि वहिनी एक झाले आणि जोरजोरात भांडण करू लागले. मग रुसून जाऊ लागले, वहिनी मुद्दाम मला शिव्या श्राप देऊ लागली. ह्या कडूचं लग्न इगीन हाय. मग अण्णाने तिथंच वहिनीला मारले. मग सोडवासोडवी झाली. आहेर चालू होते. आमचा दादा आहेर घेण्यासाठी बसला. मग आहेर कोणी दिला की, त्याच्या नावाने स्पीकरमध्ये पुकारा व्हायचा. मला त्या वेळेस रेडिओमध्ये बोलायची लई नाद होता. त्या वेळेस तेवढं कळायचं नाही. बरं दादाकडं आहेर झाला की, दादा पैसे घेयाचा, मी आहेर पुकारत होतो. एक स्टिलचा गिलास आला तर मला लई मोठा आधार झाल्यागत वाटत हुतं.

दादाकडनं मी गरबडीत आहेराचे पैसे घेतलो. तीस एक रुपये मिळाले व्हते. माझ्या लग्नासाठी जे लोक आल्ते त्यांचं तिकीट मलाच काढावं लागणार हुतं म्हणून मी पैसे तसेच खिशात ठिवलो. रातच्याला त्याच गावात माजी वरात काढली. माझ्या अंगावरचा टॉवेल बायकोच्या साडीला बांधला हुता. मी पुढं-पुढं अन् माझी बायको मागं-मागं चालत होती. रुकवताच्या येळंस पुन्हा भांडण सुरू झालं. मानाचे रुकवत बघण्यासाठी मला अगोदर १५ रुपये ठिवावे लागले. असे एकदाचे माजे लग्न पार पडले.

लग्नानंतर आता बायको माझ्याकडंच राहू लागली. लग्न झाल्यावर एक चार पाच दिवस अण्णाच्यात राहिलो. थोड्याच दिवसांत माझा पगार झाला. वहिनी काई पैसे माझ्या लग्नाच्या येळंस खर्च केल्ती. त्येच्यानं सुरुवातीलाच भांडण काढू लागली. लग्न कराया गोड वाटलं, बायकू बगलत आली मग आमचे पैसे खर्च झाल्यालं देयाला काय झालं? मंग मी पगारातनं काही पैसे दिलो. अण्णानं सांगितला हिच्या बहिणीशी लग्न न केल्यानं ती तुझ्यासंगं असंच करणार हाय. आणखीन दोन दिवस राहिलो. वहिनी मुद्दाम माझ्या बायकोला, नवीन नवरी असतानाही जास्त काम लावायची. मुद्दाम कायतरी करून भांडण काढू लागली. मग मात्र मी माझ्या खोलीवर राहाया जायचं ठरविलं. अन् एके दिवशी बायकोला घेऊन खोलीवर गेलो. घरी माझा संसार थोडाबहुत होता. एक दोन जर्मनचे पराती, तांबे, वाट्या अन् काटवट, भगुनं. तवा एवढ्यावरच आम्ही वेगळा संसार मांडला. माझ्या बायकोसोबत तिची आजी पण होती. त्यामुळं आम्ही तिघंजण अन् बाबा असं चौघंजण घरात होतो. हारचंदा कधी माझ्याकडं तर कधी अण्णाकडे राहू लागला. तशी आमची खोली एकच तीबी साडेतीन पत्र्याची होती. तिला वीस रुपयं किराया होता. तशाच खोलीत चौघेजण राहात होतो, भागत नव्हतं. आधीच लग्नाचं कर्ज, सोसायटीचं कर्ज कटल्याने पगार कमी मिळू लागला. पिठात पीठ, मिठात मीठ पुरंना. लई बंडाळ बघून बाबा परत धनेगावला नौकरीला निघाला. माझ्याशिवा बाबाला कोणी संभाळत नव्हतं. माझ्याजवळ कसंतर त्याला म्हातारपणी आधार मिळू लागला होता, पर ही समधी बंडाळ बघून बाबा धनेगावला नौकरी करू लागला, मला वाटू लागलं, उगीच मी लग्न केलो. मी बाबाला म्हणालो, "बाबा, आता नौकरी करू नगंस. इथं घासघास कुटका मिळंल ती खाऊ." तवा बाबा म्हणाला, "नगं लक्षुमण, तू चांगला संसार

थाट की मी अजून परत येतो. तवर देणंपाणी फेड. हारचंदाला तुझ्याशिवाय कोण संभाळत नाही तवा तू त्याला संभाळ." घरातल्या बंडाळीनं बायकोची आजीबी जाया निघायची तवा बायको रडायची. एकच खोली असल्यानं मी लाजून खोलीच्या दारात झोपायचा. बायकोन् आजी घरात झोपायची. कधी कधी आजी उठून बाहेर माझ्या जागी झोपायची अन् मला घरात जायाला सांगायची. माझी बक्कळ इच्छा असूनबी मला आजीची लाज वाटायची, कारण ही आजीसासू, मी तिला मामीच म्हणायचा, ही मामी काही दिवस रोजच बाहेर येऊन उठवायची अन् मी घरात जायाचा. कधी आम्ही झोपलंन् पाऊस आला की एकाच खोलीत झोपायचो. या खोलीत अजून कोणी सोयरे आले अन् पाऊस आला की, काय लोकं पायऱ्याला, उशाला झोपायचे. पाय पसरायला जागा नसायची. रात्री लघवी आली तरी तसंच लघवी साठवून झोपावं लागायचं.

हारचंदाला फेफ्रं आलं किंवा माझी जात समजली की, मला दुसरीच खोली बघावं लागायची. हारचंदाच्या फेफ्र्याची मला सवय हुती पर घरमालक अन् वाड्यातले लोक ही बला कशाला ठिवलाव म्हणून खोली सोडाया सांगायचे. मला लातुरात १९ वेळा खोल्या बदलाव्या लागल्या. तरी मी जात चोरून सांगत होतो. तरीबी उघडी पडायचीचं. आम्ही नवीन नवरा-बायको असूनही येगळी खोली नव्हती. माझी बायको अजून शहाणी झाली नव्हती. तरी मामी आम्हाला एका जागी झोपाया सांगायची. तसं माझ्या बायकोचं वय चौदा ते पंधरा वर्षे होतं. असेच काही दिवस गेले. पुन्हा ती खोली पुरेना झाली म्हणून एका ठाकुराच्या घरी खोली बघितली. ही खोली थोडी मोठी होती, वरी चार पत्रे होते आणि लाईट, फरशीपण होती. चाळीस रुपये किराया होता. तसं अगोदरची घरमालकीण चांगली होती. तिथून जाऊ देत नव्हती, पर हारचंदाला फेफ्रं आल्याचं बघून तिला बरं वाटेना अन् खोलीबी निव्वळ बारीक हुती म्हणून ठाकुरांच्यात ऱ्हायला आलो. आमचं सामान एका पोत्यात बसायचं.

पोतं भरून सामान खोलीत आणलं. आता माझंन् बायकोचं चांगलं बोलणं व्हायचं. माझी बायको खेड्यातली असल्यानं तिला शहरचं काय माहीत नव्हतं. लिहितापण येत नव्हतं. अन् तेलगू तिची भाषा असल्यानं मराठीबी बरोबर बोलता येत नव्हतं. मला तेलगू भाषा समजती आन् बोलता पण येती पर जास्त येत नाही. त्येच्यानं सुरुवाती-सुरुवातीला तिच्याशी बोलाया अवघडच वाटत

होतं. कधी कधी मी ड्युटीवर जाताना बायकोला सांगायचा की, रॉकेल, सरपण आणून घे. तवा ती म्हणायची काय म्हणलो. मी परत तेच सांगायचा. मला वाटायचं हिला ऐकायला कमी तर येत नाही, म्हणून मी दुसरंच कायतरी बोलायचा तवा तिला सर्व ऐकाया यायचं. मग पुन्हा मला कळालं की जळणाला सरपण म्हणावं अन् रॉकेलला घासलेट. अशा भाषेतून तिला कळायचं. आता लग्नाला महिना दीड महिना झाला होता. तसं आता आम्ही नवरा-बायको बरे होतो; पण जावळीच्या लोकांनी चंग बांधला की, लक्षुमनानी आपली पोरगी केली नाही पर ह्याचा नाद सोडायचा नाही. आम्हाला या गोष्टी माहीत पडायच्या नाहीत. मी गिरणीत कामाला गेलो की, घरी बायको येकटीच राहायची. मग वहिनी येऊन तिला माझ्याबद्दल कायबी बाईट सांगायची. जावळीचा शिवा, बाबूशहाही मुद्दाम माझ्या बायकोला भरवून द्यायचे. मग बायकोचे न् माझे भांडण व्हायला सुरू झालं. मलापण बायकोचा ती उगीच बाहेर उभी ठाकली की संशय यायचा. मी बायकोला खूप माराया सुरुवात केली. इकडं वहिनी मला सांगायची, छबूची वागणूक चांगली नाही. उगीच करून घेतली. मग मी तिच्यावर लई भडकायचा. आपण ड्युटीवर गेल्यावर आपल्या माघारी बायको काय करती म्हणून अर्ध्या सुट्टीतून सायबाला कायतर सांगून घरी यायचा, अन् आपली बायको घरीच हाय का कुठं गेली ते पाह्यचा. बायको घरीच ऱ्हायची. बरं, वहिनीनं भलतंच सांगितल्यापास्नं बायकोची नफरत वाटाया लागली. अन् दोन तीन महिन्यांतच तिला सोडून देण्याचा विचार डोक्यात येऊ लागला. असंच मी एकदा नौकरीवरनं घरी आलो तर बायको घरी नव्हती. शिवाची मामी जवळच येगळ्या वाड्यात राहात हुती. माझी बायको तिथं शिवाच्या घरमालकिणीसंगं बोलत बसली होती. मी वहिनीच्या घरी गेलो. वहिनीला इचारलो की, छबू कुठं गेली. तवा वहिनीनं जखमेवर मीठ चोळल्यागत बोलली. सांगितली शिवाच्या खोलीवर बोलत बसली असंल. शिवा तसा वहिनीचा सख्खा भाऊ होता. तरी तिनं तसं सांगितलं. मग मात्र मी जवळच्या झाडावरचा चिंचचा फोक काढून आणला आन् बायकोला दिसूने असा मागच्या शर्टमधून आत घालून आलो. आत बायकोला वहिनीच्याच घरी बोलावून आणलो. तसं ती गुपचूप ऐकून बसली. मागं मला वहिनी हमेशा सांगायची पायातलं पायतान पायातच ठिवावं. मलाबी वाटायचं आपल्या बायकोनं कोणाकडं बघितलं तर तिचं डोळं काढावेत.

अन् आज तर मी घरी आल्यावर बायको घरी न राहता शेजारी बसली होती. मला न इचारता कुणाकडंबी कशी गेली म्हणून मी तर लई खवळलो होतो. त्यात वहिनीनं लईच भडकावलं होतं. बायको समोर बसली होती, मी हळूच बायकोला सांगितलो की, घरला जा, घरात उंदरं लई झालेत अन् भाकर खाऊ लागलेत, जाऊनशान हाकंल. तवा बायको घरात गेली. मी बी तिच्या मागनं गपकन घरात शिरलो अन् दार लावून घेतली. बायकोनं रडाया सुरुवात केली. मंग मी पाठीमागचा फोक काढला अन् बायकोला येवढं मारलो की बायको माझ्या पायावर गडबडा लोळू लागली, विनवण्या करू लागली. म्हणू लागली, "मी कायबी केलं नाही, तुमच्या पाया पडते." पण मी हात फिरंल तिकडं ओल्या फोकानं मारत होतो. तेवढ्यात अण्णानं दार लोटलं. मी मग दार उघडलो. बाहेर वहिनी सुबाबाई होती. म्हणाली, "मार लक्षुमन, भीऊ नगंस. मी हाय तुज्या पाठीशी. त्या कवठ्याच्या लोकान्ला गल्लीत येऊ देणार नाही." बायकोला मारताना वहिनी बाहेर गेली पर, सोडवाया आली नाही. अण्णानं शिव्या दिल्या. म्हणाला, "आरं नवीन लग्न झालेलं हाय, असं जनावरासारखं कशाला मारतूयास." इकडं बायको आई मेले गं म्हणून रडत होती. तसं तर मी बायकोला पहिल्यानंच मारलं होतं. तिला परत स्वयंपाक कराया घरला घेऊन आलो. माराच्या भीतीनं तीबी आली. मी तसं बायकोला बोलता झालो. तिच्या पाठीवर माराचं लई बळ उठलं होतं. अगोदरच गोरी असल्यानं मोठं वळ लालबुंद पाठ बघून लई वाईट वाटत होतं. वाटू लागलं, उगीच काय गुन्हा नसताना बायकोला मारलो. बरं वहिनीने जे डोक्यात राख घातली ती आठवण झाली की, आणखीनच राग यायचा. मग बायकोविषयी प्रेम वाटायचं नाही.

दुसऱ्या दिवशी मी कामावर गेलो. दिवसपाळी होती. इकडे वहिनीनं बायकोला पळून जा, ह्येच्यापाशी नांदू नको म्हणून सांगितलं. बायको माराच्या भीतीनं अन् वहिनीच्या सांगण्यानं मी कामावर गेल्यावर लुगडं, झंपर घेऊन पळून गेली. मग तिला लातुरातलं कायबी माहिती नव्हतं. तिचा एक सोयरा होता त्याच्या घरी गेली. मग इकडं वहिनीनंच मला सांगण्यासाठी माणूस पाठवला. मी मिलमधून आलो तवर त्या सोयऱ्यानं बायकोला घरी आणून सोडलं होतं. मग मला आणखीनच बायकोचा राग आला. मग मी तिला अजून मारली. ती गुपचूप मार खात होती. दुसऱ्या दिवशी तिचा भाऊ आला. मग तो बहिणीला नेतो म्हणून बसला. मी

पाठवत नाही म्हणालो; पण तिचा भाऊ समजदार होता. त्यानं समजावून सांगितला. तुम्ही नवीन हाव, असं चलत राहातंय पर आता घेऊन जातो अन् आठ दिवसानं पाठवतो म्हणला. मग बायकोला एवढं मारून बी तिनं मला सांगितली, "मी खरंच आठ दिवसांत येते हो, मला प ाठवा. आईला बघू वाटतंय."

पण तिची आयडिया होती की, एकदा जावं मग येऊच नये. मीपण जाऊ द्या म्हणून गप होतो. मेव्हणा अण्णाला गयावया करू लागला. मग अण्णानं बी धाडा म्हणून सांगितलं. शेवटी धाडून दिली.

माझी पाळी बदलून शिवा, मी एका पाळीत आलो. एका पाळीत असल्यानं शिवा म्या मिळून जायाचा. थोड्याच दिवसांत शिवा आणि बाबूशहाचं भांडण झालं. बाबूशहा शिवाचा सावत्र भाऊ होता. शिवाची सोयरीक कवठ्यातच जमली. मग शिवा माझ्याशी चांगला बोलू लागला. तवा शिवाला मी सांगत होतो. माझी बायको धाडत नाहीत. मी आता बायकोला आल्यावर दाखवतो. तवा शिवानं मग सर्व सांगायला सुरुवात केली, "लक्ष्मण, तू आक्काला मारू नकोस." मी शिवापेक्षा मोठा होतो. शिवा जाधव मी गायकवाड म्हणून तो माझ्या बायकोला आक्का म्हणायचा. मग मी शिवाला विचारलो, "मला वहिनीनं असं सांगितली." तवा शिवा सांगितला तसं नाही. तुला आता मी सारं सांगतो, "तुम्हा दोघांचं नांदणं लागू नये, तू आक्काला सोडून द्यावं आणि आक्कानं माहेराहून येऊ नये, म्हणून आम्ही मुद्दाम तुम्हा नवरा बायकोचं भांडण लावलं. आमची बाई तुला मुद्दाम तसं सांगायची आणि तू कामावरून येणार त्या येळेस तू बायकोवर चिडाव म्हणून तू येयच्या वेळीस तिला मुद्दाम बोलावून घेयाचं. तुला राग यावा म्हणून बाई तुला आक्काबद्दल काही बी सांगायची. मग तू आक्काला मारायचा. मग आम्ही आक्काला सांगायचं. तू लई कडू हाय त्यामुळं पळू जा. तुला वेगळंच सांगायचं. तू आक्काला सोडून दिल्यावर बाबूशहाची बहीण करायचं असं ठरवलं होतं. आता तुझं लई वाटुळं होणाराय म्हणून तुला सांगतोय तू कुणाचं ऐकू नको."

तवा माझ्या डोक्यात प्रकाश पडला आणि सर्व कळायला लागलं की, आपल्या जिवाशी खेळणारे जवळचेच आहेत. मग तेव्हापासून मी सावध झालो. आणि आमच्या भावाला बायकोला आणायला पाठवलो. आमच्या बायकोचा एक

भाऊ चोऱ्या कराया जातो. तो थोडा चिडून होता. तो सांगितला तेलाच पाटव. आमच्या बहिणीला मारलं तर आठ दिवस अंगावरचे ओळ पुसले नाहीत. सर्व लोक रडत होते. जनावराला लोक मारत नाहीत तर ह्यानं माझ्या बहिणीला मारलाय. मला नाही पसंत. तो कुठला जहागीरदार गेलाय. आल्याबिगर पाठवत नाही. म्हणून गेलो. मग आमची सासू रडूरडू सांगत होती की, तुम्ही कोणाचे ऐकू नका. नवीन संसार हाय. चांगला करावं. मग मला दोन दिवस ठेवून बायकोला, मला कपडे करून पाठवले. सोबत तिच्या आजीला पाठवले. मग आम्ही लातूरला आलो.

आता मी बायकोशी चांगला वागू लागलो. मी बायकोला सर्व सांगितलो की, मला कशा प्रकारे लोक सांगत होते. तवा माझ्या बायकोनेपण सर्व सांगितले की, मला पळून जा, नांदू नको असं सांगत होते. आता दोघेही सावध झालो आणि चांगले राहू लागलो. तसं आता आमची मामी सोबत होती.

बायकोची आजी कुबडी चालायची. मी एक वेळा विचारलो तुम्ही असं का चालताव? तिनं सांगितले पोलिसांनी मारून मारून कुबड मोडलंय. ती सांगत होती. माझं राम पोरगं होत. तिराघायाला (चोरायला) लई चेपल होता तुमची बायको बारकी असताना त्यानं खिस्तंग मतला (खिसा कापला). त्यात १० हजार रुपये गावात आनला. सारं पोलिसाला माहिती झालं. २५ ते ३० पोलीस आणि फौजदार आले. आमच्या सर्व लोकांना मारायाचे. तुडऊ तुडऊ मारायचे. सांग कुठं पैसे ठिवलास? तवा समदे पैसे एका रानात झाडाखाली गारी खांदून ठेवले होते. सर्व गावाला पोलिसांचा येडा होता. कुंची पांघरून सकाळी परसाकडला म्हणून गेले. पोलिसाला माहीत झालं की, ही म्हातारी गावातून बाहेर गेली होती. मग सर्व घरातनं बायांना बाहेर काढ काढ काठ्यांनी मारत होते. कोणीच सांगत नव्हते. सर्व पोरं पळून गेली होती. मला लई मारले अन् एका ओट्यावरून खाली टाकले. सांग पैसे कुठं हायत? तवा मी सांगितलं नाही. त्या येळेस आमच्या सासऱ्याच्या घरी लई चांगलं होतं. किराणा दुकान, शिलाई मशीन होती. पोलिसांनी दुकानातील मालबिल विकून टाकला. सर्व नासधूस केली. अखेर पैसे पोलिसांच्या हाती पडू दिलं नाहीत. त्या पैशाचावर जमीन घेतलीय आणि गावातल्या लोकांना सांगू नये म्हणून काही पैसे दिले. आजही ही म्हातारी आणि आमचा सासरा पोलिसाचा मार खाऊन अपंग झाले आहेत.

आता मी सुखानं नांदत होतो. तर हारचंदाला अण्णा बी संभाळंना झाला. हारचंदा काम करायचा नाही. फेफरं येऊन पडायचा. बाबानं सांगितल्यानं मी हारचंदाला भीक मागू न देता गावाकडून डाल अन् भाजी आणाया लावायचा. बाबा गावाकडून बांधून द्यायचा. बरं माझ्या पगारात सर्व भागायचं नाही. दुकानाची उधारी लई होयाची. नौकरी असल्याने दुकानदार उधार देयाचे. उधारी सारण्यात सर्व पैसे जायाचे. पुन्हा अडचण येयाची. आता बायको असल्याने खर्च वाढला. हारचंदाला संभाळायाचा मला बी कंटाळा आला. मी त्याला लहान असून बी काम करत नाहीस म्हणून शिव्या देयाचा. कधी मारायचा. अंगावर जायचा. मग तो कधीतरी गवंड्याच्या हाताखाली काम करायचा. पाच दहा रुपये आणायचा; पण कामावर असताना त्याला फेफरं येयाचा. तो पडायचा. त्यामुळे गवंडी कामावर लावत नसत. बाबा अधूनमधून लातूरला येयाचा. कसं चाललंय ते विचारपूस करायचा. मी हारचंदचं गाऱ्हाणं सांगायचा. मग बाबाबी मारायचा. असंच एकदा हारचंदला काम केल्याशिवाय जेवाया देऊ नको म्हणून बायकोला सांगून ठेवलो.

हारचंदा कुठं तर बाजारात जाऊन केळं नाही तर काहीबी बाजारातलं चोरून खायचा. भीक मागायचा; पण काम करायचा नाही. मी तर असं कुठवर संभाळू. माझं माझंच भागंना म्हणून हारचंदाला सांगितलो, "तू भीक मागून इथं खाऊ नको. जा कुठे तर जाऊन मर." घरमालकीण त्याला घराबाहेर झोपू द्यायची नाही. खोली बदला म्हणायची. एक्या दिवशी लई पाऊस येत होता. हारचंदा कसा तर रात्री हळूच बाहेर येऊन झोपत होता. आज पाऊस येत असल्यानं रात्री मला बाहेर पावसात मारून पाठवतील म्हणून खोलीस मधून कडी लावून बसला. माझी बायको घरमालकिणीकडे बसली होती. मी कामावरून येईपर्यंत रात्री बारा वाजता समजलं की, हारचंदा दार उघडेचना. तसा तो जास्त बोलत नव्हता. शेवटी कसं तर मधून बोलला, लक्ष्मण, मला बाहेर घालू नकोस. मी दार उघडतो." पावसात धाडत नाही, उघड म्हणून सांगितल्यावर दार उघडला. मग मी तसा खूपच रागावलो होतो. बऱ्याच शिव्या दिलो. रागाच्या आणि गरिबीच्या मुळे मी माझ्या सख्ख्या भावाला म्हणालो, "जा कुठं बी, मर. भीक मागून खा. उद्या लातुरात दिसू नकोस, नाही तर पोलीसला धरून देईन. आधीच तू चोऱ्या करतूस म्हणून पोलिसाला माहीत हाय." तवा तो घाबरला आणि जायाला निघाला.

त्याचे सर्व कपडे मी बांधून दिले आणि तो जात नसतानाही त्याला ढकलून पावसात बाहेर काढलो. तो जाता जाता म्हणाला, "मला तेवढी जोगवा मागून खायला आईची माळ अन् परडी तर दे. मी जातो. कुठं बी तोंड काळं करतो. पुन्हा येणार नाही तुमच्याकडं." मग मी घरातून माळ, परडी आणून दिली. तो गेला. त्याला आता १० वर्षं झाली; पण तो अजूनही आला नाही. गरिबीमुळे सख्ख्या भावाला सांभाळू न शकल्याने त्याला कायमचा हाकलून दिलो. सख्ख्या भावाची ताटातूट झाली. पुन्हा लई वाईट वाटलं. नंतर मी बरंच फिरलो. कुर्डुवाडी, बार्शी, येथे सर्व भिकारी बघितलो. पर हारचंदचा पत्ता लागला नाही. तो मेला का जिवंत आहे हे बी माहिती नाही. असं कधी तर आठवण झाल्यावर काळजाला चर्रकन करतंय. आपल्या गरिबीनं काय काय प्रसंग दाखवला. सख्खा भाऊ गरिबीनं संभाळता येत नाही म्हणून कायमचा मुकला, मेला असेल असंच आज समजतो.

आता मला साके गल्लीत बरेच दिवस झाले व्हते. गरिबीमुळे वाड्यातले बी नीट बोलायचे नाहीत. मी खोली बदलायचा विचार केला अन् खूप लांब जाऊन राहू लागलो. एके दिवशी बाबाकडं गेलो. बाबा आजारी व्हता. बाबाला लातूरला आणावं असा विचार करू लागलो. हारचंदाचा तर पत्ता लागंना. बाबाला तरी संभाळावं म्हणून मी बाबाला बळंच बोलावून आनलो. अण्णा बी म्हणाला बाबाला संभाळायचं. आपण दोघं वाटून घेऊ. बाबा कसंतर लातूरला आला. बाबाला काम केल्यावाचून करमंना झाल्यावर मोरक्या करायचा अन् लातूरला बाजारात विकायचा. मग मला बी नौकरीत जोडधंदा करावा वाटू लागला. मी घरी भाजीचं दुकान घालायचं ठरीवलो. अन् शेवटी पंधरा वीस रुपयाचा भाजीपाला विकत आणून बाबाला दिला. बाबाला माप कराया यायचं नाही. गिऱ्हाईक पावशेर द्या म्हणलं तर बाबा एक किलो, अर्धा किलो द्यायचा. त्यामुळं फायदा तिकडंच गेला, नुकसान होऊ लागलं. मग माझ्या बायकूला पण बाबाबरोबर बसवू लागलो. बरं बायको बी अडाणीच व्हती. थोडं फार समजू लागल्यावर भाजीपाल्यात चांगला फायदा होऊ लागला. मग मी कायमची रात्रपाळी घेतली त्यामुळं रोज सकाळी भाजी आणाया वेळ मिळायचा. त्यामुळं पगाराचे बी पैसे दिसून येऊ लागले. तसं मिलमधील कामाचा खूप कंटाळा येऊ लागला. छातीत कापूस बसायचा अन् समदे कामगार आजारी पडायचे अन् वाटायचं ही मिल

सोडून द्यावं. इकडं आम्ही आमचा पुरुषार्थ म्हणून बायकोला शिव्या द्यायचो अन् मारायचो तर तीच गत आमची मिलमधी व्हती. त्यावर सुपरवायझर बायको म्हून आमाला मारायचा, काही बी वाईट शिव्या देयाचे. मशीन घाण झाली की, अर्ध्यातून मारून पाठवायचे. जेवाया उशीर झाला तर ओल्या फोकानं मारायचे. जेवाया पंधरा मिनिटेच सोडायचे. वेळ अर्ध्या तासाचा असला तरीबी लवकर बोलवायचे. असे अनेक छळ सूतगिरणीत चालायचे. वाटायचं आपण एक संघटना करावी. मार बंद करावा. बरं जो असला आगावपणा करील त्याला काढून टाकायाचे. त्यामुळं कुणी पुढं यायचे नाही. मला तर थोडीबी मशीन घाण झाली तर डीपोमधी टाकायचे; कारण जॉबरला चार रुपये राहायचे. मशीनवर सायडर म्हणून सात रुपये मिळायचे. जॉबरला जे पाट्यी देतात तेच जवळचे वाटायचे. त्यांना साईटवर ठेवायचे. त्यामुळं वशिलेबाजी लई चालायची. कित्येक वेळेस जॉबर सुपरवायझर आपले डबेसुद्धा मला धिवाया लावायचे. मला तसा खूप राग यायाचा. बरं नाइलाज व्हता. काय करावं तर नौकरीतून काढून टाकतील उद्या. मग नौकरीवरून काढलं तर मग गावात घर नाही. गावाकडं गेल्यावर पहिलीच भीती वाटायची. एक तर खुरपाया जावं लागंल नाहीतर चोऱ्या करणाऱ्याच्या मागं जावं लागंल. त्यामुळं मनात अन्यायाचा विरुद्ध असंतोष असूनबी मी गप्प राह्यचो. एका दिवशी असंच मी एक लांबल्या मुलकाचा सायडर आला व्हता. त्यानं मला सायडर केलं व्हतं. त्याचं नाव रामन्ना. तेला जेवताना विचारला, "रामन्ना, तू किती ठिकाणी काम केलास ?" तो म्हणाला, "गोकाकला केलो. अजून बरेच ठिकाणी केलो. पर आसं लातूरच्या सूतगिरणीएवढा त्रास कुठंच नाही." मी त्याला विचारलो, "का नाही ?" त्यानं सांगितलं, "तिकडे मिल कामगाराचे पुढारी असा अन्याय होऊ देत नाहीत." मग त्याला म्हणालो, "रामन्ना मी जर पुढं होऊन अन्यायाविरुद्ध भांडलो तर काय व्हईल ?" तवा तो म्हणाला, "अरं तू जर असं केलास तर सर्व कामगार तुला डोक्यावर घिऊन नाचतील. लोकं तुझी इज्जत करतील." असेच काही दिवस गेले. माझा भाजीपाल्याचा धंदा चांगला चालू लागला. त्यामुळं मिलच्या नौकरीविषयी तेवढी भीती वाटंना झाली. मला जॉबर मारू लागला तर मीबी माघारी फिरून रागं रागं बघाया सुरू केलो. मग असंच एकदा एक मे चा कामगार दिन अन् महाराष्ट्र दिन आला. त्या दिवशी प्रदर्शन झाल्यावर कँटीनमधी कामगारांची बैठक घेतली. मग मॅनेजरनं

सांगितलं की, आजच्या दिवशी बोलायचं का म्हणून विचारलं. स्टाफचे लोक तयार नव्हते. ऑफिसमधीलपण कोणी बोलाया तयार व्हईना. तवा हिंमत करून मी हळूच उठलो. मी बोलू का साहेब म्हणून इचारलं. सगळे लोक (कामगार) माझ्याकडं बघू लागले. साहेब बोल म्हणाले. मला शाळेत बोलून भाषणं करून धीटपणा आला व्हता.

मी सायब लोकांच्या टेबलापाशी गेलो. हातपाय लटलट कापत हुते. तरीबी भाषणास सुरुवात केली. म्हणालो, "आपल्या शरीराची जसे हात, पाय, पोट, डोकं ही भाग हाईत, समदे काम करतेत म्हणून शरीर चलतंय. तसंच मिलमधी काय कामगार हाईत आन् हापीसात सायब लोक हायेत. काम जरी येगळं आसलं तरी आपन समदे येक आहोत, आसं समजून वागावं. आन् आपन दोघांनी मिळून महात्मा गांधींचं सपान पुरं करावं." मी जागेवर गेलो तवा समदे टाळ्या वाजवत हुते. पुना मॅनेजर उठला. त्याला माझं भाषण लई आवडलं, म्हणून त्यानं ११ रुपये इनाम दिलं.

आता मात्र जॉबर, सुपरवायझर मला म्हणायचे, "काय लक्षुमनराव, चांगला बोललात. बाबारे सायबाच्या जवळ जाया आम्हाला भीती वाटती. तू तर सायबाच्या जवळ जाऊन भाषान केलास. आता तू सायबाच्या जवळचा झालास. तुजी मजा हाय." मंग आता काय झालं की, डायरेक्ट सायबाला जाऊन सांगू शकतो म्हणून सर्व कामगारांना माझं नाव माहीत झालं. जॉबर लोक मला साईटवर (मशीनवर) ठेवू लागले; पण मला वाटायचं हे लोक इतरांना खूप मारतात अन् हाजरी न लावता घरी हाकलून देतात. दोन मिनिटं लेट झालं की, कार्ड फाडून टाकतेत अन् पंधरा पंधरा दिवस घरी बसवतेत. आठ घंटे काम करूनदेखील चार तासच लावतात. या गोष्टी मात्र माझ्या डोक्यात घर करून बसत होत्या. तसं कामगाराची एवढी वाईट हालत होती की, कोणाविरुद्ध वाकडं बोलायची त्यांची हिंमत व्हायची नाही. रात्रपाळीत कामगार झोपलेले ऱ्हायचे. भोंगे झाले तरी त्यांना जाग येयाची नाही. मशीनचा आवाज एवढा येयाचा की बाहेरले लोक बघाया आले की, कानात बोटं घालायचे. कापूस नाकात जाईल म्हणून नाक झाकायचे. एका मशीनवरून दुसऱ्या मशीनवरच्या माणसाला बोलायचं आसंल तर शिट्टी वाजवून इशाऱ्यानं सांगायचे. अशा आवाजात आम्ही चवले पांघरून ब्लोरूममध्ये झोपायचे. मशीनच्या एवढ्या आवाजात मेल्यासारखं झोप लागायची. अशा

झोपेत पहिल्या भोंग्याला उठलं तर ठीक नायतर दुसऱ्या भोंग्याच्या आत जॉबर हिरव्यागार फोकानं झपाझप झोडपत जायचा. फोक झोपेत एवढा फक्कन लागायचा की, मायचं दूधच आठवायचं. एवढ्यावरबी कुणी न जुमानता झोपला तर पुन्हा सुपरवायझर बुटाच्या लाथानं पायाला हाणत जायाचा. "ऊठ रे ऊठ कडू तुमच्या मायला, खाऊन म्हशीवानी पडता. काम काय तुमच्या बापानं करायचं का?" अशा शिव्या आन् मार पोट भरण्यासाठी खावा लागायचा. तसं समदे कामगार मागं शिव्या घालायचे. कधी कधी कोऱ्या कामगारांना लईच मारले की, त्यानं नौकरी सोडून द्यायचे अन् बदला म्हणून पाळी सुटली की जॉबरला ५-१० बाहेरचे पोरं आणून मारायचे अन् कामावर यायचे नाहीत.

एकदा असंच मशीन घाण झाली हुती अन् रात्रपाळीत रात्री अकरा ते सकाळी सात ड्युटी होती. मी दिवसभर झोपलो नव्हतो. मशीनवर काम करता करता रिंगकीममधी हातातच दोरा धरून झोपलो होतो. तेवढ्यात जाधव सुपरवायझर आला. जिकडं बघतो तिकडं कापसाचे बोळे मशीनवर लटकत होते. तो माझ्यापाशी उभा ठाकलेला मला माहिती नव्हतं. त्यानं मला तसंच मुंडीला धरून मशीनवर ढकलून दिला. तवा माजा उजवा हात मशीनवर आदळला. करंगळीचं हाड दिसू लागलं. भळाभळा रगत निघू लागलं. तरीबी जाधव म्हणाला, "कडू झोपतूस? बापाची पेंड हाय का? पैसं घेत नाव का?" तवा मला त्याचा लई राग आला पर पोटाच्या मजबुरीनं उलटं बोलायची हिंमत नव्हती. जाधवाने पुन्हा चिठ्ठी लिहून दिली. दवाखान्यात जाण्यासाठी. पर बसू काई दिलं नाही. मशीनवरचा बांकू उचलाया लावायचा.

सूतगिरणीच्या कामगाराची हालत लई बेकार होती. आमची युनियन (इंटक) फकस्त दिवाळीचं बोनस घ्येया यायची. पुना तिचा आफीस कुठाय, पुढार कोण हायत याचा कायबी पत्ता नव्हता. आमाला पगारी सुट्टी म्हणजे १५ ऑगस्ट, १ मे आन् २६ जानेवारी. या पंधरा ऑगस्टला ठरवलं की, मॅनेजरला कामगाराच्या अन्यायाबद्दल बोलायचंच.

"काय व्हइल ते हू दे." मला काही कामगार म्हणायचे, "लक्षुमन गेल्या बारीला तू सायबाकडून बोललास. आरं! आपल्याला मारतात तेच्याबद्दल बोल तवा तुला खरं मानूत."

अखेर १४ ऑगस्ट आली. उद्या सकाळी सर्व कामगारांनी झेंडावंदनाला नऊ वाजता यायचे. उद्या सुट्टी आहे अशी नोटीस लागली. मी काय काय बोलायचं तेची रात्री तयारी केली. अन् सकाळी इस्तरी केल्याले कपडे घालून आलो. दोन हजारांवर कामगार आल्ते. सर्व झेडावंदन जवळ गेले. मॅनेजरने झेंडा चढवला, राष्ट्रगीत झाल्यावर सर्व कामगार माझ्यावर लक्ष ठेवूनच होते, गायकवाड काय बोलतोय? कारण कामगारांतून बोलणारा दुसरा कुणीच नव्हता. मॅनेजर म्हणाले, "गायकवाड आलाय का?" मी म्हणालो, "आलोय साहेब." "बोल चार शब्द." त्यान्ला मागचं भाषण आवडलं हुतं, पोरगे हुशार आहे, कामगारांना चांगलं समजावून सांगेल असं त्यान्ला वाटलं. पण मी काय बोलणार हे त्यान्ला म्हाईत न्हौतं.

मी मॅनेजरजवळ गेलो. बोलायला सुरुवात केली. "आपला देश सोतंत्र झालाय. तेच्यासाठी म. गांधी, जवाहरलाल नेहरूंनी जिवाचं रान केलं. गांधीजी म्हणाले या देशातला गरीब सुखी झाला पायजे. पण आज सोतंत्र देशातही आपल्याला इंग्रजासारकं फोकानं मारतात. ते बरोबर नाही. मॅनेजर सायबाला हे कदाचित म्हाईत नसेल, कामगारांना दोन मिनिटं उशीर झाला तर कार्ड फाडून घरी धाडतात. आठ घंटे ओवरटाइम केल्यावर चार घंटे लावतात. चौदा वर्षांच्या बारक्या पोराकडून दोन दोन म्हैने फुकट काम करून घेतात. कुणी तपासायला आले की, त्यांना संडासात घालवतात. कामगारांना जी गुलामासारखी वागणूक जाबर, सुपरवायझर देतात ती चुकीची आहे. आम्हा कामगारांकडून पायजे तेवढं काम करून घ्या; पण मॅनेजरसाहेब, मारायचे बंद करा." मी बोलत असताना मॅनेजरने, "आज असं काय बोलायचं नसतंय" असं म्हणाला. सर्व कामगार बोलू द्या, बोलू द्या असं चिरकू लागले. आन् सारखे टाळ्या वाजवू लागले. तवा मला त्या अन्यायाचा हुंदका येत हुता. कुणी तर बाहेरच्या पोरानं मारल्यालं आई-जवळ रडू रडू सांगावं तसं मी मॅनेजरजवळ भाषणातून सांगत हुतो.

सांगताना डोळ्यांतून पाणी येत हुतं. सर्व गप्प ऐकत होते. मी भाषण संपवून खाली कामगारांत बसलो. मग मॅनेजर बोलायला उभा ऱ्हायला. रागात दिसत हुता. गेल्याबारीला बक्षीस दिल्तं पण त्याच्या चेहऱ्यावरून कळत हुतं की, ह्या येळंला बक्षीस देणार न्हाई. साहेब बोलत होता, "कामगार मित्रहो! मला आज जास्त काय बोलायचं नाही. लक्ष्मण गायकवाडनं सांगितलेलं खरं असेल

तर ते वाईट आहे. जर कुणी जॉबर, सुपरवायझर मारत असंल तर त्यांनी मारायचं बंद करावं. गोडीनं काम करून घ्यावं; पण त्याचबरोबर जे कामगार काम करीत नसतील त्यांची गय केली जाणार नाही. आताच लक्ष्मण गायकवाडनं सांगितलं की, जवा कामगाराला दोन मिनिटं उशीर होतो तवा कार्ड फाडतात, तेव्हा त्याचे कार्ड न फाडता त्याचे हृदय फाडले जाते. एकाचे हृदय फाडून जर शंभर कामगार वाचत असतील तर त्याचं हृदय फाडल्याचं मला काय वाटणार नाय. म्हणून यापूर्वी जसे काम चालू आहे तसेच कामगारांनी चालू ठेवावे. कुणाचे ऐकू नये. आणि मारत असतील तर मारू नये." असं सांगून भाषण बंद झालं.

सर्व कामगारांना खाऊचं पाकीट वाटलं. त्याच्यात एकएक बालूशाई अन् चिवडा व्हता. कुणी कुणी कामगार दोन दोन पाकिटं घेऊ लागले. कार्यक्रम संपला. सारे कामगार माझं कौतिक करत हुते. "वारे भादर!" असं म्हणून कुणी शाबाशी देऊ लागले होते. सर्व खात्यांतले जॉबर अन् सुपरवायझर माझ्याकडं वेगळ्याच नजरेनं बघत होते.

दुसऱ्या दिवशी मिल सुरू झाली. आता जॉबर लोक मला उलटं बोलू लागले. माझी मशीन जरा बी घाण झाली तर मला नोटीस देऊन दंड करू लागले. त्याच्यामुळं कामगारांत खळबळ माजू लागली. मी मात्र आता कामगारांचा पुढारी झाल्यावानी झाल्तो. मी लहान असलो तरी बी मोठे मोठे कामगार कामावर आले की, मला नमस्कार करायचे. जितं भेटतील तितं मला आदरानं बोलू लागले. मला बी लई चांगलं वाटू लागलं. अन् आता कामगारांची बाजू घेऊन भांडावं वाटाया लागलं.

असंच एकदा आमच्या मिलला नोटीस आली की, कामगारांचे दोन प्रतिनिधी डायरेक्टर घ्यावे. तवा मिलमधी नोटीस लागली, की सर्व कामगारांनी मिळून दोन कामगार मिलच्या बोर्डावर निवडून द्यावं. सर्व कामगारांनी मीटिंगमधी माझी डायरेक्टर म्हणून निवड केली. मॅनेजरच्या बाजूनं एक जॉबर व्हता. त्यो कामगारांना मारायचा अन् मिलच्या अधिकाऱ्याच्या बाजूनं गुडगिरी करायचा. अशा गुंडाला माझ्या बराबर कामगाराचा प्रतिनिधी म्हणून घेतलं गेलं. मिलच्या बोर्डावर माझी निवड झाल्यानं सर्व कामगारांना आनंद झाला. आता डायरेक्टर चेअरमनची मीटिंग असली की, मला छापील पत्र देऊ लागले. ते पत्र घेऊन मी ऐटीत मीटिंगला जायचा. मला मीटिंगमधी काय बोलावं कळतच न्हौतं. एवढ्या मोठ्या माणसाबराबर खुर्चीला खुर्ची लावून बसायचं याचंच भूषण वाटायचं.

मीटिंगमधी सुताचा भाव किती, उत्पन्न किती यावर चर्चा व्हायची. विशेष महत्त्वाचं काही असलं की मला कळू नये म्हणून इंग्लिशमधी बोलायचे. त्यामुळे काई म्हाईत पडायचं न्हाई. मी गप्पच राहायचा. मीटिंग झाली की, आम्हाला खाण्यासाठी फळं राहायचे. पुन्हा चकमकीत भारी कपबशीत चहा आणून शिपाई द्यायचे. मी कामगारांना येऊन सर्व सांगायचा. सारे मला इचारायचे, "लक्षुमनराव, सायेब काय काय बोलले?" सर्व कामगारांना पाळीतल्या पाळीत सांगायचा. अनेक मीटिंगला हजर राहत गेलो; पण विरोध कधी करत नव्हतो. ठरावावर सही करून यायचा.

मला समजू लागलं होतं. आपल्या मिलमधी बराच नफा होतो; पण कामगारांना पगार बरोबर देत न्हाईत. बोनस पण कमीच देत होते. दररोज जो सूत निघतो तो किती रुपयं किलोने विकला जातो, रोजची किती किंमत होते, अन् कामगाराला किती पगार देतात याचा मी अभ्यास करू लागलो. सायडरना ७ रुपये, डापरना ३ रुपये अन् शिकाऊला २ रुपये पगार भेटायचा. खरंतर लातूरला योकच करखाना हुता. त्यानं अशा कामाला किती पगार असतो ते मला म्हाईत न्हौतं. त्यामुळं गुमान काम करावं लागायचं.

पण आता सर्वच कामगार विचार कराया लागले. काही कामगार बाहेरचे व्हते, ते कामगारांसाठी काय काय सोय असते ते सांगायचे.

आम्हा कामगारांची लईच गैरसोय व्हायची. एकतर कमी पगार. त्यात पगार झाला की, हॉटेल मालकाचे चहाचे बिल द्यायला लागायचे. कारण रातपाळीला झोप येऊ नये म्हणून चहा प्यायचा. एक तर मॅनेजमेन्टचे लोक पिळून काढायचे. त्यात हॉटेलमालक आमच्या मजबुरीचा फायदा घ्यायचे, कारण कामगाराला चहा लै लागायचा. त्या चहामध्ये साखर न घालता सॅकरीन टाकायचे. त्यामुळं रोग व्हायचे. आजारी पडलं तर मिलचा दवाखाना न्हाई. आलेल्या पगारातूनच घर चालणं कठीण व्हतं

तेच्यानं काई कामगार व्याजानं पैसे काढायचे. दहा दिवसाला १० रुपयांचे १५ रुपये व्याज चालायचे, तरीबी अडचणीनं कामगार कर्ज घ्यायचे. मिलमधी कामगारांचा पगार झाला की, बाहेर व्याजवाले, दुकानवाले, दारूवाले उभा राल्याले रहायचे.

कामगार पैसे दीना झाले की, हिसकून घ्यायचे. पगाराचा असा एकबी दिवस गेला न्हाई की ज्या दिवशी पैसे देण्यावरून कुण्या ना कुण्या कामगाराला

मारलं न्हाई. कामगारांना देणेकरी मारायचे. एका कामगारापाशी दुसऱ्यानं पगार घेतला तर चौकशी करायचे. कधी कुणी मिलच्या मागून तारा फाकवून देणेकऱ्यांना चुकवून मागच्या मागं पळून जायचे. कित्येक कमगार अशा संकटामुळं काम सोडून पळून जायचे, उधारी बुडवायचे. अशा व्याजावर हाटेलवाले कामगाराच्या कमाईवर लई सुधारले.

आमच्यातल्या कित्येक कामगारांना टिबी (क्षयरोग) झाले. तरुण वयात माझ्या बरोबर काम करणारे कामगार टिबी झाल्यानं अन् इलाजाला पैसे नसल्यानं मेल्याले मी डोळ्यानं पाह्यले. ह्या अन्यायाच्या चिडीनं डोसकं गरगरा फिरू लागलं.

मी स्वतः व्याजानं पैसे घेतल्यानं त्याला देण्यातच अर्धा पगार जात हुता. हा अन्याय सहन करणं शक्य न्हौतं. आम्ही कामगार दिवाळीला बोनस येणार म्हणून सपान बगायचे. बायकूला साड्या घ्यावं, एकदाच जवारी घ्यावी, कापड घ्यावं. दिवाळीचा बोनस येणार म्हणून कोणाकडूनही पैसे काढायचे. दिवाळी आली की कामगारांत आनंद झाला. या वर्षी मिलला लै नफा झालाय. अख्ख्या महाराष्ट्रात पहिल्या नंबरानं मिल आली. पण मॅनेजरनं या आनंदावर पाणी वतलं. आठच टक्के बोनस जाहीर केला. त्यातला अर्धा सोसायटीत भरायचा अन् कायम कामगाराला बोनस, शिकाऊला उचल घ्यायची. सारे कामगार नाराज झाले. आम्ही साऱ्यांनी ठरवलं की, यंदा संप करायचा पण बोनस जास्त घ्यायचा. पगारवाढ मागायची.

आता जरा धीट झाल्यानं मी, रामलिंग जगताप, शिवाजी पाटील, जगन्नाथ धुळे एवढे लोक लोखंडे अन् वकील भगवानराव देशपांडे यांना जाऊन भेटलो. हे दोघे लाल बावट्याची युनियन चालवत होते. भगवानराव देशपांडे वकील जास्त हुशार माणूस. कोण्या मिलला किती पगार हाय अन् तुम्हाला काय मिळालं पायजे याची सर्व माहिती दिली.

आम्ही सर्व कामगारांचे युनियन बांधायचे ठरविले. ते चेअरमन मॅनेजरला कळाले. त्यांनी मला बोलावून कामावरून काढून टाकूत अशी धमकी दिली. तरी मी न घाबरता संघटना बांधायचे ठरविले.

अखेर मी आणि माझ्या साथीदारांनी सर्व मागण्यांसाठी संप करायचे ठरविले. सर्व मागण्या वकील देशपांडे यांच्याकडून लिहून निवेदन तयार केले आणि एके

दिवशी सर्व कामगारांची बैठक घेतली. भगवानराव देशपांडे यांनी सर्व कामगारांचे युनियन बांधायचे आणि काय काय मागण्या आहेत याचे निवेदन वाचून दाखवले. त्यावेळी कामगारांच्या अत्याचाराबद्दल गेटसमोर मी जे भाषण केले त्याची मला आजबी आठवण येते.

कारण त्यावेळी माझ्या कीर्तीची पहिलीच पायरी होती, असे मला वाटते. कामगारांच्या अत्याचाराबद्दल बोलत असताना मला रडू कोसळत होते. डोळ्यांतून पाण्याच्या धारा आणि तोंडातून अन्यायाची आग ओकत मी बोलत होतो. समोर बसलेल्या कित्येक कामगारांच्या डोळ्यांतून अश्रुधारा निघत होत्या. सर्व कामगार चिडून उठले होते. आता मी कामगारांना सांगाया उशीर, कामगार काहीही कराय तयार होते. आम्ही पाच प्रतिनिधी आणि ॲड. भगवानराव देशपांडे, लोखंडे, हेरकर सर्वांनी मिळून आम्हा कामगारांना कुठे किती पगार मिळतो याची माहिती घेण्यासाठी इचलकरंजी येथे पाठवण्याचे ठरविले. इचलकरंजी येथील मिलच्या युनियनच्या कार्यकर्त्याला भेटून तेथील कराराची प्रत आणली. लातूरच्या शिकाऊ आपरेन्टीस, टेम्परी, कायम मेकॅनिक लोकांच्या पगारात व तेथील अशाच कामगारांच्या पगारात फरक आहे हे दाखवले. तर येथील पगार दोन साईडला सात रुपये तर इचलकरंजी येथे याच कामासाठी १३ रुपये होते. आणखीन अनेक बाबतींत फरक आढळला. म्हणून आम्ही संप चालू ठेवला. मॅनेजरला मागण्या केल्या की, इचलकरंजीला जो पगार आहे, तोच पगार आम्हाला लागू करा. बोनस १२% द्या. तीन वर्षं ज्यांचे झालेत त्यांना कायम करा. वरटाईम डब्बल लावा. अशा अनेक मागण्यांसाठी बरेच दिवस आम्ही संप चालू ठेवला; परंतु आमचे चेअरमन मॅनेजर तेवढेच हुशार होते. कामगारांचा संप कसा चिरडून टाकायचा याचा सारखा त्यांचा प्रयत्न चालूच होता. कधी नाही; पण कामगारांत प्रचंड एकी झाली. १००% कामगार संपावर गेले. संप सतत १५ दिवस चालूच राहिला. चेअरमन आणि मॅनेजर म्हणत की, तुमच्या मागण्या मान्य करू; पण अगोदर सर्व कामगार कामावर हजर व्हा. आम्हीपण तेवढीच जिद्द दाखविली. मेलो तरी मागे हटणार नाही. आमच्या मागण्या मान्य झाल्याशिवाय आम्ही कामावर जाणार नाही. अशी खूणगाठ बांधूनच संप चालू ठेवला.

या संपात अखेर आमरण उपोषण करायचे ठरले. आम्हा कामगारांचा १५ दिवसाला पगार व्हायचा आणि त्या पगारात घर चालायचे. आता १५ दिवसा-

पेक्षा जास्त दिवस झाले. ज्या कामगारांना बायकालेकरं आहेत आणि ज्यांचं भागत नाही अशासाठी काही दिवस गावात कामगारांनी रिकामे डब्बे घेऊन "सूतगिरणीच्या कामगारांना मदत द्या" म्हणून रोज १०० कामगार बाजारात फिरत राहायचे. ज्या कामगारांची बायकामुलं आजारी पडले, जे अधिक उपाशी असतील अशांना मदत करायचे; पण चेअरमन लातूरच्या व्यापाऱ्यांना फोन करायचे की, कोणी मदत देत जाऊ नका. असे म्हणाल्याने व्यापारीपण डब्यात पैसे टाकेनासे झाले. संपाला आता महिना होत आला. दिवाळीतपण संप चालूच होता. जे दुकानदार पगाराच्या आशेने उधारी द्यायचे तेपण त्यांनी बंद केले. कोणी उधारी देईनात. माझीसुद्धा लई बंडाळ होऊ लागली. बायको उपाशी राहू लागली. मी दिवस-रात्र कामगारांत रहात होतो. कामगारांचा प्रतिनिधी असल्याने जे कामगार उपाशी असतील त्यांना मदत द्या म्हणून सांगायचो; पण मी स्वतः उपाशी मरत आहे, असं कसं म्हणावं? कामगारांचा धीर खचेल आणि संप तुटेल, म्हणून मी सर्व सहन करीत होतो. शेवटी ठरलं की आता मीटिंगमध्ये ठरवायचं की, कामगार असाबी उपाशी मरत हायत तर उद्यापासून आमरण उपोषणाला बसूत. भगवानराव देशपांडे यांनी युनियनच्या वतीने आमरण उपोषणाची नोटीस दिली.

उपोषण ठरल्यावर मी घरी आलो. एका पाटील दुकानदाराच्यात माझी उधारी होती. त्याला मी विनंती केली. मला १० रुपयाची मदत करा. संप मिटल्यावर बोनस मिळणार हाय. त्या वेळी मी तुम्हाला पैसे देऊन टाकीन. तवा पाटील दुकनदार म्हणाला, "मागचीबी लई उधारी झालीय लक्ष्मणराव. लवकर संप मिटवा. तुमच्याच हातात आहे असे कामगार म्हणतात." असं म्हणून का होईना १० रुपये दिले. मी घरी आलो. बायकोला पिशवीत लुगडं झंपर घ्यायला लावलो. आणि सांगितलो तू आता माहेरी जा. मी आमरण उपोषणाला बसत आहे. तवा माझी बायकू विचारू लागली, आमरण उपोषण म्हणजे काय? तवा मी तिला सांगितलो की, एकदा उपोषणाला बसल्यावर मागण्या मान्य होईपर्यंत उपाशीच राहायचं. मेलंतरी सोडायचं नसतं. तवा बायकोला आमरण उपोषणाचा अर्थ कळाला. आणि रडाया सुरू केली. मी तिला कसंतर समजून सांगून अखेर बसमध्ये बसवून माहेरी पाठवून दिलो. दुसऱ्या दिवशी उपजिल्हाधिकारी यांच्या ऑफिससमोर एक मंडप टाकून उपोषणाला बसलो. या उपोषणात

प्रतिनिधी म्हणून मी आणि धुळे बसलो. आमच्यासोबत आणखीन कामगार बसले. असे एकूण ११ कामगार पहिल्या दिवशी उपोषणाला बसलो.

आम्हाला आता तीन दिवस झाले. आमच्यातील काही कामगार घरात काही नसल्याने अगोदरच उपाशी होते. त्यामुळे त्यातील १-२ दिवसांनंतर तर चक्कर येऊन पडले. पहिल्या फेरीत स्वामी म्हणून कामगार उपोषणाला होता. उपोषणाला बसल्या अगोदर तीन दिवस तो चहावर काढत होता. त्यामुळे त्याला चौथ्या दिवशीच दवाखान्यात ॲडमिट व्हावे लागले. मला तसं उपाशी राहून माहीत होतं; पण निरंकार पाच दिवस झाले, तरी चेअरमन तडजोड करायला जाईना. माझ्याबरोबरचे सर्व कामगार दवाखान्यात सलाईनवर होते. मग मी मुख्य प्रतिनिधी असल्याने ठरवलं की, काही झालं तरी दवाखान्यात जायचं नाही. येथे रोडवरच सलाईन लावा नाहीतर मरेपर्यंत उठवू नका म्हणून बसलो. पोलीस आले; पण आम्ही येणार नाही म्हणून पोलिसांना सांगितलो तसी आमची प्रकृती लईच खराब होत गेली.

मग सिखाचा फौजदार जीप घेऊन आमच्याजवळ आला. मला पाहण्यासाठी सर्व कामगारांची एकच गर्दी पडायची. मग मी त्या फौजदाराला म्हणालो, "आमचा इलाज येथेच करा. मी येणार नाही. "तवा फौजदारानं माझ्या हाताला धरून "नहीं भाई, जिद्द मत करो, हमारी ड्युटी है तुमको बचाने की?" मी लोळण घेतलो. "आम्हाला कलेक्टर ऑफिसजवळ बसू द्या, लोकांना आमची हालत बघू द्या." त्या फौजदाराने सांगितले, "गायकवाडजी सिर सलामत तो पगडी हजार! कायको जान गमाते!" म्हणून पोलिसांनी आणि फौजदाराने अधार उचलून मला जीपमध्ये टाकले. आणि सरकारी दवाखान्यात आणलं.

मी कामगारांना सांगितलो की, आणखी कामगार उपोषणला बसवा. तवा परत कामगार उपोषणाला बसले. मग उपोषणला बसलेल्या कामगारांची प्रकृती खूपच खराब झाली असल्यामुळे सलाईन चालूच होते. स्वामी आणि अपसिंगेकर यांची प्रकृती चिंताजनक आहे, म्हणून डॉक्टर सांगायचे. आठ दिवस उपोषणाला झाल्याने मलापण सलाईनवर ठेवले होते. उठता येत नव्हते. चालायला लागलो की, चक्कर यायची. लईच हालत झाली. तरीही चेअरमन, मॅनेजर काही आमच्या मागण्या मान्य करीनात. तेव्हा आपल्या प्रतिनिधीमधील शिवाजी पाटील लई धाडशी होता. त्याने मॅनेजरला व चेअरमनला सांगितले, "बघा आता आम्ही

लई सहन केलंय. जर आमच्या एकाबी कामगाराचं या परिस्थितीत बरं वाईट झालं तर तुम्हाला जिवंत ठेवणार नाही." हजारो कामगार मिलच्या आणि मॅनेजरच्या घरावर चिडून जायचे.

सर्व कामगारांची आणि कामगारांच्या बायकांची आम्हाला बघायची गर्दी पडायची. सरकारी दवाखान्यात तर बघण्यासाठी रांगा लागायच्या. आता मेलो तरी मागण्या मान्य झाल्याशिवाय उपोषण सोडायचे नाही असे मी ठरवले. कित्येक लोक मला म्हणायचे गायकवाडजी उपोषण सोडा. अखेर उपोषणाच्या दहाव्या दिवशी मॅनेजरने मागण्या मान्य केल्या.

तसे मॅनेजर ओडार समाजाचे होते. माझ्या अनेक नातेवाइकांकडून मला समजावून सांगायचे, "लक्ष्मण गायकवाडला जिद्द करू नको म्हणावं. मी त्याला डायरेक्टर बोर्डावर घेतलो." माझे जवळचेच भाऊ बी. एल. गायकवाड यांना माझ्याकडे पाठवून द्यायचे. मला ते समजावून सांगायचे. मी त्यांना सांगायचं, "दादा माझी खरी कामगिरी आहे. आपण जरी पाथरुट आणि मॅनेजर वडार जातीचे असले तरी या कामगारांच्या मागण्यांच्या आड येणारे ते येत आहेत. ते माझे व कामगारांचे दुश्मन आहेत." ते म्हणायचे, "बघा लक्ष्मणराव तुमची मर्जी! तुम्ही उपोषण सोडून द्या. संप जर माघार घेतलात तर जिंदगीत लई मोठे व्हाल." पण मी त्यांना उलट सांगायचो. तेपण म्हणाले, "ठीक आहे. आता कामगारांना खरा न्याय मिळवून द्या. तुम्ही खूप मोठेपणाला येताल." पण मी त्या वेळी अशा दडपणाला पाहून बळी पडलो नाही.

माझी ही सर्वांत मोठी जिद्द होती. अखेर मला रिक्षात बसवून मिलमध्ये घेऊन गेले. चेअरमन, मॅनेजर, आम्ही पाच प्रतिनिधी, कॉम्रेड भगवानराव देशपांडे यांनी बसून सर्व मागण्यांवर चर्चा केली. अखेर संपाच्या काळातील पगार मिळणार नाही, असे ठरले. बाकी सर्व मागण्या मान्य केल्या. आमचे एक डायरेक्टर शिवाजी पाटील निलंगेकर होते. त्यांचा सल्ला घेऊन बोनसच्या प्रश्नावर चर्चा करायचे ठरले. मी उपोषणावरून आल्याने मॅनेजरने जेवण मागविले. आम्हाला वाटलं काय तरी घालून मारायचे. लई भूक लागल्याने मॅनेजरने आम्हाला जेवण घातले आणि सांगितले, "लक्ष्मण तू तुझी जिद्द पुरी केलीस. एवढे दिवस तू उपोषणला बसशील असे वाटत नव्हते. बरं तू गांधीजींच्या विचाराचा माणूस आहेस बघ. एक ध्यानात ठेव की तूपण या मिलचा मालक आहेस. एवढं झालेलं नुकसान आता तुलाच भरून काढावं लागेल."

कामगारांचा विजय झाला. दुसऱ्या दिवशी भगवानराव देशपांड्यांच्या हाताने नारळ फोडून लाल बावट्याचा विजय असो अशा घोषणा देऊन मिल चालू केली. काही राहिलेल्या कामगारांनी आम्हा प्रतिनिधींची शहरातून मिरवणूक काढली. कामगार जोशात हार घालत होते. आता कामगारांना भरपूर पगार वाढला. सर्वांकडे आनंदाचे वारे वाहत होते. मॅनेजर व आमच्यात कराराची कागदपत्रे झाले. मिल मध्येच आम्ही ऑफिस थाटले. युनियनला मान्यता नसल्याने आम्हा प्रतिनिधीचाच करार झाला. आम्ही भगवानराव देशपांडे यांचाच सल्ला घेऊन काम करायचे.

आता मिल सुरळीत चालू झाली. कामगारांना भरपूर संरक्षण मिळालं. बोनसच्या प्रकरणावर डायरेक्टर बोर्डाची मीटिंग मंत्री शिवाजी निलंगेकर आल्यावर ठेवली. मलापण मीटिंगचे पत्र आले. नंतर मी पहिल्या मीटिंगला गेलो. चर्चा चालू झाली. निलंगेकर यांनी मला फारच समजावून सांगितले, "बघ गायकवाड तू ऐक. तू तर मिलचा मालकपण आहेस आणि कामगारांचा पुढारीपण आहेस. मिल जिवंत ठेवायची असेल तर बोनस कमी द्यावे लागेल. आम्ही साडेआठ टक्के बोनस देऊ." मीटिंगमध्ये मी मंत्र्याजवळ हट्टच धरला. कारण आता भिण्यासारखं नव्हतं. धीटपणे मी बोलत होतो. सर्व कामगार संघटित होते. कामगार माझ्या पाठीमागे होते. अखेर दहा टक्के बोनस देण्याचे कबूल केले. आमची मागणी बारा टक्के होती. मग मी कामगारांना बैठक घेऊन सांगितले. माझ्या साथीदारांना पण सोबत घेऊन गेलो. आणि बोनसच्या कागदावर सह्या केल्या.

मग मीटिंग संपली. सर्व डायरेक्टरांना मीटिंगचा ५० रु. भत्ता मिळायचा. त्या दिवशी मला सोडून सर्वांना मिळाला. मी मॅनेजरला सांगितलो, "साहेब, तुम्ही सर्वांना भत्ता देता. मी डारेक्टर असताना मला का मिळत नाही?" मग मॅनेजरने मला भत्ता देण्याचे ठरविले. मला त्याच दिवशी संघटनेच्या जोराने भत्ता सुद्धा मिळाला. मागच्या मीटिंगचा भत्ता पण काढाया मी सांगितलो. एकाच वेळी मला मागच्या मीटिंगसहित ५०० रु. भत्ता मिळाला. माझ्या जिंदगीत एवढी मोठी रक्कम पहिल्यांदाच मिळालेली होती. सर्व कामगारांना भरपूर पैसा वाटप झाला. कामगारांना हजार ते दोन हजार मिळाले. आम्ही कामगारांनी दिवाळीत सण केला नव्हता. दिवाळीनंतर आमची दिवाळी झाली. सर्व कामगार आम्हा प्रतिनिधींना जेवायला बोलावून न्यायचे. एवढं कामगारांचं आमच्यावर प्रेम होतं.

आम्ही संघटनेसाठी काही वर्गणी गोळा केली. हळूहळू आमच्या प्रतिनिधींमध्ये गैरसमज होऊन भांडण सुरू झाले. रामलिंग जगताप याने बरेच पैसे खर्च केल्याने वाद निर्माण झाला. मिलमध्ये आमचा लई दरारा निर्माण झाला. कुण्याच कामगारांना मारायची हिंमत नव्हती. आता सर्व कामगारांना आनंद झाला होता. कामगारांना जर सुपरवायझरने शिव्या दिल्या तर मी सर्व खाते बंद करायचा. मला जे लोक मिलमध्ये मारत होते, ते आता भारावून गेले. भगवानराव देशपांडे मला जास्त मानत होते. ते भारतीय कम्युनिस्ट पक्षाचे होते. एकदा मी त्यांच्या शिबिराला गेलो. मला कम्युनिस्टांचे विचार पटू लागले. देशपांडे मला वेगवेगळी पुस्तकं वाचायला द्यायचे. कामगार पुढारी कसे असतात याची माहिती द्यायचे.

आता वाचन करून मी हुशार होत होतो. कामगारांचे मराठीतील कायदे वाचत होतो. आमच्या मिलमध्ये आनंदाचे वातावरण कधी नाही ते आले होते. मीटिंगमध्ये मी कामगारांच्या अनेक सोईच्या मागण्या करत होतो. आजारासाठी डॉक्टरांची सोय, जेवणासाठी कँटीन, सर्व मिळाले; पण चेअरमन आणि मॅनेजर आमच्यावर सूड उगवायच्या प्रयत्नात होते. अशात गणेशोत्सव आला आणि आमच्या प्रतिनिधींची फाटाफूट होत गेली. मॅनेजरने रामलिंग जगताप यांना बोलावून सांगितले की, तुम्ही प्रतिनिधी गणेशोत्सव साजरा करा. आतापर्यंत फक्त ऑफिसचे लोकच करायचे. या वेळेस जोरात करायचे ठरले. कामगार आणि स्टाफचा एका दिवसाचा पगार घ्यायचं ठरलं. मी विरोध केला की आपण या भानगडीत पडू नये; पण सर्वांचं मत झालं. मी गप्प राहिलो. गणेश मंडळाचे १४ ते१५ हजार रुपये एका दिवसाच्या पगारातून जमा झाले होते. रामलिंग जगतापकडेच हा सर्व व्यवहार मॅनेजर आणि कामगारांनी सोपवला होता. त्यात मीपण होतो.

गणेशोत्सवाच्या वेळी मुंबई, पुण्याच्या पार्ट्या मागवल्या, गणेशोत्सव थाटात झाला. गणेशोत्सव संपल्यावर हिशोब द्यायचे ठरले. हिशोब न लिहिल्याने हिशोब काही लागेना. अशाच वेळी रामलिंग जगतापने एक मोटारसायकल विकत घेतली. मग तर साहेब लोकांनी कामगारांत फाटाफूट करायला सुरुवात केली. काही कामगार मिलच्या बाजूने झाले. हिशोबासाठी भांडण सुरू झाले. कामगारांत खूप गैरसमज झाले. सहा हजारांचा घोळ आल्याने आम्ही प्रतिनिधी पण रामलिंग

जगतापशी भांडू लागलो. तुझ्याबरोबर आम्हालाही बदनाम करतोस. मग जगताप मॅनेजरला जाऊन भेटायचा. साहेब कसातरी हिशोब द्या. मग मॅनेजर बरं म्हणायचे; पण काही कामगार मिलच्या बाजूने कायमचे होते.

बघा; तुमचे प्रतिनिधी चार आहेत. असे ते म्हणायचे. कामगारांत असंतोष पसरवायचे. बऱ्याच कामगारांना कळत होतं की, मिलच्या लोकांनी हे मुद्दाम केलंय. प्रतिनिधी बदनाम व्हावे आणि कामगारांत फूट पडावी, असा त्यांचा प्रयत्न होता. आता प्रश्न बराच पराकोटीला गेला. ही संधी साधून मॅनेजमेन्टने एकेका प्रतिनिधीला नोटीस द्यायला सुरुवात केली. सुरुवातीला माझ्यावर डोळा होता. तुम्ही काम बरोबर करत नाही, गुंडगिरी करता, साहेब लोकांना उलट बोलता, कामात अडथळे आणता, चाकू वापरता, म्हणून मला व जगताप यांना तात्पुरते कामावरून कमी करण्याच्या नोटिसा दिल्या. दोनतीन दिवस गेले; पण घेण्याचा पत्ता दिसेना. मग रामलिंग जगताप आणि मी कामावरून संपावर जाण्यासाठी सांगितलो. आज आम्हाला काढले आहे उद्या सर्वांना काढणार. जर हे होऊ द्यायचे नसेल तर संपावर चला. तवा सर्व कामगार आमच्या बाजूने तयार झाले. आमच्या बाजूचे ८० टक्के कामगार संपावर उतरले. आणि घोषणा देऊ लागले की, "लक्ष्मण गायकवाड, रामलिंग जगताप यांना परत कामावर घ्या."

संप चिघळत गेला. एके दिवशी मिलसमोर माझे भाषण चालू असताना निंबाळकर फौजदाराने मिलकडून फितूर होऊन जाणून बुजून लाठीमार केला. पोलीस जनावराला मारल्यासारखं कामगारांवर लाठ्या घालत होते. शेकडो कामगार जखमी झाले. कित्येक कामगार पळायला जाऊन चिखलात पडले. माझे मित्र अंकुश, मेकले, चेवले पण जखमी झाले. आमच्यासोबत माझे एक मित्र प्रदीप पाटील होते. मी, जगताप व पाटील केस करण्यासाठी देशपांडे यांच्याकडे गेलो; पण बेकायदेशीर लाठीमार केला हे होऊ नये म्हणून पोलिसांनी मिलचे दिवे, काचा, फोडल्या. मिलच्या लोकांच्या साक्षी झाल्या. निंबाळकर फौजदाराचे डोके फुटले म्हणून आम्हा ४० कामगारांवर फौजदारी खटला केला. आम्हीपण केला.

अखेर संप चिघळला. कामगारांच्या दृष्टीने हा संप फायद्याचा नव्हता. पहिल्या वेळी पगार, बोनस, वाढ मिळणार होते; पण यावेळी मिलच्या लोकांनी सोलापुराहून गुंड आणले. माझा हात नाही तर पायतरी तोडावा म्हणून माझ्यामागे गुंड लागले

होते. पण माझ्या संगे सतत पोरं राहायची. सोलापूरचे गुंड कामगाराच्या घरी जाऊन कामगारांना जीपमध्ये घालून मिलमध्ये न्यायचे. आणि हे कामगार मिल जाळायला आले होते म्हणून त्यांना पोलीसमध्ये द्यायचे. शेवटी कामगार परेशान झाले. दोन प्रतिनिधीला घ्या एवढ्या प्रश्नावर किती दिवस संप चालणार? अखेर हळूहळू संप फुटला.

कामगार कामावर जाऊ लागले. संप मागे घेतला आणि मॅनेजरने १०० कामगार कामावरून कमी केले. गेल्या संपात कामगारांचा फायदा झाला होता. पण या संपात केवळ प्रतिनिधीला कामावर घ्या. एवढी मागणी मान्य तर झालीच नाही; पण आमच्यासोबत १०० कामगार कमी केले. आम्ही पुण्याच्या इंडस्ट्रीज कोर्टात केस केली. कामावरून कमी केलेले कामगार लातुरात रिक्षा मारू लागले. मीपण बेकार फिरू लागलो. आमच्या तारखा केव्हा येतील म्हणून वकील देशपांडे यांच्याकडे जाऊ लागलो; पण एक वर्ष झालं तरी निकाल लागेना.

एके दिवशी रामलिंग जगताप, सुरेश जगताप यांना मिलच्या लोकांनी बोलावून सांगितलं की, तुम्हा दोघांना व काही कामगारांना कामावर घेतो. केस काढून घ्या. नंबर एक फिर्यादी जगताप, नंबर दोन मी होतो. चेअरमनचे ऐकून जगताप पुण्याला जाऊन केस मागे घेऊन आला; हे मला बरेच दिवस माहीतच झाले नाही. केस काढून घेतल्यावरदेखील जगतापला त्यांनी घेतलं नाही. कुणाही कामगारांना घेतलं नाही. मग मला देशपांडे वकिलांनी सांगितले की, जगतापने केस काढून घेऊन सर्व कामगारांचा घात केला आहे. तवा मी देशपांडेसाहेबांना सांगितलो, साहेब त्यानं काढून घेतलं तर घेऊ द्या; पण माझी केस चालू ठेवा. तवा त्यांनी मला लिहून दिले व माझी केस परत चालू केली. पुण्याला जाण्यासाठी पैसे नसल्याने मी पुण्याला गेलो नाही. म्हणून मिलवाल्याच्या बाजूने एकतर्फी निकाल लागला.

पण मी काही माझी जिद्द सोडली नाही. परत लेबर कोर्टात केस दाखल केली आहे व ती गेल्या आठ वर्षांपासून चालूच आहे. मी शेवटपर्यंत ती केस काढणार नाही. त्याचा निकाल केव्हा लागेल याची वाट पाहात आहे. मला कधीतरी कामावरून कमी करणार होते; याची मला जाणीव होती. म्हणूनच मी एक दीड हजार रुपये बोनस मिळाल्यावर जागा घेतली होती. हाराशितले पत्रे

घालून बाजूला तट्टा आणि लाकडाच्या फळ्या मारून घर करून समोर दुकानासाठी थोडी जागा घेऊन राहात होतो. आता बायकोला तसं किराणा दुकान चालवायची चांगली माहिती झाली होती. मला एक मुलगीपण झाली होती. दुकानावर घर भागत होतं. मी दुकानाचा माल आणून द्यायचा. बायको दुकान चालवायची. नौकरी गेल्याने सर्व कारभार बायकोवरच होता. मग मी नटराज टॉकीजच्या समोर एका टपरीत हॉटेल टाकलो. तसा हॉटेलचा मला अनुभव नव्हता. हॉटेलात मीच चहा करायचा आणि बाहेरून ऑर्डर आल्यावर मीच कपबश्या घेऊन जायचा.

एकदा असाच कामगारांच्या प्रश्नावर विचार चालला होता. कामगार रोजच माझ्या हॉटेलवर काय चाललंय, काय नाही, याची चौकशी करत. पण काही कामगार म्हणत, "आपल्यामुळे गायकवाडाला कपबश्या धुवाव्या लागत आहेत." एके दिवशी असाच मिलच्या साहेब लोकांचा स्टाफ पिक्चरला आला होता. हॉटेलवर चहाची ऑर्डर आली. मी चहा घेऊन जात होतो तर मिलचे सुपरवायझर रस्त्यात भेटले. माझ्या अंगावरचे कपडे घाण झाले होते. मला बघून ते मुद्दाम बोलले, "काय चाललंय लक्ष्मणराव." मी सांगितले, "काही नाही साहेब. फक्त हॉटेल केलंय. मेहनत करून खातोय." मला म्हणूनच दुःख वाटत होतं. मी एके काळी या लोकांना दाब देऊन बोललो होतो; पण आता आपणास नोकरीवरून काढल्याने हे लोक आपल्या हालतीवर हसत आहेत. वाटायचं अशा टपरीत किती दिवस हॉटेल चालवणार? आपले संघटन करायचे, ज्यांनी अपमान केला आहे, त्यांच्या बरोबरीला एक दिवस तरी बसायचे. अशी जिद्द मी मनात ठेवून होतो; पण त्या दिवशीचा अपमान मला सतत आठवत राहिला. मी सकाळी ७ वाजल्यापासून रात्री ८ वाजेपर्यंत हॉटेल चालवून कुठं १० नाहीतर १५ रु. मिळू लागले. मग मी हॉटेलचा नाद सोडून दिला आणि परत भाजीचे दुकान चालवू लागलो. किराणा दुकान आणि भाजीचं दुकान चालवू लागलो. भगवानराव देशपांडे हे प्रत्येक मीटिंगला बोलवायचे. दुकानासाठी सतत त्यांच्या संपर्कात राहायचो. एकदा भगवानराव देशपांडे यांनी मला दुकानासाठी २००० रुपये कर्ज बँकेकडून दिले. दुकानात मी भांडवल वाढविलो. बरेच दिवस त्याच धंद्यावर घर चालत राहिलं. मग आता बाबा, मी, बायको आणि संगीता (मुलगी) एवढे लोक घरात होतो. खर्च वाढत जाऊ लागला. सासरवाडीचे लोक कधी कधी

तिरगायला (खिसे कापायला) मुक्काम करायचे. त्यांना कधी चांगली आमदानी झाली की, सर्व खर्च बी तेच करायचे आणि जाताना मेव्हणा किसन पैसे देऊन जायचा. वाटायचं हे लोक असेच येत राहावे. आपलं थोडं फार घर भागत राहील. मुंबईला नोकरी मिळलं का? काही पण सुरतला गेले म्हणून समजायचे आणि सुरतला जावं असं वाटायचं.

याच काळात औरंगाबाद येथे माझा धाकटा भाऊ संभा सूतगिरणीत नोकरीला होता. म्हणून मी तिकडे गेलो. बायकोला, बाबाला घरी सोडून औरंगाबादला गेल्यावर तिथल्या साहेबाला कळालं की, ह्या वीरानं संप केला होता. तवा त्यानं जागा नाही म्हणून सांगितलं. आमच्या भाभीनं औरंगाबादला मागासवर्गीयांसाठी दूध डेअरी काढली होती. नुसतेच रजिस्ट्रेशन झाले होते. आमच्या बाबाला लिहिता येत नव्हतं. त्यावेळी मला सांगितलं की, मी चेअरमन म्हणून आहे. तुम्हाला लिहिता येतंय. तुम्ही सेक्रेटरी म्हणून राहावा. नफा झालेलं दूध व उरलेलं दूध आपण निम्मे वाटून घेऊत. मी राहिलो. २१ सभासदांना कर्ज मंजूर झाले. एका व्यापाऱ्याला घेऊन धुळ्याला भाभी, मी आणि सभासद गेलो. कमी किमतीतल्या गाई घेऊन जास्त किंमत लावून बँकेकडून जास्त पैसे घ्यायचे ठरले.

इतक्यात व्यापाऱ्याने दुसऱ्या व्यापाऱ्याशी दहा गोऱ्यांचाच सौदा केला. मग १५ म्हशी घेतल्या. त्यांच्या किमती १२ शे, १५ शे रु. होत्या; पण आम्ही दोन हजार ते १९०० एवढ्या किमती लावल्या. वाटले सर्व रक्कम चेअरमनच्या हातात देईल; पण बँकेचा माणूस सोबत आला होता. तो मला बाजूला घेऊन सांगितला, "बघा, हा जो प्रसाद आहे, तो सर्वांनी वाटून घेऊ." " तुम्ही चला राव" म्हणालो. "तर जमणार नाही." मग भाभीने त्यांच्याशी बोलणी केली. तो एका गाईमागे तीनशे ते सातशे मागत होता. भाभीने नको म्हणल्यावर त्याने व्यापाऱ्यांना सांगितले ज्या किमती ठरल्यात ती किंमत द्या. वरचे पैसे. बँकेच्या साहेबांना नाही तर आम्हाला द्या. तेव्हा त्यांना बरं म्हणालो. मग सर्व सभासद अडाणी असल्याने त्यांना काय? गायी मिळत आहेत आपल्याला काय म्हणून. तेबी ते गप्पच होते. सभासदांना या भानगडीची माहिती पडली नाही.

सर्व रक्कम बँकेच्या साहेबांना व्यापाऱ्यांनी दिली आणि सभासदाकडे आम्ही आमच्या व्यापाऱ्यांना घेऊन गेलो. व्यापारी बदलून पडले. २०० रु. एका गाईमागे द्या. आम्ही जास्त काही मागत नाही. मग अशाच तक्रारी होऊन कसं

तर २००० रु. सर्व मिळून व्यापाऱ्याला दिले. मग त्यातल्या व्यापाऱ्याने दलाली म्हणून ५०० रु. घेतले. भाभीने मला सांगितले, "तुम्हाला याच्यातला हिस्सा मिळणार नाही." मग मी म्हणालो, "मला काय" तवा भाभी म्हणाली, "रोज आठ नऊ लिटर जास्त दूध येतंय आणि दुधाचे रोज पैसे असतात." तवा मग बघावं म्हणून थांबलो. मग मी रोज सभासदांचे दूध घेयाचो, मशीनवर त्याचे फॅट काढायचो. मग दुधाचा भाव करून दूध घ्यायचो. दर आठवड्याला २०० रु. करायचो. यातपण भाभी निम्मे पैसे वाटून घेऊ लागली आणि सभासदांना घोळ करून कमी पैसे देत जावा म्हणून सांगू लागली.

सभासद तर रोज माझ्याजवळ रडायचे. सेक्रेटरी साहेब एवढे पैसे तर जनावराच्या चाऱ्याला पुरंनात. बँकेचे पैसे कसे फेडायचे? तवा त्याच्या अगोदर मलाच वाईट वाटायचं. भाभीनं विनाकारण या सभासदाच्या नावावर चौदाशेच्या गाई दोन-दोन हजारला लावल्या आहेत आणि पुन्हा दुधातपण घोळ. आणखीन पैसेपण कमी. माझे मला मग गरिबांना फसवायाचं म्हणाले की, माझं डोकं फिरायाचं. एका दिवशी सभासदाची बाजू घेऊन भाभीसंगं भांडण केलो. तवा भाभीनं पण तिथून हाकलून दिली. मी परत तीन महिने काम करून रिकाम्या हातानेच परत आलो.

तसं बायकोला, बाबाला मुलीला सोडून बरेच दिवसापासून गेलो होतो. यामुळे त्यांना पाहण्यासाठी डोळे तरसत होते. घरी आलो आणि बायकोला बाबाला वाटले की, मी एवढ्या दिसापासून घरी आलोय तवा काय तर कमाई करून आलो असेन. पण तसं काईच झालं नव्हतं, उलट आता आणखीन एक खाणारा माणूस वाढला होता. मी येईपर्यंत दुकान आणखीन घर कसं चाललं? आता दुकान तर बसलंच, काय धंदा करावा याच प्रयत्नात लागलो. दुकानावर आपला एवढा खर्च भागणार नाही म्हणून बाजारात एका रोडवर वाटल्याली मिरची पिवळी विकू लागलो. बाजारातून मिरच्या आणायाच्या, मशीनवर बायकोला वाटाया लावायचं आणि मिरची विकायची. काही दिवस मिरची विकत राहिली. नंतर बोंबिल, मासे, सुके मासे भिजू घालायाचा आणी सकाळ सायकलीवर भोई गल्लीत नेऊन भाजून आणयाचं. आणि खारी मोरी विकायाचं. असं रोज १० ते १५ रुपये मिळवू लागलो. असेच दिवस जात होते. मनात तर अनेक कल्पना होत्या, आपण गोरगरिबांसाठी काही तरी केलं पाहिजे, त्यांच्या संघटना बांधल्या पाहिजेत, असं सतत डोक्यात घोळत होतं.

मग आमच्या घरासमोर एक एन. बी. शेख गुरुजी म्हणून होते. त्यांना एका शाळेतून काढून टाकले होते; पण त्यांची जिद्द होती की एकनूएक दिवस आपण शाळा काढून दाखवूत. मग त्यांनी एक अजिम उर्दू स्कूल म्हणून अखेर औशाला काढले. त्यांचं पण माझ्यासारखंच होतं. ते एकच ड्रेस धुऊन लेवायचे. आणि शाळेच्या कामाला लागायचे. मग मी त्यांना एके दिवशी भेटलो. त्यांनी मला सल्ला दिला, "गायकवाड, तुम्हारे लोगों को तो बहुत सवलती मिल रही है. आप मेरी जैसी संस्था खोलो." तवा मी त्यांच्या सहकार्याने पाथरुट समाज जिल्हा संघटना केली. कोण्या साहेबाकडे जाऊन लेटर पॅड काढलो आणि कोणा साहेबांना जाऊन भेटलो. इकडं दुकान बी चालू ठेवायचो आणि कधी बंद करून आमच्या जातीच्या लोकांना सुधारण्यासाठी काही तरी केले पाहिजे म्हणून इकडे तिकडे करण्यात माझे बरेच दिवस गेले. कामासाठी फिरावे लागे, त्यासाठी दुकानातलेच पैसे घेऊन जात असे. दुकान त्यामुळे बी बसलं असावं. या बंडाळीत बाबा आजारी पडला. बाबा तसं भगवान अण्णाकडं महिना पंधरा दिवस राहायचा. माझ्याकडं पण राहायचा. तसं बाबा मालकाच्यात खाल्ला- पेल्याला होता. त्यामुळे आमच्याकडे पूर्ण दोन टाईम जेवण मिळायाचे नाही. त्यामुळे घरी बंडाळ असली की, मी बाबाला अण्णाकडे आठ दिवस जावा म्हणून सांगायचा.

बाबा ओळखून घेयाचे, लक्ष्मणच्या घरी बंडाळ असल्यामुळे जा म्हणतोय म्हणून. तसं मी बाबाला चांगलं सांभाळायचं, त्यामुळे बाबास माझ्याच घरी राहावं वाटायचं. अण्णाकडं गेला की, वैनी बाबाच्या खाण्यापिण्याची बंडाळ करायची. आणि लेकरांवर घालून म्हणायची, "किती दिवस आयतं संभाळावं तुम्हाला." टोचून बोलायची. जेवाया येळंवर देयाची नाही. त्यामुळे बाबा लई खराब झाला होता. तसा बाबा उंचापेरा होता; पण आता नुस्ता हाडाचा सापळाच दिसत होता.

अशातच बाबा आजारी पडला आणि तिकडं वैनीपण बघंना, किर किर करू लागली. म्हणून परत माझ्याकडे एके दिवशी घरी आला.

मग मी बायकोला सांगत होतो की, बघ बाबाशी वैनीसारखी भांडत जाऊ नको. तसं माझी बायको बाबाच्या पोटापाण्याला सांभाळायची. अशा आजारातच बाबाच्या दवाखान्याचा खर्च करायची ऐपत नव्हती. डॉक्टराच्या फीससाठी पैसे कमी राह्याचे. रिक्षाला पैसेपण राहायचे नाहीत. दुकानातील पैसे डॉक्टरला

द्येयाचे. औषध आणायचे. बाबा आता लईच खराब झाला. चालाया पण येयाचं नाही. हागणं मुतणं एकाच जागी होतं. बायकू रोज बाबाचा संडास नेऊन टाकायची. लोटक्यातला मूत बी घरातून घेऊन जायाची. घरात लई घाण, कसं उठायाचा; पण बायको किरकिर न करता सर्व करायची. बाबा म्हणायचं, "लक्ष्मण, मला मोठ्या दवाखान्यात घेऊन चल." बरं मी तर पाच पाच रुपयाला महाग राहायाचा. बकळ बाईट वाटायचं.

मग दवाखान्याची एवढी मोठी फीस कुठून देयाची. दुकानात दहा-पंधरा रुपये जमेपर्यंत दिवसभर थांबायचं आणि पुन्हा औषध आणायाचं. सरकारी दवाखान्यात तर आता डॉक्टर नाहीत म्हणून सांगायाचे. मग अशातच पावसाळ्याचे दिवस आले. पाऊस सुरू झाला की चोही बाजूनं घरात पाणी येयाचं. फळ्या मारल्याच्या पार्टिशनमधून पण पाणी येयाचं. खालून बी ओलगारा फुटायचा. बाबा आजारी, मग खाली शिंदीचा बोरे आथरायाचे. थंडीत कुडकुड करीत झोपावं लागायचं. झोपा लागायचे नाय. संगीता तर दोनएक वर्षांची होती. तिला आणि बाबालाच दोन चादरा होत्या. ते दोघालाच पांघरून घालायचो. आम्ही नवरा बायको साडी पांघरून झोपायचं.

अशातच बाबाचं दुखणं वाढलं. कमाई कुठलीच नाही. कोणाला पैसे मागावे तर नोकरीवरून काढल्यानं ओळखीच्या ठिकाणी पण पत उडाली होती. बाबा रात्रभर कणायचा. देवा मला लौकर उचलून ने म्हणायचा.

तसा बाबा आजारी असून बी जेवायचा. आमच्याकडे हायब्रीडच्या भाकरी, दाळ राह्याची. बाबा तोंड वळवून दोन घास खायाचा. कधी दुकानातील एकदोन बिस्किटे खायाचा; पण आता अन्नपाणीसुद्धा बंद झालं.

घरची ही सर्व परिस्थिती बघून खिशे मारणारे आमचे पाहुणे घरी आले की, वाटायचं आपण बी यांच्यासोबत चोऱ्या कराया जाऊन काई पैसे आणून बाबाला दवाखान्यात दाखवावं. बरं जर पोलिसांनी आपल्याला धरून मारलं तर कसं होईल म्हणून एक मन जावं एक मन राहावं असं व्हायाचं. अखेर आम्ही असेच एके दिवशी पाऊस पडत होता. आमचा डोळा लागला होता. आम्ही झोपीतच होतो. बाबानं अन्नपाणी सोडून दिल्यापासून माझी बायको रात्रीतून तीन चारदा उठवून बाबाला पाणी पाजण्यासाठी म्हणून उठायची; पण आज जी झोप लागली ती लागलीच. बायको पहाटे तीन वाजता उठली आणि लघवीला जाऊन येताना

मामा म्हणून हाक मारली. बाबात व आमच्यात दुकानाची आलमारी आडवी होती. रोज बायकोनं मामा म्हणलं की बाबा आऊ म्हणायचा; पण आज काईच म्हणंना. मग बायको एकदम मामा, मामा गेलो हो उठा म्हणून मोठमोठ्याने रडू लागली. मी घडबडीनं उठलो आणि आलमारीच्या मागे जाऊन बघितलो. तर बाबा डोळे उघडे ठेवूनच कुडकुडत्या थंडीतच तसाच एक फाटका चादर पांघरून पडला होता.

आमच्या शेजारचे सर्व लोक झोपले होते. बायको रडताना चिरचिरा चिरकू लागली. आम्हाला दोघांना भीती वाटू लागली. कारण मेल्यालं मड काही इच्छा राहिली की ताटकन उठून उभा टाकतंय असं ऐकून होतो. आमचा रडणं ऐकून जवळचे शेजारी वेदपाठक, जडेबाई आणि मुसलमानाची आमा आली. चिमणीचा उजेड अंधूकच दिसू लागला होता. बाबाचं अंग थंडगार पडलं होतं. मी तोंडात दूध टाकलो. मुसलमानाची आमा म्हणाली, "लक्ष्मण, हेचं पाय लांब हायत आखडून ठेवा." तवा मी पाय धरून वाकवू लागलो तर वाकनाच झाले. दुसरे बघाया आल्याले मड्याला शिवू नये म्हणून जवळ येईना झाले. बाबा ताठून गेला होता. कधी मरून पडला याचा पताच नव्हता. सोनाराचा उद्धव, पोतदार, आम्ही दोघा नवरा बायकोनी सर्व जोर लावून पाय मोडले, कसं तर पाय मोडून आकडून ठेवले. चिमणी बाबाच्या एकदम जवळ गेली तर बाबाच्या डोळ्याला मुंग्या लागल्या होत्या. हाताने मुंग्या झाडलो. डोळे झाकलो. घरच्या लोकाचं मेल्यालं मी कधीच बघितलो नव्हतो. त्याच्यानं भेव वाटायचं.

बाबा मेल्यानं मी आरडू आरडू रडू लागलो. गल्लीतले सर्व लोक जमा झाले होते. "रडू नका, लक्ष्मण आता का बापाला उठवून आणनाराव का?" आपल्या या गरिबीनं मायचं सुख मिळालं नाही, तीबी गरिबी पोटी गेली. हारचंदाबी बेपत्ता झाला. बापाचा आधार होता. तोबी तुटला. जगण्याचं वय असतानाबी केवळ गरिबीपोटी दवाखान्यात न दाखवल्यानं आणि उपाशी असल्याने बाबा मेला याचं मला वाईट वाटू लागलं. बाबा मेला म्हणून सांगण्यासाठी एवढ्या पहाटे अण्णाकडं एका मिलमधल्या पोराला पाठवून दिलो. मग अण्णा, वैनी, दादा, भाभी ऊर बडवीत रडत आले. मोठमोठ्यानं आम्ही सर्व भाऊ गळ्याला पडून रडत होतो. "आपण सर्व उघडे झालो किरं लक्ष्मण" म्हणून अण्णा मला धरून रडत होते. आम्ही सर्वांनी रात्र रडतच घालवली. मी एक मारवाड्याच्या

बाईला बहीण मानत होतो. तिच्या घरी जाऊन तिला बाबा मेलायू, माझ्याकडं लाकडं आनाय सुद्धा पैसे नाहीत, तवा तिने अशा वक्ताला म्हणून दीडशे रुपये काढून दिले.

तसं भाऊ तर लांब होता. अण्णा दादाचे लेकरं असल्याने त्याची बी बंडाळ होती. त्याच्याकडेपण पैसे नव्हते. ते दीडशे रुपये घेऊन दादाला पुढं मसन-वाट्याकडे पाठवून दिलो. दादा तवा लाकडं आनला. बाबा मेल्यावर ताटून गेला होता. मुंग्या लागू लागल्या होत्या. आमचं घर म्हणजे निवळ जमिनीवरच. त्याच्यानं मुंग्याची कमीच नव्हती. बाबा मेला म्हणून जवळच्या सोयऱ्यांना सांगण्यासाठी भाडगाव, सलगरा, कवठा, धनेगाव, सोनवती, जावळी अशा गावात असलेले सोयरे दुपारी तीन चारपर्यंत आले. औरंगाबादचा भाऊ एवढ्या लवकर येऊ शकत नव्हता. त्याला तार केली. सर्व सोयरेधायरे जमा झाल्याबर बाबाची ताटी तयार करून झाल्यावर अंघोळ घातली आणि हालक्या वाजवत माकडी मसनवाट्यात गेलो. त्या जागी बाबाला सरणावर चढवून आग लावली. अण्णाच्या, दादाच्या सासरवाडीचे लोक दुखवटा काढण्यासाठी दारूच्या बाटल्या आणि तांदूळ आणून देऊ लागले. अण्णा, दादाला सर्व सोयऱ्यांनी दारू पाजवली. नको नको म्हणलं तरी सुद्धा आपल्यात दुखवटा काढण्यासाठी पेवंच लागतंय म्हणून मला बी दोन घोट पाजवले. अण्णा, दादा, मी दारू प्याल्यावर दुखवटा म्हणून रडू लागलो. खूप दारू पिऊन दादा सोयऱ्याच्या गळ्याला गळा लावून रडू लागले. सोयरे गेल्यावर त्याच दिवशी दारू पेल्याचे पाहून लोक बघून म्हणू लागले, काय विचित्र लोक आहेत. बाप मेला तर दारू पेऊ लागलेत. त्या दिवशी शेजारच्या लोकांनी भाकरी कोरड्यास आणून दिले. पाच दिवसांतच दिसाचं ठेवलं. दिसाच्याला अण्णा, दादा आणि मी इकडं तिकडं करून एक बारकं बकरं कापून बापाच्या काय काय आवडी होत्या त्या घेऊन मसनवाट्यात गेलोत. बाबा बिडी ओढीत होता आणि हॉटेलातली जिलेबी, सेव, भजे खायचा हे सर्व चिजा घेऊन बाबाला जाळल्याल्या जागी ठेवलो. सर्वांनी पाया पडलो. कावळ्यांनी निवद शिवला. समदे माघारी आलो. या बी दिवशी सर्वांनी दारू पिली. या वेळंस भाऊबी औरंगाबादहून आला होता. सोयरेधायरे पुन्हा जमले, बाबा आम्हाला सोडून गेला.

बाबाची आता कधी आठवण यायची, दुःख वाटायचं. आता घरात मी, संगीता व बायको राहिलो. एवढे असूनबी घरात कधी कधी उपाशी राहावं

लागायचं. वाटू लागलं आपलं कसं होतं की, कसं तर गोळ्या बिस्किट दुकानात विकून चार रुपये येयाचे त्याच्यावर भागवू लागलो. एकच मुलगी होती तरी गरिबीमुळे तिला दूध पाजऊ शकत नव्हतो. अशाच टायमाला निवडणूक आली. माणिकराव सोनवणे निवडणुकीला उभा ठाकले होते. ही खासदारकीची निवडणूक होती.

मग मी घोषणा देयाच्या "मजिद तोडो मंदिर तोडो पर माणिकराव सोनवणे का दिल मत तोडो " प्रचाराच्या दिवशी नारळ फुटलं. त्या रोजी अनेक लोकांना बोलाया लावले. मी बी कामगारांच्या समोर केल्यासारखा जोरात भाषण केलो आणि गरिबाच्या हितासाठी सोनवणे यांना निवडून द्या असे सांगितलो. एस. कॉंग्रेसकडून सोनवणे, तर आय. कॉंग्रेसकडून शिवराज पाटील चाकूरकर होते. या निवडणुकीत कोणाच्याबी मोटार सायकलवर बसून जायचा. कधी जीप-मध्ये बसून स्पीकरमध्ये खेड्या-खेड्यांना सांगायचा, प्रचार करायचा. इंदिरा कॉंग्रेसला निवडून द्या म्हणायचं. जेवायासाठी रोज हॉटेलमधले कुपन मिळायचे. जेवाया चांगलं मिळायचं. वाटायचं या लोकांची निवडणूक सारखी चालू राहावी. आणि आपल्यासारख्या गरिबांना असेच पैसे मिळावे. मग मला माणिकराव सोनवणे यांचा मोठा पोरगा हे पोरगा चांगला प्रचार करू लागलं म्हणून कधी कधी शंभर दीडशे रुपये द्यायचे. त्याच पैशातून दुकानात मी माल भरून द्याचा. त्यामुळे घरातील गरिबी निवडणुकीने कमी झाली आणि कधीतरी चूल पेटू लागली. मी रिक्षात बसून लातूरच्या गल्लीबोळातून माणिकराव सोनवणे यांना निवडून द्या म्हणून स्पीकरमधून ओरडायचा. त्यामुळे बऱ्याच पुढाऱ्यांच्या ओळखी झाल्या. या ओळखीवरूनच सोनवणेच्या जावयाने-जी. एस. पाटील यांनी मला नगरपालिकेत चपराश्याची नोकरी दिली. समाजकार्याची पुष्कळ ओढ असूनबी घरच्या गरिबीमुळे चपराशीची नोकरी सही म्हणून करू लागलो. न. प. १२ नंबर शाळेवर राहिलो. त्या शाळेत रोज जायाचो, शाळा झाडून काढायचा. शाळेत कुठंबी हागायचे ते गूबी काढायचो. एक बामणाची बाई मास्तरीण होती. ती दर आठवड्याला फरशी धुऊन काढ म्हणून मला सांगायची.

नगरपालिकात कोणची नोकरी करताव म्हणून मला कोणी म्हणलं की, मी म्हणायचा बालवर्गाच्या पोरांना शिकवतोव. कारण मास्तरीण येईपर्यंत मीच मुलांना शिकवायचा. मग मला झाडायचा, धुवायचा कंटाळा येऊ लागला. आमच्या

मास्तरानी तक्रार केली की, मी काम ऐकत नाही. तवा मी अर्ज देऊन जकात नाक्यावर चपराशी म्हणून रोजंदारीवर बदली करून घेतली. मी कायम नव्हतो. रोज बारा रुपये हजरी पडायची; पण मला आता जकात नाक्यावर चपराशी म्हणून आल्यापासून कमाई बरी होऊ लागली. रोज जकात नाक्यावर नाकेदार ४० ते ५० रुपये कमाई करायचे. जास्त पोते असतील तर कमी पोत्याची जकात करायचे. पैसे याचे. दिवसभर वाळूच्या, दगडाच्या ट्रका यायच्या; पण याची दिवसापासून एकच पावती फाडायचो आणि पैसे घ्यायचे. मला रोज पगार सोडून १० ते १५ रुपये इनाम मिळायचे.

मोठमोठे अधिकारी पण नगरपालिकेत छपले करायचे. मला वाटायचे आपले लोक पोटासाठी चोरी करतात. त्यांना चोर म्हणून शिक्षा होते. हे लोक दिवसाढवळ्या चोऱ्या करतात. यांना कोणपण कायपण म्हणत नाहीत. याची जाणीव व्हायची. मला कधी कधी बार्शी नाका, औसा नाका येथे दिवटी पडायची. रात्रपाळी असली की नाकेदार झोपायचा. मी जागा राहायचा. आशा वेळी पहाटे टेंपो गाड्या यायच्या. मी हात करून बॅटरी दाखवायाचा. मी तसा नवीनच होतो; पण टेंपोवाले, ट्रकवाले मी जवळ गेलो की, माझ्या हातात २५ ते ३० रुपये द्यायचे." साब को मत उठाव," म्हणायचे आणि निघून जायाचे. मी ते पैसे खिशात तसेच घालायचे. आता माझी चांगली कमाई होऊ लागली.

तिथं चपराशी असलो तरी प्रतिष्ठा होती. बाहेरचे लोक चांगलं समजत. नाकेदार आणि शिपाई सारखे झोपायचे. झाडायचे, पाणी देण्याचे काम नव्हते. असे काही महिने गेले. मग माझी ड्युटी एक महिन्यासाठी जकात नाक्याच्या अधिकाऱ्याच्या ऑफिसमध्ये आली. मग बेल वाजली की पळत जायाचं. चहा, सिगारेट आणायचे. कोणी येतील तेला पाणी, चहा घेऊन जायाचे. मग मात्र सर्व लोक माझ्याकडे वेगळ्या नजरेने पाहायाचे. मला सर्व लाचारासारखे वाटायचे. ऑफिसर दाब द्यायचे. जा कीरे पाणी लवकर आण. नोकरी करायची का घरी जायाचे. मला या अशा जगण्याचा किळस येऊ लागला. वाटू लागलं आपण अशीच नोकरी केलो तर जीवनात काहीच करू शकणार नाही. आपली जिद्द आहे की, आपणाला या गरिबांसाठी काही करायचे होते. संघटना बांधायची होती. मोठे मोठे मोर्चे काढायचे होते. ही स्वप्ने धुळीस मिळणार असे वाटायाचे.

आपल्या नशिबात मोठं होयाचे असल्यास आपोआप होईल असेही वाटायाचे. ही नोकरी आपल्याला जगवीत नाही. लाचार बनवत आहे. आपल्यासारखे कुणी

पुढं येऊ नये म्हणून पुढारी अशा नोकऱ्या देतात असं वाटायाचे. मग मी कॉ. भगवानराव देशपांडे यांना भेटलो. सर्व सांगितलो. त्यांनी मला सायकल दुकानासाठी कर्ज काढून देतो म्हणून सांगितले. अशाच वेळी नोकरी नको म्हणून सोडून दिली. आणि घरी बसलो. तसं बायकोला बरं नाही वाटलं. नोकरी पुढे चालून आली. चांगली हाय. चालू रोटीला कशाला लाथ मारता; पण बायकोला काय माहिती की, माझा कसा गुदमरा होत होता. डोक्यात श्रीमंत गरिबाच्या दरीमुळे किडे वळवळ करत होते. आता कारण कळू लागले होते.

एकदा मी कवठ्याला गेलो. कवठ्यात प्राध्यापक बी. एल. गायकवाड व माझे साडू डी. एस. गायकवाड यांनी आपल्या समाजाला संघटित केले पाहिजे. मुलांना चोऱ्या न शिकवता शाळा शिकाया लावलं पाहिजे, अशी चर्चा झाली. मग आम्ही बैठक घेऊन आपल्या समाजाचा एक मेळावा घ्यावा असं ठरविलो. आणि १९७८ ला भटक्या-विमुक्त संघटनेचा पहिला मेळावा घेतला. या वेळी पद्मसिंह पाटील मंत्री होते. त्यांना आमच्या मेळाव्याला बोलाविलो.

मला तवा शाळा व बोर्डिंगसाठी परवानगी कशी काढतात एवढं माहीत नव्हतं; पण मंत्री मान्यता देतात म्हणून बोर्डिंगचं वस्तिगृह कवठ्याला उघडलो. आणि याच दिवशी त्याचं उद्‌घाटन केलो. आमच्या समाजाच्या व्यथा त्यांना मी भाषणातून सांगितलो. गावात त्यांचे काही प्रतिष्ठित पाहुणे होते. त्यांनी काही तर सांगितले आणि गावातल्या कार्यक्रमात माझ्यावर ते बोल्ले की आता माझ्या मित्राने एका बोर्डिंगचे उद्‌घाटन केले त्याला हे माहीत नाही की अगोदर संस्था रजिस्ट्रेशन करून घ्यावी लागते. पुन्हा बोर्डिंगला मान्यता मिळते. तवा मला माझ्या मागासलेपणाची जाणीव झाली. वाटू लागलं आपणच एवढे अडाणी आहोत तर समाज कसा असेल. मग मी शेख गुरुजीकडे जाऊन रजिस्ट्रेशन कसे करतात ते विचारलो. त्यांनी घटना दिली. प्राध्यापक बी. एल. गायकवाड-कडून बाकी सर्व कागदपत्रे करून घेतलो. रजिस्ट्रेशनसाठी औरंगाबादला पाठवलो.

परत असं फिरू लागल्याने घरात बंडाळ होऊ लागली. आता तर जिद्द आली आपण वसतिगृह, शाळा काढायचं; पण कसं काढायचं? कवठ्यातील माझ्या बायकोचे भाऊ चोऱ्या कराया लई पटाईत होते. तसे चांगले होते. त्यांना संस्थेचा अध्यक्ष केलो. त्याने काही पैसे जमा करून दिले; पण ते जाण्या-येण्यात संपले. मी माझं राहायचं घर विकाया काढलो. बँकेतला एक शिपाई

घेण्यास तयार झाला. राहण्याचा तरी सहारा होता; पण ते सहा हजाराला विकलो.

ज्या मारवाड्याच्या बाईला बहीण मानत होतो त्याच्या घरी दुकान घालून किरायाने राहिलो. आता पैसे भरपूर आले. दुकान मोठे टाकलो. एक दोन हजाराला प्लॉट घेतलो. आणि बाकीचे दुकानात भांडवल केलो. बायको दुकान चालवत असल्याने मला फिराया मिळायचे. मी आता फक्त दुकानात सामान भरून देयाचे. आणि संस्था रजिस्ट्रेशन करण्यासाठी फिरायचं. आता कवठ्याच्या लोकांचा जास्त संबंध येऊ लागला. कवठ्यात लहानापासून ते मोठ्यापर्यंतची आमच्या समाजातील माणसे खिस्तंग मतायचा (खिसे कापण्याचा) धंदा करायचे. कवठा उस्मानाबाद जिल्ह्यात आहे. निम्मं गाव आमच्या उचल्याच्या लोकांचं आहे. या गावातील लोकांना सुधारावयाचे. यांची मुलं जरी शाळेत गेली तरी पुढची पिढी तरी चांगली होईल असा माझा विचार. त्यांची गरिबी एवढ्या पराकोटीला गेली होती की, मुलगा चौथीत असला किंवा १०, ११ वर्षांचा असला की, त्याला चोऱ्या करायाचे शिक्षण देयाचे. गावातील सर्व परिस्थिती पाहून व लोकसंख्याही जास्त असल्याने याच गावात बालवाडी व वस्तिगृह काढावयाचा विचार आला.

या गावात आमच्या लोकांवर मराठा लोक लई अत्याचार करायचे. आमच्या लोकांना व्याजी पैसे देयाचे. शंभर रुपयाला आठ दिवसाला १० रुपये व्याज घ्यायचे. चोऱ्या करून आले की, व्याजात सोने, कपडे घ्यायचे. गावातील पोलीस पाटील प्रत्येक घर आणि प्रत्येक पाकीट मारणाऱ्या चोरावर महिनेवारी कर आकारायचा. चोऱ्या करून लोक आले की, पाच-पन्नास रुपये हप्ता घ्यायचा. जर एखाद्याने मोठे पाकीट मारलं ते चार-पाच-दहा हजाराचे असलं की, पोलीस पत्ता काढत कवठ्याला यायचे. आणि कवठ्याच्याच पोरांनी पाकीट मारले असे माहीत झाले की, पोलीस पाटील सर्वांना वाड्यात बोलावून घेऊन विचारीत, तुमच्या कोणाच्या टोळीने पैसे आणले ते सांगा नसता मी सर्वांना अटक करीन. फौजदाराला सांगून शिक्षा करीन.

कवठ्यातले आमच्या लोकात आपापसात गटबाजी, भांडण राहायचेच. मग कोणी तर खरं नाव पोलीस पाटलाला सांगायचे. मग पोलीस पाटील ज्यांनी पाच-दहा हजारांचे पाकीट मारले त्याला वाड्यात बोलावून घेऊन बाहेरून

आलेल्या पोलिसांकडून माराया लावायचे. मग तो गुन्हा कबूल करायचाच. त्यानं गुन्हा कबूल झाला की, त्यातील अर्धे पैसे पोलीस पाटील आणि बाहेरून आलेल्या पोलिसाला द्यावे लागायचे आणि मग ती केस पोलीस पाटील दाबून टाकायचा. आणि म्हणून पाकीटमार चोऱ्या करून गावात आले की, पोलीस पाटलाला द्यायला चुकत नसत.

आमचे लोक ज्या ज्या ठिकाणी मोठे जत्रा, बाजार असतात अशा ठिकाणी सबंध महाराष्ट्रात जायचे. अशा एखाद्या वेळी जर सर्वच टोळी धरली गेली की, मग घरातील लोकांची उपासमार चालायची. यामुळे त्यांना सोडवण्यासाठी गावातील पोलीस पाटील इतर श्रीमंत लोकांना विनवण्या करायचे. घरावरचे पत्रे काढून गावातीलच लोकांकडे गिरवी ठेवायचे आणि सोडून आणायचे. आमच्या लोकांना सोडवणाऱ्या वकिलांनी मोठमोठ्या माड्या बांधल्या आहेत. औरंगाबादला तर एक वकील आमचे लोक जेथे अटक होतात तेथे जातो आणि भरपूर पैसे घेतो. सोडवतो. ज्या ठिकाणी आमचे लोक राहतात त्या ठिकाणचे पोलीस फौजदार बऱ्यापैकी सुधारलेले आहेत. उलट याच ठिकाणी राहावे, बदली होऊ नये म्हणून पुढाऱ्यांना सतत धरून राहतात. आमचे लोक कवठा, सलगरा, भाडगाव येथे राहतात व उचलेगिरीचा धंदा करतात. बाहेरचा पैसा गाववाल्याच्याच खिशात जातो आणि गावात जे श्रीमंत लोक हायत ते आमच्या लोकांना धरून राहतात. व्याजी पैसे देणारे, जुगाराचे अड्डे चालविणारे, दारूवाले हे त्या त्या ठिकाणी गब्बर झाले आहेत.

सध्याला कवठा या गावी दुसऱ्या समाजाचे जे लोक आहेत ते एकेकाळी खायाला मोताद होते. आज आमच्या लोकांमुळे त्यांच्याकडे प्रचंड पैसा आला. गावातील या लोकांनी या ना त्या कारणाने मानाने जायच्या लोकाकडचा पैसा काढून घेतला. त्याचा उपयोग गावातील या लोकांनी स्वतःसाठी केला. या गावात आज आमच्या लोकांवर श्रीमंत झालेले शेतकरी आहेत. कवठा गावात एकेकाकडे दोन दोन तीन तीन ट्रक्स आहेत. चांगले चागले वाडे बांधले आहेत. बऱ्यापैकी शेतीची सुधारणा केली आहे. या गावात आमच्या लोकांचे मशहूर पाकीटमार आहेत. आमचं पंधरा सोळा वर्षांपर्यंतचं एकेक पोरगं एकदा बाहेर फिराया गेल्यावर पाच-पाच हजार रुपयापर्यंतची कमाई करतो. एक एका टोळीस चार पाच पाकिटं मारणारे असतात. बाकीचे काही कपडे धुणारे, स्वयंपाक

करणारे सोबत राहतात. ही एक टोळी महिनाभर महाराष्ट्रात फिराया गेल्यावर पंचवीस तीस हजार कमाई करून आणते. बाहेर फिरायाचा, जेवणाचा, दारूचा, कपड्यालत्त्याचा, प्रवासाचा खर्चच दहा-पंधरा हजारांवर असतो.

गावात आल्याबरोबर सावकार प्रत्येकाच्या घरी येऊन बसले की, सर्वांच्या हिश्शाला ४०० ते ५०० रुपये सावकाराचे व्याजी घेतलेले देऊन टाकायचे आणि परत घरात आहेत तोपर्यंत आणखीन पैसे त्याच सावकाराकडून घेयाचे. एवढी मोठी कमाई करूनदेखील आठ पंधरा दिवस कधी सुखाचे जात नाहीत. सतत कर्जबाजारी, उपासमारी कायमची चालते. त्यांच्या जीवावर इतर लोक मजा करत असल्याचे मीही या डोळ्याने कवठा, सलगरा, जावळी, भाडगाव भागात पाहात आहे.

कवठा, सलगरा, भाडगाव या गावात जर वडील चोऱ्या करीत असतील व त्यांनी जर महिना दोन महिन्यासाठी अटक झाले असेल तर घरातील लहान थोर उपाशी मरू लागतात. आणि घरात नऊ दहा वर्षांचं पोरगं, पोरगी असेल तर मात्र स्वतःहून त्याला दुसऱ्या टोळीत चोऱ्या कराया पाठवत असते. त्या पोराला चोऱ्या करायाचे शिक्षण देऊन हुशार करते. जर कधी बाप अडकला तर पोरगं तरी चोऱ्या करून घर चालवेल ही अपेक्षा. जर पोरगं अडकलं तर बाप राहतो आणि कसं तर घर चालतं. सलगरा आणि कवठ्यात पाकीट मारणारे आमच्यापैकी काही सुधारले आहेत. शेतीवाडी करून पाकिटमारी करण्याचे सोडले आहे.

चामेगावात हिंमतलाल म्हणून माझा लांबून भाऊ आहे. तो या धंद्यात फार चपळ होता. विष्णू, खंडू, रामापोर कधी बोलत बसले की सांगतात. ते दोन दोन हाताने एकदाच पाकीट मारतात. केव्हा केव्हा शर्यत लावून फौजदाराचेसुद्धा खिसे मारतात. कैसर म्हणायचा पोरगा तर फार चपळ आहे. कोठेही ठेवलेली पाकिटं काढतो. तो कधीच पोलिसांना सापडला नाही. एकदा तर ही पोरं असेच फिराया गेले होते. रात्रीच्या वेळी एकाचे पाकीट मारले. नव्या १०० च्या नोटांचे बंडल होते. रात्री ती डायरी असल्यासारखी वाटली. डायरीत काय आहे काय म्हणून बंडलाचे पान विचकून हेच्यात काय नाही म्हणून एका पडक्या विहिरीत टाकून दिले. विहिरीत टाकताना नोटा विस्कटून सर्व पसरल्या. सकाळी परत तेथून हे जाताना हे लोक त्या विहिरीपाशी आले. तेथे लोकांची गर्दी होती. हे त्या जागी पाहायला गेले तर त्या पडक्या विहिरीत १००च्या नोटा पडल्याल्या

होत्या. यांना काहीच करता येत नव्हतं. मग डोकं बडवून घेऊ लागले की, आपण रात्री दारूच्या नशेत डायरी म्हणून तेलपुल (रुपये) टाकलं.

माझ्या बायकोची मावसबहीण कवठ्याचीच आहे; पण ती सोलापूरला राहायची. कवठ्याला पण येयाची, तिचं नाव चांगुणा होतं. ती तर आठ आठ घराच्या लोकांना जगवीत होती. तिला तीन नवरे झाले. ती जर फिराया गेली तर तीन-तीन दोन-दोन छटाक बोरमाळा, लॉकिट, मंगळसूत्र चोरून आणायची. तिला कोणी धरायची हिंमत करायचे नाही. कारण ती एवढे भारी कपडे घालायाची. गळ्यात तीन चार तोळे सोने लेवायची. त्यामुळे अशी बाई चोऱ्या करणे शक्य नाही म्हणून हात लावीत नसत. जर कोणी धरलं तर ती त्याला किंवा तिलाच मारायची. मला चोर का समजतीस, तुझ्यासारखे माझ्याकडे नोकरी कराया आहेत, असं दाबून बोलायाची. त्यामुळे ती कधी सापडत नसायची. रोज चार-चार पाच-पाच लिटर शिंदी घ्यायची. अर्धा किलो मटण एकटी खायाची, माझ्या बायकोला कधी भेटाय आली की सकाळी तिला आठ- नऊ कप चहा, वीस पंचवीस पाव लागायचे.

तिचं एक चांगलं होतं, जिथं ती जाईल तिथं स्वतःच खर्च करायची. ती अगोदर सडपातळ होती. तिची बहीण कवठी देवीस वाऱ्या करीत होती. ती तर गड्याचेबी खिसे मारायची आणि बायांचे सोने. एका शिखाला ठेवून राहिली आणि धंदा सोडली. मग या चिंगूनं हा धंदा सुरू केला आणि लई फुगली. तिची सेवा कराया चार पाच बाया संग राहायाच्या. ती कुठलंच काम करीत नव्हती. तिचे लेकरं संभाळाया, कपडे धुवायला, अंघोळ घालायला, स्वयंपाक कराया, लोक संग राहायाचे. तिच्या टोळीत जाण्यासाठी आमचे बरेच लोक मागे लागायचे. तिची लई प्रसिद्धी होती. ती हाताने लॉकीट, मंगळसूत्र कात्रायाची. माझ्या लग्नासाठी तिनं सासऱ्याला पैसे उसने दिले होते.

एकदा असंच तिची लई कमाई झाली. ती तुळजापूरच्या आईची पूजा लई करायची. कवठ्याला आईचा गोंधळ ठेवली आणि बोकड कापून सर्वांना जेवण दिली. त्या दिवशी मोठे चार-पाच गाडगे शिंदी ती पेल्याली होती. असंच आराधी नाचत होते. मग तिच्या अंगात आलं. आणि नाचू लागली. अचानक चक्कर येऊन खाली पडली. तिचे डोळे पांढरे झाले आणि अचानक मरून पडली. तसं तिचं वय ३० च्या आतच होतं. तिच्या मातीला मी गेलो होतो.

सोलापूरहून बरेच लोक आले होते. तिने किलोच्यावर सोने ज्याला विकले होते तो सोनारपण आला होता. त्या सोनाराने सोलापूरमध्ये चिंगूच्या जिवावर तीन मजली इमारत बांधली आहे. चिंगू मेली म्हणून समजल्यावर त्याने सोलापूरवरून चिंगूला ५०० रुपयेची पैठणी मेल्यावर नेसवण्यासाठी आणली होती. तो मोठमोठ्याने रडू लागला, चिंगू तू एवढ्या लवकर मरायची नव्हतीस. असं कसं झालं रे देवा म्हणून ऊर बडवून रडत होता. तो सोनार अत्यंत गरीब होता. चिंगूमुळं तो श्रीमंत झाला. त्याच्याकडून घ्यायाचं तिचं चोरीचं सोनं १० तोळे असेल तर ८ तोळेच सांगायचे आणि परत भाव कमी देऊन नंतर जास्त भावाने विकून त्यानं तीन मजली इमारत बांधली. आणि चिंगू मात्र जाताना चार लेकरं उघडे नागडे सोडून गेली. त्यांना कसलाच सहारा राहिला नाही. त्या मुलांचे हाल होत आहेत. चिंगूची इमानदारी पाहून ५०० रुपयाची साडी सोलापूरच्या सोनाराने आणली; पण चिंगूच्या लेकरासाठी कोणी इमानदारी केली नाही. ते आज उपासपोटी मरत आहेत. काही दिवसात मोठे होतील आणि चिंगूसारख्याच चोऱ्या कराया लागतील. कोणी तरी आमचेच लोक त्यांना चोऱ्या शिकवतील आणि ही मुलं-मुली चोऱ्या कराया शिकल्यास सोनार, पोलीसवाला, सावकार मारतील. चोऱ्या करून सर्वांना संभाळणारी, स्वतःच्या मुलाच्या भविष्यासाठी काही न करणारी एक चिंगू मेली; पण माझ्या समाजात आज अनेक चिंगू आहेत.

मला तेवढं काय वाटत नाही कारण लहानपणापासून चांगल्या गोष्टी अंगवळणी पडल्यामुळे तशीच सवय मला लागली; पण बाकीचे हे बघून चीड मात्र खूपच येते. चिंगूसारखीच माझी पाहुणीच म्हणून तिच्याच वयातील एक रमी आहे. तिला पण दोन तीन नवरे झालेत. एक आमच्याच लोकाचे; पण आता एक मुसलमानाचा नवरा केलाय. दोघेही चोऱ्या करतात. आमच्याच लोकात राहतात. एकदा असंच चोऱ्या कराया गेले. चोरीची कमाई काही झाली नाही. आळंदीवरून पुण्याला कसं तर बिना तिकिटाचे आले; पण पुढं जायाला पैसे नव्हते. जेवाया पण काही नव्हतं. मग परेशानीत होते. अखेर ईटीने नऊ महिने संभाळून जन्म दिल्याली दिसायला सुंदर असल्याली दीड वर्षाची पोर २०० रुपयात पुण्यात विकली. तिनं चार वर्षांचा मुलगा जवळ ठेवून मुलगी विकली; कारण मुलगा पुढे चोऱ्या करून दोघांना संभाळायाला हाताला येईल.

ही फार जुनी गोष्ट नाही. चिंगी मरणाच्या अगोदर थोड्या दिवसांनी घडलेली घटना आहे. ही ईटी आज बी जिवंत आहे.

म्हणून कधी कधी मला वाटतं की, स्वातंत्र्याच्या ३९ वर्षांनंतरसुद्धा आपल्या लोकांना पोटाचे लेकरू विकून उपजीविका भागवावे लागते. स्वाभिमानाने जीवन जगणे अशक्य होते, तर या स्वातंत्र्याचा उपयोग काय? असे होऊ नये म्हणून काही करावे असे विचार येतात. माझ्या समाजात गेलो आणि अशी माहिती मिळाली की चक्रावून जातो. या सबंध समाजाचं चित्र पाहून पाथरुट समाज संघटनेच्या वतीने शिक्षण संस्थेचा प्रयत्न करू लागलो. इकडून तिकडून प्रयत्न करून अखेर १९७९ मध्ये कवठा येथे भटक्या विमुक्त शिक्षण संस्थेचे रजिस्ट्रेशन मिळविलो. वाटू लागलं की, आपल्या समाजाच्या मुलांना तरी सुधारता येईल. उस्मानाबाद येथे वसतिगृहाला मान्यता मिळावी म्हणून समाजकल्याण खात्यात अर्ज केला.

शिक्षणक्षेत्रातील काहीच माहिती मला नव्हती. वाटायचं आता रजिस्ट्रेशन झाल्याबरोबर वसतिगृहाला मान्यता मिळेल. पद्मसिंह पाटीलांनी मान्यता देण्याचे कबूल केले; पण शेवटी उस्मानाबादच्या अधिकाऱ्याकडे चक्रा मारून मारून कंटाळा आला. मार्चमध्ये वसतिगृहाला कोटा येणार आहे तेव्हा देऊ असे म्हणाले. पण मार्च गेला. सर्वच गेलं. जवळ जे दुकानातले पैसे होते ते पण संपले. फिरून फिरून दुकान बी जिरलं. कवठ्याचा पता असल्यानं समाजकल्याण खात्याचे पत्र कवठ्याला येयाचे. आमचे लोक अगोदरच अडाणी. ते पत्र आले की, त्यांना वाटायचं लक्ष्मण गायकवाड पैसे घेऊन जावा म्हणून सरकार पत्र पाठवतं. आपल्या नावावर हा सरकारकडून किती पैसे उचललाय म्हणून सर्व लोक चर्चा करायचे. मी माझ्या सासरच्या लोकांना सांगायचं बघा तसं काय नाही. अजून आपल्याला मान्यताच मिळाली नाही. पैसे कुठून मिळतील; पण लोकांचा लई गैरसमज होयाचा. मग मला काही लोक खूप शिव्या देयाचे. मला पुष्कळ वाईट वाटायचं; पण समाजापुढे नाइलाज होता.

वसतिगृह मिळाले. मला माझ्या एका मित्राने सांगितले काय खरं नाही. तुमच्यासारख्याला कुठं वसतिगृह येतंय का? तिथं सर्व चोरांचा बाजार आहे. जे इथल्या अधिकाऱ्यांना हजार दोन हजार रुपये देतात त्यांनाच वसतिगृह, बालवाड्या मिळतात. मग माझ्या डोक्यात प्रकाश पडला. आपल्यासारख्या फटीचर माणसाचे

शिक्षणक्षेत्रात काय काम नाही. एक तर पैसे न मिळता आमचा समाज पैसे मिळाले म्हणून चोहीकडे बोभाटा करू लागला. इकडे पैसे दिल्याबगर मान्यता नाही. एक तर संस्थेला अध्यक्ष, उपाध्यक्ष, सभासद शिकल्याले नव्हते. सर्व अडाणीच आणि सर्व खिस्तंग मारणारे (खिसे कापणारे). चांगले लोक तर आणायचे कठून? एक दोन कवठ्याचे शिकल्याले होते; पण ते सरकारी नोकरीवर. मग या सर्व बाबी बघून आणि घरची परिस्थिती परत ढासळू लागली म्हणून शिक्षण संस्थेचा नाद सोडून दिलो.

परत घराकडे वळलो. भगवानराव देशपांडे वकिलाशिवाय जवळचे दुसरे कोणी नव्हते. त्यांना सांगितलो, "साहेब, सायकल दुकानासाठी कर्ज काढून द्या." मग वकिलांनी मला बँकेमधून एक डझन सायकल घेऊन दिल्या आणि लातुरात बार्शी नाक्यावर विमुक्त सायकल मार्ट दुकान चालू केलो. आता दुकान चांगले चालू लागले. रोज ८० रुपयेपर्यंत गल्ला होऊ लागला. मी स्वतः पंक्चर काढायचा. हवा मारायचा. बाहेरचे काम करू लागलो. तेपण पैसे मिळायचेच. हाताखाली एक नौकर ठेवलो. सुरुवातीला बँकेचा हप्ता देत होतो. आता बसायला वेळ मिळू लागला. कोणत्याही पार्टीचे संघटनेचे कार्यक्रम किंवा सभा असली की, जायाचा आणि मला भाषण करू द्या म्हणून सांगायचा. कोणत्याही सभेमध्ये भाषण करायचा. अनेक कार्यकर्त्यांच्या ओळखी पडल्या. प्रदीप मला कधीकधी त्या मोर्चात घेऊन जायाचे. त्या दिवशी दुकान नौकरावर सोडायचा. आता दुकानात प्रकाश रेड्डी हा जहाल कम्युनिस्ट विचाराचा होता. त्याचीपण चांगली ओळख झाली.

आयटीआय कॉलेज संघटनेचा अध्यक्ष मुसलमानाचा इनामदार होता. आम्ही रोज चळवळीच्या गप्पा मारायच्या. आता माझ्या डोक्यात कम्युनिस्ट पक्षाचे विचार वाढू लागले. देशपांडे वकील मला त्यांच्या भारतीय कम्युनिस्ट पक्षाचे पत्रक वाचाया देयाचे. भगवानराव देशपांड्यांनी मला त्यांच्या भारतीय कम्युनिस्ट पक्षाचे सभासद केले. मग आता मी सायकल दुकान नौकरावर सोडू लागलो. आणि झोपडपट्टीत संघटना बांधू लागलो. वाटायचं आपण आता सायकल दुकान चालवत झोपडपट्टीची, सूतगिरणीची संघटना बांधावी. असे वकील देशपांडे सांगायचे. मला पण तेच हवं होतं. मी कधी कधी सायकल दुकानावर दोस्ताला बसवायाचं आणि संघटना बांधण्यासाठी झोपडपट्टीत जायाचं. रात्री अनेकांच्या

घरी जाऊन संघटना बांधण्यासाठी त्यांना सांगू लागलो. माझं भाषण झालं की, लोक संघटित होयाचे. माझं भाषण त्यांना चांगलं वाटायचं. आसंच एक वेळा दिवाळी आली. सूतगिरणीचे बरेच कामगार देशपांडे वकील आणि माझ्याकडे येऊ लागले. आमची संघटना बांधा, आम्हाला बोनस कमी देत आहेत, कामगारांना त्रास होत आहे. मला कामावरून कमी केल्यानं चेअरमन मॅनेजरचा मला राग होता. एका कामगाराच्या अत्याचारावर मी पत्रक काढलो. आणि मिलच्या गेटवर जाऊन कामगार सुटताना ते पत्रक वाचलो. त्या पत्रकामुळे कामगारांत एकच गोंधळ उडाला. परत कामगार संघटित होण्याचा अंदाज मॅनेजमेन्टला लागला. त्या पत्रकावर प्रकाशक म्हणून फक्त माझंच नाव होतं. चेअरमनने ज्या कामगारांना फितूर केले होते त्यांना हाताशी धरून संप फोडला होता. चेअरमन सांगतील तेव्हा जे कामगार गुंडगिरी करीत होते ते रामकात, मुढे इतर गुंडांनी एके दिवशी मी घरून सायकल दुकानाकडे जात असताना सकाळी-सकाळी मला गाठले आणि सांगितले गायकवाड आम्ही पण तुमच्या संघटनेत येणाराव. आम्हाला पण बोनस वाढ मिळणार हाय. मागे आम्ही जे केले ते पुढे करणार नाही. आपण जरा निवांत बोलू म्हणून मला रूळ पट्टीवर घेऊन गेले. आणि रामकात पिधाने अचानक पिक्चरमधल्या हिरोसारखी पोटात फाईट मारली. पुन्हा त्यांनी चेननं आणि लाथाबुक्क्यांनी मारू लागले. मी ओरडू लागलो.

एवढ्यात रामलिंग जगताप मोटार सायकलीवर जात होता. मला पाहून तो पळत आला. तेव्हा सर्व निघून गेले. माझ्या तोंडातून रक्त निघत होते. मुका मार लागला होता. मला जगताप मोटार सायकलीवर पोलीस स्टेशनला घेऊन गेला. तेथे त्यांनी माझी तक्रार नोंदवून घेतली; पण त्या गुंडांना पोलिसांनी अटक केली नाही. वकिलांनी पण सांगून अटक झाली नाही. मला वाटलं पोलीस शेवटी पैसेवाल्याचे, श्रीमंताचेच रखवालदर आहेत. आपल्याला न्याय मिळणार नाही. गरिबाच्या बाजूने पोलीस केव्हाच मदत करीत नसतात याचा यापूर्वीही अनुभव आलाच होता.

आता खूपच जिद्दीला पडलो होतो. कुठल्याही प्रसंगाला आता तोंड देऊन सक्रिय राजकारणात भाग घेऊन वेगवेगळ्या संघटना बांधायचे ठरवलो. सायकल दुकानात मी फार कमी बसू लागलो. कोणी दोस्त बसायचे. नोकर किंवा दोस्त देता देईल तेवढे पैसे घेत होतो. याच काळत मी, प्रदीप पाटील, इनामदार यांनी

ठरविले की, लातूरचे व्यापारी खेडुतांना, शेतकऱ्यांना खूप फसवत आहेत. हायब्रीडची एक पिसवी जिची किंमत २२ रुपये होती; पण पेरणीच्या काळात शेतकऱ्यांना ती ४५ रुपये किमतीने व्यापारी विकतात. आपण काहीतरी शेतकऱ्यासाठी केले पाहिजे. असा विचार करून एके दिवशी प्रदीप पाटील व मी बाजारात गेलो. एका व्यापाऱ्याकडे आम्ही एका मित्राला पाठवलो. आणि हायब्रीडची पिसवी घे म्हणालो. त्या व्यापाऱ्याने पिसव्या कुठे ठेवल्यात तेपण पाहून घेतलो. दोस्ताला त्याने ४५ रुपये किमतीने एक पिसवी दिली की, त्याने आम्हाला हाताचा इशारा केला. आम्ही पळत गेलो. त्या सिड्स कंपनीवाल्याला धरलो आणि ज्या दुकानी शेतकरी लाईन लावून पिसव्या घेत होते त्यांनी आम्ही इकडे पिसव्या आहेत या म्हणून सर्वच शेतकऱ्यांना बोलावलोत.

हजार दीड हजार शेतकरी जमले. आम्ही त्या मालकाला सांगितले, "चल सांग कुठल्या गोडाऊनमध्ये पिशव्या आहेत." त्याला दुकानाच्या बाहेर काढलो. तो इकडे आहेत तिकडे आहेत म्हणून गोलाईत फिरवू लागला. बघता बघता गोलाईत चार हजार शेतकरी जमा झाले. मग एके ठिकाणी पिशव्या सापडल्या. आणि आम्ही त्या शेतकऱ्यांना देऊन टाकल्या. सर्व शेतकरी चिडले. मग आम्ही ठरविले या काळा बाजार करणाऱ्या व्यापाऱ्यांना धडा शिकवू. त्यांना गाढवावर सजवून धिंड काढूत. तवा एक शेतकरी जवळचे एक गाढव घेऊन आला. मी आणि प्रदीपनी त्या व्यापाऱ्याला धरून गाढवावर बसवलो. एका पानपट्टीवरचा ओला कात त्याच्या तोंडावर फासून तोंड काळं केलं आणि सायकलीचं टायर गळ्यात अडकावून डोक्यावर हायब्रीडच्या पिशव्या ठेवल्या आणि घोषणा देत गोलाईतून हनुमान चौकापर्यंत आणले.

चार पाच हजारांचा मॉब जमला होता. हे कृत्य कळाल्यावर दोन पोलीस आले; पण ते सर्व गुपचूप पाहात होते. एवढ्या शेतकऱ्याला काही म्हणायची त्यांची हिंमत नव्हती; पण दुसऱ्या व्यापाऱ्यांनी सर्कल इन्स्पेक्टरना बोलावून आणले. बावठाणकर हे जीप घेऊन आले आणि गर्दीतून त्या गाढवावरच्या व्यापाऱ्यास, मला, प्रदीपला व इनामदारांना अटक करून पोलीस स्टेशनमध्ये घेऊन आले. बावठाणकर जोरजोराने आम्हाला शिव्या देऊ लागले. कायदा हातात घेता? अरे, मी असताना, सर्व पोलीस असताना या लातुरातून जिवंत माणसाची गाढवावरून धिंड काढून त्याला काळं फासलात. खरं तर आमच्या पोलीस खात्याला तुम्ही काळं फासून आमचीच धिंड काढलीत.

मग मला, प्रदीपला एकमेकांच्या अंगावर लोटून थोडं मारलं आणि बरेच कलम लावून केस केली. ही बातमी नावासहित सबंध महाराष्ट्रातल्या पेपरमधून छापून अली. ही केस बरेच दिवस चालली, शेवटी कंटाळून त्या व्यापाऱ्यानेच केस परत घेतली.

या प्रकरणापासून मला व प्रदीप पाटलाला सर्व व्यापारी भिवू लागले आणि योग्य भावात शेतकऱ्याला बियाणे वाटू लागले. झोपडपट्टीत संघटना बांधाया सुरू केली. लातूरच्या सर्व झोपडपट्टीमध्ये बैठका घेऊन एके दिवशी मी मोर्चा काढायचं ठरवलो. मोर्च्याच्या मागण्या झोपडपट्टी कायम करा, झोपडपट्टीत नळ आणि लाईटची सोय करा असे निवेदन उपजिल्हाधिकारी आणि पोलिसांना दिलो. झोपडपट्टीचा मोर्चा निघणार म्हणून पोलीस तयारीतच होते; पण हा मोर्चा मी माझ्या एकट्याच्या बळाबरच पहिल्यांदाच काढत होतो. काही कार्यकर्त्यांना ते बरं दिसलं नाही. उद्या मोर्चा निघणार म्हणलं की पहिल्या रात्री आय. काँग्रेसच्या पुढाऱ्यांनी सांगितले की गायकवाडच्या मोर्चात जाऊ नका. जर गेलात तर तुमचे संजय स्वावलंबन निराधार बंद करूत. झोपड्या उठवूत. मग मोर्चात येणारे सर्व फिसकटले. सायकलच्या दुकानातले पैसे आणून रिक्षात लाऊडस्पीकर लावून मोर्चाची अडव्हर्टाइज मी केलो. पण १० ते १२ च लोक बाहेर आले. मी तर पोलिसांना हजार लोक मोर्चात येणार असं सांगितलो होतो. अखेर मोर्चा निघाला नाही.

मी पोलिसाला फोन करून सांगितलो की, आजचा मोर्चा कॅन्सल केलाय. तवा डी. वाय. एस. पी. ने दरडावून बोलले, आमच्या पोलीस बंदोबस्तासाठी लागलेला खर्च कोण देणार? कशाला मोर्चा जाहीर केला होता. तुम्ही आधी पोलीस स्टेशनला या. मी घाबरून गेलो. मला मोर्चाचे नियम माहीत नव्हते. खरंच पोलीस बंदोबस्ताचे पैसे द्यावे लागतील का म्हणून घाबरलो. आपल्याला अटक करतील असं डोळ्यासमोर चित्र दिसू लागलं. मग मी नीट सायकल दुकानी गेलो. गाडीखर्चाला पैसे घेतलो. माझा मित्र जटाळ याला सांगितलो की, दुकानाकडे ध्यान द्या. मी गावला जातोय. पोलिसाला भिऊन जातोय असं न दाखवता काम हाय म्हणून सासरवाडीला (कवठ्याला) तीन चार दिवस राहिलो. परत लातूरला आलो. पोलिसांनी पुन्हा काही विचारले नाही. नंतर मी, माझा मित्र जटाळ जो माझ्यापेक्षा जास्त शिकलेला असल्यानं त्याला विचारलो.

तो म्हणाला, “छे! नाही, असं कुठंच पोलीस पैसे घेत नसतात.” आता मी चांगलाच पेटलो आणि मराठवाड्यातील भटक्या विमुक्ताच्या अन्यायाला वाचा फोडण्यासाठी जिथे जिथे भटक्या विमुक्तावर अन्याय होतात तिथे तिथे जाऊ लागलो. कधी कायद्याने तर कधी मोर्चा काढून अधिकाऱ्यावर दडपण आणण्या-साठी पाऊल उचलू लागलो.

आमच्या समाजामधी अनेक पोटजाती आहेत. एकदा लामजना येथे वर्मा बंडगर हे बालाजीला जाऊन आले होते. बालाजीवरून आल्यावर वडार समाजाचा एक कार्यक्रम ठेवला होता. या कार्यक्रमासाठी आंध्रा आणि कर्नाटक जमातीचे लोक आले होते. या कार्यक्रमासाठी मलापण बोलावून घेऊन गेले. त्या कार्यक्रमात मला इतर हिंदू समाज ज्या पद्धतीने बालाजीची पूजा करतात त्याच्या उलटच माझ्या पाहण्यात आले. वर्मा बंडगर हे बालाजीला गेले आणि बालाजीला गेल्या-मुळे त्यांच्या पायाने बालाजी देव घरी आला म्हणून त्यांना हा कार्यक्रम होईपर्यंत कोणालाही शिवू न देता एका घरातच ठेवले होते. कार्यक्रम सुरू झाला व सर्व वडार समाजाचे लोक तेलगू गाणे म्हणू लागले, नाचू लागले व तुमड्या वाजवू लागले. या तुमड्या घोरपडीच्या चामड्यापासून तयार केलेल्या असतात. घरात निवद केला होता. तो निवद घेऊन निघाल्यावर वर्मा बंडगर यांना पाण्याने अंघोळ घातली गेली. ओल्या कपड्यांनी त्याला वाजवत गाजवत गावाच्या बाहेर आले. मी तो प्रकार लक्षपूर्वक पाहात होतो. गावाच्या बाहेर सर्वजण एका सडकेवर बसले. तिथं वर्माला ओल्या फडक्यावरच निवद खाण्यास दिले गेले. एक निवद खाली ठेवला गेला आणि तेलगू भाषेत मोठमोठ्याने ओरडू-ओरडू सांगू लागले, ‘ये बालाजी देवा, तू आता तुझ्या तुझ्या गावाला जा. तू आता आमची काळजी करू नकोस.’ असे ओरडत असतानाच वर्माच्या अंगात आलं आणि थंड झालं. तवा लोक घराकडे परत फिरले. मी एका सटव्याला विचारलो, “असं का बरं केलात?” तवा तो म्हणाला, “साहेब, वर्मा बालाजीवरून आला आणि तो बालाजीला घेऊन आला, आता त्या बालाजीला मागारी पाठवावं लागतंय. नाही पाठवलं तर तो स्वतःहून घरात येत नाही. त्याला असा कार्यक्रम करून पाठवून दिलं की, तो पावतो आणि त्याच्या घरी जातो.” ही वेगळीच पूजा माझ्या पाहण्यात आली. वडार समाज हिंदू धर्मात असूनसुद्धा त्यांच्या व हिंदूंच्या पूजेमध्ये फरक आहे हे मला जाणवले.

आता भटक्या विमुक्तांची चळवळ चांगलीच वाढली. प्रत्येक तालुक्यातून कार्यकर्ते तयार झाले होते. जेथे अन्याय होईल त्या जागी बोलावलं की, ते जात होते. अशाच काळात कवठा गावी आमच्या जातीतील उचल्यांच्यावर गावातील मातब्बर मंडळींनी मिळून हल्ला केला. तो फक्त एवढ्यासाठीच की, त्या गावी महादेवाची जत्रा होती. या जत्रेला दरवर्षी आमच्या लोकांकडून भरपूर पट्टी जबरदस्तीने घेयाचे. आमचे लोक गावातील पाटील, सरपंच यांना खूपच भेयाचे. ते समोरून जात असतील तर वाट चुकवून पळायाचे. एवढा त्या गावात मातब्बर लोकांचा आमच्या लोकांवर वचक होता. जे लोक चोऱ्या करणारे होते, त्यांना तर २५१ रुपयांप्रमाणे पट्टी बसवायचे.

म्हणून आमचे लोक या बाबतीत महादेवाची जत्रा आली की बाहेरगावी जाऊन चोऱ्या करावयाचे, पाकीट मारायाचे, घरातसुद्धा खर्च न करता लेकरा-बाळांना सुद्धा काही न देता महादेवाला पट्टी देयाचे आणि गाववाले गावांच्या शानसाठी या आमच्या लोकांच्या पट्टीवर जमलेल्या पैशानं कुस्त्या लावायच्या. या कुस्त्याला लांबून लांबून पहिलवान आणि लोक येयाचे; पण त्या वर्षी आमची संघटना झाल्याने आणि कवठ्याच्या लोकांना सुधारण्यासाठी मी अनेक वेळा त्या गावात बैठका, मेळावे घेतल्याने लोक थोडे संघटित झाले होते. गावातील श्रीमंत लोक आमच्या लोकांना लई पिळून काढायचे. व्याजी बट्ट्याने पैसे देयाचे, पैसे दिले नाही तर घरी आणून बांधून ठिवायचे. एकदा तर माझ्या मेव्हण्याला एका दुकानदारानं मारीत नेऊन दुकानात बांधून टाकलं होतं. पैसे दिल्या-शिवाय सोडलं नव्हतं. आमचे लोक कवठा गावी गुलामाचेच जीवन जगायाचे. अन्याय झाला तर जातात कुठं? गावातल्या लोकांनी मारलं आणि पोलिसाकडं गेलं तर पोलीस त्याच ठिकणी अटक करायचे. त्यामुळे ते गुपचूप अन्याय सहन करायाचे. आता संघटित झाल्याने या वर्षी महादेवाच्या जत्रेला पट्टी मागण्या-साठी पाटील, सरपंच, गावातील मोठी मंडळी आमच्या लोकांकडे आली. आमच्या लोकांपैकी काहीजणांनी भिऊन पट्टी दिली व काही लोकांनी- शिवा जाधव, विष्णू गायकवाड, खांडू कमल- अशा दहा-बारा लोकांनी पाटील व सरपंच यांना सांगितले की, आम्ही जरी चोऱ्या करीत असलो तरी या गावात काम करीत नाही त्यामुळे पट्टी देणार नाही. गावातील कुठला बी कार्यक्रम असला तर पाटील तुम्ही आमच्या लोकांकडूनच पैसे घेताव. या वर्षी आम्ही येवढे पैसे देणार

नाहीत. अकरा अकरा रु. पट्टी देताय बघा. तवा पाटलाला, सरपंचाला व गावातील सर्व मराठ्यांना राग आला की, पाथरुटं चोऱ्या करणारे आमच्या तोंडाला तोंड देऊ लागले. सरपंच आणि पाटलांचा पारा शंभरवर गेला. रागाने लाल झाले. गावातील काही गुंड लोक काठ्या-कुऱ्हाडी घेऊन आले आणि उचल्याचे लोक माजलेत, पाटील सरपंचाच्या तोंडाला तोंड देत आहेत, यांना सरळ करा म्हणून काठ्यांनी व कुऱ्हाड्यांनी मार दिला. यात शिवा जाधव, विष्णू जबर जखमी झाले. पोलिसांना कळून बी पोलीस आले नाहीत. मग ही मार खाल्याली मंडळी सरळ माझ्याकडं लातूरला आली. मला समदी हकीकत सांगितली. मी ताबडतोब लातूरच्या 'दैनिक गोदातीर समाचार'चे संपादक श्री. रसाळ व गोंजमे यांना भेटून कवठ्याची परिस्थिती सांगितली आणि मार लागलेल्यांना सुद्धा सोबत नेऊन दाखविले. तवा 'गोदातीर समाचार'चे रसाळ यांनी कवठ्याच्या प्रकरणास वाचा फोडली. "गावगुंडांचा कवठ्याच्या पाथरुट लोकांवर हल्ला" अशी बातमी दिली. त्यामुळे गाववाले चिडले व पाथरुटांना आणखीन मारपीट केली. त्यामुळे गाववालांच्या विरोधात कोणी जाण्याची हिंमत करेनात; पण या वेळी मी चांगलाच बंदोबस्त करायचे ठरविले. शिवाय जाधव यांना गावचे पाटील, सरपंच व गावातील श्रीमंत लोकांनी तुम्ही चोऱ्या करणारे या वेळी महादेवाची पट्टी दोनशे एक्कावन्न रुपये का देत नाहीत म्हणून शिवा जाधव यांना काठ्यांनी आणि कुऱ्हाड्यांनी एवढे मारले की, त्याच्या ठिकाणी दुसरा कोणी हाडकुळा असता तर मेला असता. शिवा जाधव यांच्या डोक्याला बारा टाके पडले होते. मांड्यांवर व पाठीवर काठ्यांचे हिरवेगार वळ पडून पाठ धिरडीवानी झाली होती. तर महादू किसन जाधव, शिवा जाधव यांची बहीण कलाबाई, माय राधाबाई, बायको लोचेना एवढ्यांना मारले होते. तरीही पोलीस ही जमात गुन्हेगार समजून त्यांना मदत करीत नव्हती. या लोकांना मी सोबतच घेऊन तालुक्याच्या जागी उमरगा येथे गेलो. त्या ठिकाणी पण पोलीस फिर्याद नोंदवून घेईनासे झाले. मार लागलेल्यांना दवाखान्यातदेखील पाठवेनासे झाले.

या गावातील एक पुढारी मला भेटले. त्यांना मी सर्व हकीकत सांगितली. तेव्हा ते पुढारी म्हणू लागले की, हा आमच्या गावचा संबंध आहे. तुम्ही या भानगडीत पडू नका. आम्ही जरी आज गावात भांडण केलं तरी उद्याला एकच होऊत. आम्ही गावातल्या गावात मिटवून ही केस पोलिसात कोण नेतोय आणि

या गावात मी पुढारी असताना पोलीस कसे येतात ते पाहतो. म्हणून उलट आम्हालाच दम देऊ लागले. मग मी रात्री दोन वाजता उमरगा येथील पोस्टातून उस्मानाबाद येथील तवाचे एस.पी. श्री. चौधरी यांना फोन केला आणि सांगितले, "बघा साहेब तुमचे पोलीस सकाळी चार वाजेपर्यंत जर आले नाहीत तर कवठा गावात आमच्या लोकांचे दोनतरी खून गावगुंड करतील. आपण आमच्या लोकांना ह्या हल्ल्यात संपूर्ण संरक्षण द्या. यावर काही कमी जास्त झाले, तर याला आपले पोलीस खातेच जबाबदार राहील."

मी फोनवरून पहिल्यांदाच एका एस. पी. ला खणकावून सांगितले आणि ज्या गावात येऊ देणार नाही म्हणणाऱ्या पुढाऱ्याच्या गावात त्याच दिवशी पहाटे पाच वाजता तर पोलीस आणून उभे केले.

गावातील मराठा लोकांनी सवर्णांच्या विहिरीवर वडारांनी पाणी का भरले म्हणून हल्ला केला आणि हनमंत वडार याचा खून झाला. त्याच गावात त्याची माती करा म्हणून गावातील वडार लोकांवर ही मराठा मंडळी दाब देऊ लागली. त्यांनी पोलीस स्टेशनला जाऊ नये व कोणास सांगू नये म्हणून वडार लोकांनी गावाच्या बाहेर जाण्यास बंदी घातली. एक पवार नावाचा माणूस कसंतरी लपत छपत माझ्याकडे लातूरला आला. त्याने मला सर्व हकीकत सांगितली. बाहेरून संघटनेचा कोणी माणूस जर आला तर त्याला सुद्धा मारू असे ते लोक म्हणत होते असे मला पवार याने सांगितले. पवाराला घेऊन मी मोटारसायकलवर त्या गावी गेलो. त्या गावातील सर्व मंडळी घाबरून गेली. काठ्या-कुऱ्हाडी घेतलेले लोक गुपचूप घरी गेली. कारण मी मोटारसायकलवर गेलो होतो. लोकांना वाटले सी. आय. डी. पोलीस आला असेल. परत तिथून मी उस्मानाबादला जाऊन पोलीस स्टेशनला कळवले. लगेच पोलीस आले. गावातील त्या मराठा मंडळींना अटक केले; पण थोड्याच दिवसांनी त्यांना जामिनावर सोडले. मी परत चौकशी केली तर याच मारामारी प्रकरणात त्यांना आधी अटक केली होती. एकाच केसमध्ये दोनदोन वेळा अटक करता येत नाही म्हणून सोडून दिले असे ते म्हणाले. एखादं कोंबडं मारून टाकावं तसं हानमंत वडारला सिंधवाडीच्या प्रतिष्ठित गावगुंडांनी मारून टाकले होते. हानमंत वडाराची लेकरं, बायको उघड्यावर पडली.

असंच आणखीन एकदा कळंब तालुक्यातील मोहा या गावी पारधी कुटुंबावर पोलिसांनी अत्याचार सुरू केला. पारधी लोकांना चोरी करण्यासारखी परिस्थिती निर्माण करून पारध्यांनी चोरी करावं असं जवळपास उस्मानाबाद जिल्ह्यात अनेक ठिकाणी पोलीस व जमीनदार लोक जाणूनबुजून प्रयत्न करतात असे मला दिसून आले. अनेक पारध्यांच्या पालावर जाऊन त्यांच्यातच मुक्काम करून मी सर्व माहिती घेत होतो. मोहा येथे असाच प्रकार घडला. पारध्यांना जमिनी आहेत व ते चांगले जीवन जगण्यासाठी प्रयत्न करतात. तिथे एक जीप व एक मोठी गाडी भरून पोलीस आले आणि या जिल्ह्यात पहिल्यांदाच भटक्या विमुक्तांवर सामूहिक हल्ला करणाऱ्या पोलीस पाटील, सरपंच व इतर बडी मंडळी यांना अटक करण्यात आले. या पाथरुट जमातीच्या लोकांना एक महिना पोलीस संरक्षण देण्यात आले. गावातील सर्व लोकांनी पट्टी गोळा करून सरपंच व पाटील यांची केस लढले आणि जामीन देऊन सोडवून आणले. महाराष्ट्रातल्या अनेक दैनिकांत बातमी आली. गावातील बड्या मंडळींची वागणूक गावगुंडांसारखी आहे. अशी बातमी आल्याने त्यांचीबी इज्जत गेली.

तवा या गावात आमच्या पाथरुट लोकांचा अन्याय बंद झाला. पोलीस पाटलांचे हप्ते बंद झाले. हे काम करताना अशोक आलकुटे, चंद्रकांत गायकवाड, जगू गायकवाड, जेवलीकर कुशाबाई पवार या कार्यकर्त्यांनी खूपच मदत केली होती. उमरगा तालुक्यात भटक्या विमुक्तांची एक चांगली संघटना तयार झाली.

आता सबंध मरठवाड्यातून मी भटक्या विमुक्ताचे काम करू लागलो. भूम, अंबेजोगाई, बीड, माजलगाव, वसमत, कंधार, अहमदपूर, कळंब, उदगीर, निलंगा, औसा, इत्यादी तालुक्यात आणि जिल्हा लेवलवर हजारो लोकांचे मोर्चे काढले आणि मेळावे घेतले.

अशाच काळात मराठवाडा विद्यापीठाला डॉ. बाबासाहेब आंबेडकरांचे नाव देण्यात यावे यासाठी मुंबईला जो प्रचंड सत्याग्रह झाला त्या वेळी मी भटक्या विमुक्तांच्या अनेक कार्यकर्त्यांना घेऊन सत्याग्रहात सहभागी झालो. एवढ्या मोठ्या सत्याग्रहात मी पहिल्यांदाच सहभागी झालो होतो. मला अटक करण्यात आली आणि येरवड्याच्या जेलमध्ये टाकले गेले. राजकीय कैदी म्हणून जेलमध्ये जाण्याची माझी पहिलीच वेळ होती. जेलमध्ये चौदा दिवस ठेवण्यात आले. अनेक राजकीय लोकांचा सहवास मला येथे लाभला.

जिथे जिथे भटक्या विमुक्तावर अन्याय होई तिथे तिथे मी जाऊ लागलो. उस्मानाबाद तालुक्यातील शिंदेवाडी पोरीचा टाकमुद्या करून खोट्या केसात अडकवतात. त्याच गावातील काळे हा जमीन कसत होता; पण पोलिसांनी त्याच्यावर टाकमुद्या केला. टाकमुद्या म्हणजे पोलीस असा जमीनदार गाठायाचे ज्याचे पारध्याशी जमत नाही. आणि त्या जमीनदाराकडे चोरी झाली म्हणून फिर्याद घेयाची आणि त्याची घडी, अंगठी चोरी झालेली दाखवायाची आणि पारध्याची झडती घ्यायची. झडती घेताना त्या जमीनदाराची घडी, अंगठी त्या पारध्याच्या घरात पोलीसच टाकायाचे आणि ही चोरी पारध्यांनी केली अशी फिर्याद जमीनदाराकडून घेऊन त्या पारध्यावर खोटा गुन्हा लावून पारध्यांना अटक करायाचे.

मग ते पारधी स्वतःच्या जामीनकीसाठी कुठंतरी चोरी करायाचे किंवा घरातले काहीतरी विकून त्या पोलिसांना पैसे द्यायचे आणि पोलीस त्यांना सोडून देयाचे. जर एक-दोन दिवसांत पैसे नाही आणले तर पोलीस पारध्याच्या मनात भीती बसावी व त्या भीतीने ताबडतोब पैसे आणून द्यावे म्हणून नियमानुसार गुन्हा रजिस्टर करायचे आणि कस्टडीतून काढून त्याला मारायचे. यालाच टाकमुद्या असे म्हणतात. काळे यांना असे टाकमुद्या करून अटक केले होते. यावर अनेक वेळा मी पोलिसाच्या विरोधात वरिष्ठांकडे तक्रार केली; पण उपयोग झाला नाही. आजही उस्मानाबाद जिल्ह्यात व मराठवाड्यात टाकमुद्या करून पोलीस पारध्यांना परेशान करतात.

परिस्थितीनुसार चोर चोऱ्या करतो व चोऱ्या केलेल्या मालावर पोलीस माड्या बांधतात आणि चोरीचा व पारध्याजवळचा माल जप्त करतात आणि जप्त केलेला माल जप्त म्हणून न दाखवता त्यातला फक्त खराब मालच दाखवतात. जर चांगला माल असेल तर पोलीस आपापसांत वाटून घेतात. कित्येक वेळा पारध्याकडे मालाच्या पावत्या असतात; पण पोलीस पावत्या घेऊन त्या फाडून टाकतात व तो माल ते हाडप करतात. "मुकीनं केली तक्रार पर हाक ना बोंब." म्हणाल्यासारखी पारध्याची गत आहे. यांना समाज चोर म्हणून जवळ करीत नाही व पोलीस त्यांना संरक्षण देण्याऐवजी त्यांचे भक्षणच करतात. आणि चोरी करायची परिस्थिती निर्माण करतात. पारध्याच्या घरात तीन-चार जर्मन भांड्या-शिवाय काहीही राहत नाही. तरी तो फार मोठा बदमाश चोर समजला जातो

आणि ऑफिसर भ्रष्टाचार करून कोट्यवधी रुपये कमवितात आणि बदली झालेल्या प्रत्येक गावात, शहरात एक तरी बंगला बांधतात. त्यांना मात्र आपण प्रतिष्ठित समजतो.

एकदा असंच लातूरच्या जवळच एका पारध्याची पाल होती. हिराबाई काळे नावाची बाई तिथंच बाळंतीण झाली होती. बाळंतीण झाल्यावर त्यांच्या घरी खायला कायपण नव्हतं. नवऱ्याला चोरीच्या आरोपाखाली अटक केलं होतं. घरी ती बाळंतीण बाई दाताचं पाणी पिऊन जगत होती. अखेर तिनं लातूर येथे कुटुंब नियोजनाचे ऑपरेशन करून घेतले. त्या ऑपरेशनचे दोनशे रुपये आले. त्याची तिनं अर्धं पोतं पांढरी ज्वारी घेतली. त्याच वेळी जवळच्या शेजारच्या गावातील एका शेतकऱ्याचे ज्वारीचे कणीस चोरीला गेले म्हणून त्याने पोलिसाकडे तक्रार केली. पोलिसांना कुठेच चोर सापडेना. पोलिसांना जर गुन्हेगार सापडत नसेल तर पारध्यावर टाकमुद्या टाकून अटक करतात. चोर सापडेना म्हणून त्यांनी पारध्याच्या पालावर धाड घातली तवा या बाळंतीण झालेल्या बाईच्या पालात अर्धा पोतं ज्वारी सापडली. पोलीस विचारू लागले. तुझ्या घरात अर्धा पोतं ज्वारी कुठून आली? तवा हिराबाई कासावीस होऊन काकुळतीस येऊन सांगू लागली,

"साहेब मी बाळांतीण झाल्यावर खायाला कायबी नव्हतं. नवरा तर तुमच्या कृपेमुळे जेलमध्ये हाय आणि मी लेकरं न होयाचं ऑप्रीशन केलंय. त्यांनी मला दिलेल्या दोनशे रुपयाचे मी ही अर्धा पोतं ज्वारी आणलीया. साहेब, माझ्या थानात लेकरासाठी दूधसुद्धा येईना झाले म्हणून मी ज्वारी आनलेव हे बघा."

ऑपरेशन केलेली चिठ्ठी म्हणून हिराबाईनं ती चिठ्ठी पोलिसांना दाखवली. पण पोलिसांनी या गोष्टीला दाद दिली नाही. अखेर हिराबाईला त्या लहान्या लेकरासह पोलिसांनी अटक केली व त्यांची अर्ध पोतं ज्वारीदेखील जप्त केली. तवा माझ्याकडे त्या पालातली बाई आली आणि रडू रडू सांगू लागली. माझी पोरगी बाळांतीण हाय. तिला पोलिसाच्या तावडीतून सोडवा. मी तसाच पोलीस स्टेशनकडे धाव घेतलो आणि एका फौजदाराला भेटून त्या बाईला सोडण्याविषयी सांगितलो. त्यावर फौजदार म्हणाले, "हे बघा हे लोक चोर असतात. यांची जर तुम्ही बाजू घेत असाल तर तुम्हीसुद्धा चोराला साथ देता असा याचा अर्थ होतो." फौजदारांनी असं सांगितल्यावर मला राग आला व त्यांना मी उलट

बोललो, "भटक्या विमुक्ताच्या बायकांना तुम्ही पोलीस लोकंच धरून आणता. त्यासाठी पोलीस लेडीजसुद्धा नसते. रात्रीला तुम्ही आमच्या बायकांना पोलीस स्टेशनमध्ये ठेवतात. तुम्ही त्यांच्यावर अन्याय करत नाही कशावरून?" माझ्या बोलण्याचा त्याच्यावर चांगलाच प्रभाव पडला व त्याने हिराबाईस व लहान मुलांस सोडले व दुसऱ्या दिवशी कोर्टात हजर राहण्यासाठी सांगितले.

जन्मतः पारधी जात व इतर भटक्या जातींचे लोक गुन्हेगार असतात असा भारत पारतंत्र्यात असताना ब्रिटिश सरकारनं कायदा केला आणि त्याची यादी झाली. भारत स्वतंत्र झाल्यानंतर पंडित जवाहरलाल नेहरू म्हणाले की, कोणतीही जात ही जन्मतः गुन्हेगार असूच शकत नाही. आज भारत आझाद व मुक्त झाला म्हणून या गुन्हेगार जातींना विशेष मुक्त-विमुक्त असे नाव दिले; पण आज स्वातंत्र्यानंतरही पोलीस व शासन या जमातीची सुधारणा करण्याऐवजी निष्पाप अशा हिराबाई व तिच्या लहान मुलांवर खोटे आरोप लावून अटक करतात. भटक्या विमुक्ताच्या अशा कित्येक लोकांना पोलीस जन्मतःच गुन्हा दाखवून त्यांना जेलमध्ये टाकतात. असे करून खरं तर ते लहान मुलांना गुन्हेगारीतच लोटून टाकतात. एखादा पक्षी पाळताना तो उडून जाऊ नये म्हणून त्याचे पंख उपसून टाकतात. त्यामुळं तो पक्षी जन्मभर त्याच घरी राहतो. जरी त्याने उडून जाण्याची इच्छा व्यक्त केली तरी तो उडून जाऊ शकत नाही. अगदी त्याचप्रमाणे या जमातीच्या लोकांना जन्मल्याबरोबर पोलीस कोठडी दाखवली की, त्यांचा कायमचा संबंध त्याच कोठडीशी येतो. कुणी त्याला बाहेर काढण्याचा किंवा त्याने स्वतः बाहेर निघण्याचा जरी प्रयत्न केला तरी तो या नरकातून बाहेर पडू शकत नाही. कारण त्याचे पंख कापलेले असतात. त्यांच्या डोक्यावर गुन्हेगाराचा शिक्का मारलेला असतो. गुन्हेगारांनी जरी सुधरायाचा प्रयत्न केला तरी ते सुधरत नाहीत याचा अनुभव मला हिराबाईच्या मुलावरून आला.

असंच एकदा ढोकी येथे पारधी गुन्हेगार म्हणून पारध्यांचे हत्याकांड झाले. तिथं आसपासच्या गावांतील गुंड लोकांनी सात पारध्यांना जिवंत कापलं. एवढं मोठं हत्याकांड होऊनही मारणारे सर्व लोक निर्दोष सुटले. हत्याकांडातील जे जिवंत होते व जे मेले होते अशांची मुलं ज्यांच्यावर कुठलाही चोरीचा आरोप नव्हता, ते चोर न बनता चांगली नोकरी करून जगावं म्हणून ढोकीच्या पाच पोरांना लातूरला आणून त्यांना मी गिरणीमध्ये नोकरीला लावले. नोकरी लागल्यावर

त्या पोरांसमोर राहण्याचा प्रश्न आ वासून उभा राहिला. तवा त्यांच्यासाठी मी खुद्द लातुरात फिरून किरायाच्या खोल्या पाहिल्या; पण ती मुलं पारधी समाजाची म्हणून त्यांना कोणीच खोली किरायाने देण्यास तयार नव्हते. शेवटी मी त्यांना माझ्या ओळखीच्या राजेन्द्र नावाच्या मित्राकडे जे कार्यकर्तेदेखील आहेत भेटून त्यांना त्यांच्याच खोलीवर ठेवलो.

ते नियमित कामावर जाऊ लागले. पाच जणांचीबी एकच पाळी होती. ते चांगले काम करू लागले. मी असाच एका कार्यक्रमासाठी बाहेरगावी गेलो होतो तेव्हा लातूरच्या फौजदाराला कोणीतरी माहिती दिली की, पारध्याची पोरं लातूरच्या सूतगिरणीत कामाला लागल्यात. तवा फौजदार तेथे गेला. तवा ती पोरं पहिल्या पाळीत होती. तीन वाजता पाळी संपली व ते बाहर पडतात न पडतात तोच फौजदाराने त्यांना अटक केली. त्यांना पोलीस स्टेशनला नेऊन मारले आणि त्यांना पुन्हा उस्मानाबाद, लातूर भागात येयाचं नाही अशी तंबी दिली आणि पोलिसाच्या गाडीत बसवून त्यांच्या खोलीवर आणले. तुम्ही पारध्याला खोली का दिली म्हणून त्या फौजदाराने घरमालकाला शिव्या घातल्या. नंतर त्या मुलांना लातूरपासून पंधरा किलोमीटर दूर अंतरावर सोडून आले.

त्या पोरांनी खूप विनवणी केली, “साहेब, आम्हाला नोकरी करू द्या. आमचं चोर म्हणून पोलिसात नाव नाही.” पण त्या निर्दयी फौजदाराने काहीही ऐकलं नाही. उगवलेलं रोपटं उपटून टाकावं तसं त्या लातूरच्या फौजदाराने त्यांचा जीवन सुधारण्याचा पायाच उपटून टाकून त्यांना गुन्हेगाराच्या खाईत लोटलं. आणि त्यांना गुन्हेगार बनविण्यात सिंहाचा वाटा उचलला. मी जेव्हा लातूरला आलो तेव्हाही सर्व हकीकत मला कळाली. मी मॅनेजरला इचारलो. त्यांनी सांगितले की, पोरांनी तर मिलमध्ये काहीच केलं नाही. ते चांगले काम करू लागले होते. पण पोलिसांनी कशासाठी धरून नेलं ते मला माहीत नाही.

तवा मी पोलीस स्टेशनला जाऊन चौकशी केली. तवा फौजदार नव्हते. एका जमादाराने सांगितले की फौजदार दौऱ्यावर गेले आहेत. उद्या या. दुसऱ्या दिवशी जाऊन त्या फौजदारास भेटलो. त्यांना इच्यारलो, “चोर म्हणून त्या पोरांची पोलीस स्टेशनमध्ये नोंद नाही, यापूर्वी त्यांनी गुन्हा केला नाही म्हणून मी सूतगिरणीत त्यांना लावलो. आपण आसं का केलात साहेब?” तवा फौजदारानं सांगितलं, “ते पारधी आहेत आणि ते उस्मानाबाद तालुक्यात मोडतात. त्यांच्या

तालुक्यातच त्यांनी नौकरी करावी. या तालुक्यात येण्याची गरज काय? उद्या हे नोकरीची भाषा करून लातुरात चोऱ्या करू लागल्यास काय करायाचं? तुम्ही जिम्मेदार आहात काय?"

तवा त्यांना मी म्हणालो, "ठीक आहे, मी जिम्मेदारी घेतो." तवा फौजदार सांगू लागले, "बघा पुन्हा काय झालं तर पहिल्यांदा तुम्हालाच इचारू." मला ते धमकी देऊ लागले. तवा मी म्हणालो, "ठीक आहे, जिम्मेदारी घेतो." परत त्या पारध्यांच्या पोरांकडं आलो; पण पोलिसांनी खूप मारल्यामुळं पोरं भिऊन, "नौकरी नकू साहेब आम्हास पोलीस अजून मारतील. इकडं नौकरीला येताव का म्हणू-म्हणू मारलंय आणि लातूरच्या लांब आणून सोडलं. तवा आम्ही तीस किलोमीटर चालत आलो. आमचे पाय सुजले." अखेर ती पोरं आली नाहीत. एवढा अन्याय होऊनदेखील मीपण या अन्यायाच्या प्रश्नावर मूग गिळून गप्प राहिलो.

आता मी मराठवाडा पातळीवर भटक्या विमुक्तांचे चांगले काम करू लागलो. यामुळे सर्व राजकीय लोकांशी माझा परिचय झाला. यामुळं जिथं-जिथं विमुक्त भटक्या जमातीवर अन्याय व अत्याचार होईल तिथे मला बोलावू लागले. उमरूप तालुक्यातील मुरूम येथे एक मोठा लमाण तांडा आहे. तेथील काही जमीनदार मस्तीपोटी या तांड्यावरील तरण्याताठ्या पोरींना भोगायाचे. एके दिवशी काही गावगुंड जमीनदार या तांड्यावर दारू पिऊन आले व गोंधळ घालू लागले तेव्हा बाबू राठोड हिंमत करून बोलले, "मालक, तुम्ही आमच्या तांड्यावर यायचं नाही." त्याच्या या बोलण्यानं त्या जमीनदाराचा स्वाभिमान दुखावला गेला व लागलीच गावात जाऊन काही गुंड लोकांना दारू पाजवून त्यांना घेऊन तो आला व हल्ला केला. या हल्ल्यात बाबू राठोड, त्याची पत्नी व आई गंभीर जखमी झाले व बाबू राठोड यांना एवढे मारले की बाबूची बायको माझ्या नवऱ्याला मारू नका म्हणून आडवी झाली. तिच्या काखेत तीन वर्षांची एक चिमुकली मुलगी होती. त्या जमीनदाराने व त्याच्या गुंडांनी एवढा जब्बर हल्ला केला की, या निर्दयाच्या हातून ती तीन वर्षांची मुलगीसुद्धा जखमी झाल्यावाचून राहिली नाही. ती तेथेच गतप्राण झाली. बाबू राठोड यांना सोलापूरच्या दवाखान्यात बेशुद्ध अवस्थेत नेले. बाबूच्या आईचा हात मोडला. एवढे होऊनही पोलिसांनी केस नोंदवायाससुद्धा उशीर केला. पोलीस स्टेशन असूनसुद्धा यांना मदत मिळाली

नाही. कारण पोलीस स्टेशनसुद्धा गावगुंडांच्या ताब्यात होतं. बरं एवढ्यावरही हा अन्याय न थांबता फौजदारांनी मुलीचा मृत्यू आकस्मिक झाला अशी नोंद करून घेतली व मुलीला पुरून टाका म्हणून फौजदाराने सांगितले; पण तांड्यावरील लोकांनी सांगितले की, या मुलीचे पोस्टमार्टम झाल्याशिवाय आम्ही काही करणार नाही. तवा फौजदार त्यांना पोलीस स्टेशनमध्ये घेऊन गेला. २४ तास ते प्रेत कस्टडीत ठेवण्यात आले. आईला बाहेर बसवले. पोलीस त्या बाईला समजावू लागले, "पोरगी मेली गेली, ऊगं मोठ्या माणसाच्या विरुधात कशाला जाताव. तुम्हाला याच गावाशेजारी राह्याचं हाय. तवा बाई तू या कागदावर आंगठा कर आणि पुरीला नेऊन पुर." पण त्या बाईनं ऐकलं नाही. जिनं नऊ महिने नऊ दिवस पोटात वाढवून जनम दिलेल्या त्या पोटच्या गोळ्यास ती पोरगी मेल्यावर सुद्धा त्या बाईपासून दूर कस्टडीत कुलूप लावून ठेवले व चोवीस तासांच्या नंतर अखेर पोस्टमार्टम केले. तोपर्यंत त्या बाईला बाहेर रात्रभर बसवले. माझ्याकडे ही बातमी एका इसमाद्वारे कळवली गेली. मी लगेच मोटारसायकलवर माझ्या शिवाजी नावाच्या एका दोस्ताला घेऊन मुरूम तांड्यावर गेलो व तेथील लोकांची चौकशी केली.

अजून असाच प्रकार अहमदपूर तालुक्यातील साळुकवाडी येथे झाले. या साळुकवाडीत मसनजोग्याची घरे आहेत. हे मसनजोगी लोक जवळच्या खेड्या-पाड्यांनी जातात आणि गावच्या बाहेर जिथे गावाचा मसनवटा आहे, तेथे त्यांची वतनदारी असते. त्या मसनवट्यात राहून भीक मागतात. असंच साळुकवाडीचे (मसनजोगी) भीक मागत आणि आपले पोट भरत होते. अशाच वेळी एका जमीनदाराची किनगाव येथे चोरी झाली. तो जमीनदार गावातील मोठा माणूस होता. त्याने पोलीस लोकांना तंग करून टाकले की, चोरी कोणी केली त्याचा तपास करा, नाहीतर मी वरच्या अधिकाऱ्यांना कळवितो. तेव्हा चोरीचा तपास लावून लावून किनगाव येथील फौजदार व पोलीस परेशान झाले. त्यांना चोर काही सापडेना. पोलिसांनी पाच दिवसांची मुदत मागितली होती.

ज्या दिवशी चोरी झाली त्याच दिवशी त्या गावातील लोकांनी चोरास पकडण्याचा प्रयत्न केला; पण ते हाती आले नाहीत. चोर तीन होते, असं गावातील लोकांनी सांगितले. त्याचा आकार सांगितला; पण चोर पोलिसांना सापडेनात तेव्हा चोराचा शोध घेण्यासाठी कुत्रे मागवले. कुत्र्यांना खूप आजू-

बाजूला फिरवले. कुत्रे रोडवरतीच रेंगाळू लागली. घुटमळू लागली आणि साळुकवाडीच्या दिशेने तोंड करून भुंकू लागली. पोलीस साळुकवाडीच्या दिशेने निघाले. साळुकवाडी या गावात कुत्रे आणि पोलीस आले. कुत्रे साळुकवाडीत आल्यावर भुकत-बिकत नव्हते. पोलीस जिकडे जात होते, कुत्रे तिकडेच त्यांच्या पाठोपाठ जात होते.

पण या गावात पोलीस कुठे इतरांकडे न जाता सरळ मसनजोग्याच्याच वस्तीत गेले आणि मसनजोग्याच्या घराची झडती घेऊ लागले. मसनजोगी बिचारे घरीच होते. जे लोक घरी होते, त्यांना पोलीस बायकालेकरांसहित ठोकू लागले. मसनजोगी बिचारे घाबरून गेले. पोलीस कशासाठी मारत आहेत, तेच मुळी त्याला कळेना. मसनजोग्याच्या घराच्या झडत्या घेतल्यावर पोलिसांनी त्यांच्या घरात जर्मनचे एक दोन भगुने, ताटल्या, वाट्या, पळी, तवा आणि खाण्याचे पात्र, मोराच्या पंखापासून बनविलेला डोक्यावरील टोप व कुणीतरी दिलेल्या जुन्या चपला, फाटके-तुटके अनेक रंगाचे कपडे आणि हातात भीक मागताना वाजवायाची चिपळी (चिमटा) असे सामान घरातून बाहेर काढले आणि प्रत्येकाला विचारू लागले या सामानाच्या पावत्या कुठे आहेत सांगा. ही अंगावर जे कपडे घालताव यांच्या पावत्या कुठं आहेत दाखवा. बिचारे मसनजोगी घाबरून गेले व एकमेकांच्या गळ्याला गळा लावून रडू लागले. पोलीस वरून काठ्यांनी झोडपतच होते. या झडतीत त्यांच्याकडे एक फुटकी पितळेची परात सापडली. त्यावर कुलकर्णी असे नाव होते. पोलिसांचा मग तर विश्वासच बसला की, हे लोकच चोर असावेत. मग या लोकांवर पोलिसांनी काठ्यांचा पाऊसच पाडायला चालू केलं. गावातील सर्व लोक तेथेच जमले होते. कधी नाही ती मसनजोग्यांनी चोरी केली तरी कशी असे गावातील लोक बोलू लागले.

ज्यांच्या घरी फुटकी पितळेची परात निघाली, तो तीस पस्तीस वर्षांचा एक आंधळा माणूस होता; पण पोलिसांनी त्याला नंबर एकचा आरोपी ठरवला. तो आंधळा माणूस लेकरांच्या साह्याने आजूबाजूच्या गावात भीक मागत जायाचा. हा आंधळा मुकुटमोरे मसनजोग्याचं रूप घेऊन हातात फक्त लोखंडाचा घंटा घेऊन भीक मागायचा. त्याच्याकडे डोक्यावर घालण्यासाठी मोराच्या पिसाचा टोप नव्हता, तो फक्त हातात घंटा घेऊन व तोंडाने हर-हर महादेव अशा गर्जना करायचा व भीक मागायचा. डोक्यावर घालण्यासाठी टोप करावा म्हणून जिथं

भीक मागाया जाईल तिथं फुटकी पितळेची परात व जुने कपडे मागायाचा. कपडे तर त्याला मिळायाचे; पण कोणी पितळेची फुटकी-तुटकी परात देत नव्हते. कारण टोप बनविताना मोराच्या पिसाच्या बाजूला पितळाचे लांब-लांब तुकडे पट्टीसारखे कापून त्या टोपात खोवतात; पण त्या बिचाऱ्याला पितळेची फुटकी परात मिळाली नाही. मोराचे पंख होते.

एकदा असाच शेजारच्या गावात भीक माघाया गेला तवा त्या गावातील बामणाचा कुलकर्णी होता. त्याला वाटले, हा आंधळा मसनजोगी गावाला जवा भीक मागायला येतो तवा एखादी फुटकी पितळेची परात मागतो, म्हणून त्याने एक फुटकी परात त्या मसनजोग्याला दिली. तो मसनजोगी खूश झाला होता. आता आपल्याला इतर मसनजोग्यासारखा टोप बांधता येईल म्हणून ती परात आणून ठेवली होती. घराची झडती घेताना पोलिसाच्या हातातील फुटकी परात पडली. पोलीस इचारू लागले ही परात कुठून चोरून आणली. कोण्या कुलकर्णीची चोरी केली सांग म्हणून भित्र्या मसनजोग्याला पोलीस मारू लागले. तो पोलिसांना सांगू लागला, "साहेब, मला रामेगावच्या बामणानं ही परात दिली." तरी पोलीस काही केल्या ऐकेना. ती परात इतकी फुटकी होती की पोलीस त्या परातीवरील नाव वाचू लागले तर त्या परातीच्या भोकातून पोलिसाचं तोंड दिसायचं. तरीही परात कोणाची हाय म्हणून आंधळा मुकुटमोरे आणि इतर सर्वच बायका लेकरं मिळून पंधरावीस लोकांना पोलिसांनी अटक केली आणि किनगाव पोलीसस्टेशनला घेऊन गेले. ज्या सावकाराची (जमीनदाराची) चोरी झाली होती त्याने फक्त तीनच चोर होते, असे फिर्यादीत म्हटले होते. त्या चोरांना पळून जाताना लोकांनी पाहिलंपण होतं; पण पोलिसाला तो सापडेना म्हणून या बिचाऱ्या मसनजोग्याच्या पंधरा लोकांना चोर म्हणून अटक केलं. मसनजोगी अजिबात चोरी करत नसतात. गावातील अनेक लोकांनी पोलिसाला सांगितले, "साहेब, हे लोक चोऱ्या करणारे नाहीत." या मसनजोग्यात एक गंगाराम मुकुटमोरे चाकूरला होता. त्याला हे सर्व समजले. तो किनगावला गेला आणि फौजदाराला भेटला आणि "गरिबाला त्रास देऊ नका साहेब, आम्ही चोर नाहीत. बायकांना सुद्धा अटक केलं." तवा फौजदाराने फक्त बायका सोडून देण्यासाठी पाचशे रुपयांची मागणी केली. तवा गंगाराम चाकूरला आला. गंगारामचं एक पोरगं ड्रायव्हर आहे व त्याला दोन तीन एकर जमीन होती. त्यामुळे कसं तरी करून

त्याने इकडून-तिकडून साडेतीनशे रुपये घेऊन किनगावला येऊन तिथल्या फौजदारास दिले तवा त्यानं त्या बायकांना सोडलं.

चार-पाच दिवसांनंतर गंगाराम मुकुटमोरे यांना कोणीतरी सांगितले की, लातुरात भटक्या विमुक्त संघटनेचा लक्ष्मण गायकवाड म्हणून एक कार्यकर्ता आहे. त्याला भेटा. तो तुम्हाला मदत करील. तवा माझ्याकडे एक दुसरा मसनजोगी आला. मग मी आणि माझे कार्यकर्ते उत्तम माने व विलास माने त्या गावाला गेलो. त्या वस्तीवर गेल्यावर पाहिलं की एक साठ वर्षांची म्हातारी धरणीवर पडली होती, त्या म्हातारीच्या दोन पोरांना जेव्हा पोलीस धरून नेत होते तेव्हा म्हातारी पोलिसांना आडवी झाली व म्हणाली, "साहेब, माझ्या पोरांनी चोरी नाही केली, त्यांना घेऊन जाऊ नका." तेव्हा त्या मस्तखोर पोलिसांनी त्या म्हातारीला काठीनं मारून-मारून तिचं कुबड मोडलं होत. ती धरणीवर पडून देवाचा धावा करीत होती, "हे देवा मला लवकर वर घेऊन जा." अशा अवस्थेत मी तिच्या जवळ जाऊन तिला समजावू लागलो, "आजीमाय मी तुमच्या मुलासारखाच आहे. आता काळजी करू नका. मी तुमच्या पोरांना सोडवून आणतो." म्हातारीनं तीन दिवसांपासून अन्न व पाण्याचा त्याग केला होता, सारखी रडत होती. सुरुवातीला मी गेलो तवा मला बघूनच लोकं घाबरले होते. त्यांना वाटले हा माणूस पण पोलिसाचाच माणूस असेल; पण नंतर मुकुटमोरे यांनी सांगितले की, हे साहेब आपलेच आहेत. तवा सर्व लोकांनी मागील अत्याचार सांगू लागले. मी बायका- लेकरांसहित लोकांना घेऊन किनगावला आलो आणि तेथील फौजदाराला भेटून विचारणा केली असता फौजदार मला म्हणाले, "या लोकांना आम्ही संशयित गुन्हेगार म्हणून अटक केली आहे; परंतु हे गुन्हेगार नाहीत याची खात्री आम्हास झाली आहे. तपास लावावयाचे म्हणल्यावर संशयित लोकांना अटक करावेच लागते." असे गोलमोल उत्तर देऊ लागले; पण त्यांना वाटलं नव्हते की, अशा मसनजोग्याची कोणी दखल घेईल व त्याच्या बाजूने कोणी येणार नाही असे वाटून मुद्दाम त्यांना त्रास दिला होता. मी त्या फौजदाराला इचारलं, "साहेब, या लोकांचे पैसे का घेतलात, त्याचे पैसे, घडी व त्यांच्या घरच्या उपयोगी पडणाऱ्या वस्तू देऊन टाका." लागलीच फौजदाराने उपयोगी पडणाऱ्या वस्तू परत केल्या; पण पैशाबाबत या फौजदारानं मात्र जे शब्द वापरले ते मी कधी विसरू शकत नाही, कारण त्याच्या बोलण्यात फारच

वेगळेपणा दिसून आला. हा एकमेव फौजदार मला आतापर्यंत असा भेटला की, ज्याने खरे तेवढे सांगितले, “बघा साहेब, शेवटी मी फौजदार. मला पगार किती मिळतो. त्या पगारात मला कसे-बसे बायका लेकरं आणि घरचा किराया भागवतो; पण जेव्हा वरचे अधिकारी येतात तेव्हा आम्हाला भारीत-भारी दारू, कोंबडी याची पार्टी द्यावी लागते व याला कमीत-कमी चारशे-पाचशे रुपये खर्च येतो. मग सांगा आम्ही पगारातून जर खर्च केला तर मग आमची बायकालेकरं उपाशी मरतील.” मी यावर एवढंच म्हटलं, “साहेब, अशा लोकांकडून पैसे घेऊन वरिष्ठाला तुम्ही पार्ट्या देतात हे तुमच्या पदाला शोभण्यासारखे नाही. अशाने लोकांचा पोलिसावरील विश्वास संपेल.” यावर त्यांनी पैसे देण्याचे कबूल केले व लोकांनाही सोडण्याचा विश्वास दिला. असे करण्याचे दुसरे कारण की, मी सर्व बायकालेकरांना पोलीस स्टेशन समोर धरना धरून बसा असे सांगितले होते, त्यामुळे फौजदार चांगलाच घाबरून गेला. परिस्थिती बिकट आहे हे जाणून तो थोडा नरम पडला व काही लोकांना सोडूनसुद्धा दिला. तिघांवर आरोप ठेवून गुन्हा लावला.

आणखीन पाच तालुक्यांत अंगावर काटे आणणारे प्रकार झाले. गांजूर येथे हा प्रकार झाला. या इसमाचे नाव जायबा गायकवाड आहे. जायबा हा गांजूर ता. अहमदपूर येथे राहतो. तो शेती करतो व फरशीवर पॉलीस करायची मशीन गुत्तेदार लोकांकडे चालवतो. ज्यावेळी कामधंदा मिळत नाही व शेती पिकत नाही त्यावेळी रोजगार हमीच्या कामासाठी तळ्यावर जात होता. अशाच वेळी लातूर येथे एका व्यापाऱ्याचे दहा हजारांचे एक पाकीट कोणी तरी मारले. पोलिसांना चोर काही मिळेना तवा तपास चालू झाला व गुन्हेगार जातीचे लोक कुठे-कुठे राहतात याचा शोध चालू झाला. यापूर्वी एका जमादाराने जायबाची जमीन कमी किमतीत विकत मागितली होती; परंतु जायबाने जमीन विकायची नाही म्हणून सांगितले. त्याचा राग या जमादाराला होता.

जायबा हा पाथरुट समाजाचा म्हणजे चोर जातीचा आहे. यानेच चोरी केली असेल. ह्याला पकडलं की, आपोआप चोर सापडेल. असे त्याने एका फौजदाराला सांगितले. तेव्हा जायबाला शोधण्यासाठी पोलीस गांजूरला गेले व तेथे माहिति मिळाली की जायबा हा रोजगार हमीच्या कामावर तळ्यावर आहे. तेव्हा जायबाला कामावर असताना पकडण्यात आले. तेव्हा तो खूप गयावया करू लागला.

“साहेब, गेल्या सहा महिन्यांपासून मी या तळ्यावर काम करतो. मी काहीबी गुन्हा केला नाही. मला काय म्हणून अटक करता!” पण जायबाला हे माहीत नव्हतं की, तो एका गुन्हेगार जातीचा शिक्का माथ्यावर घेऊन जन्मला आहे. अखेर जायबा हा चोर जातीचा आहे, म्हणून त्याला पकडण्यात आले. पेपरमधून मोठमोठ्या बातम्या येऊ लागल्या की, फार मोठा पाकीटमार व घरफोड्या करणारा एक मोठा चोर लातूरच्या पोलिसांना सापडला आहे.

आता अनेक गुन्ह्यांचा शोध लागण्यास मदत होणार अशा बातम्या येऊ लागल्या. चोर पकडणे पोलिसांना फार प्रतिष्ठेचे होते, कारण ज्याचा खिसा गेला होता तो फार मोठा माणूस होता व मंत्र्याच्या जवळचा होता. चोर पकडून पोलिसांना पोलीस किती कार्यरत आहेत याची शाब्बासकी मिळवायची होती. म्हणून निरपराध असणाऱ्या बिचाऱ्या जायबाला चोर म्हणून पकडले व जायबाची सात दिवसांची कस्टडी काढली व त्याला एवढा मार दिला की, जायबा आणखीन दोन-तीन दिवस मार खाल्ला असता तर कदाचित तो पोलीस स्टेशनमध्येच मेला असता.

त्याने मला मारलेला प्रकार सांगितला. याच काळात बीड येथे एक चोरी झाली होती. तो चोर हाच असेल असे समजून त्याला तिथे पण पाठवण्यात आले. पोलिसांनी हा चोर नाही म्हणून परत पाठविले. ज्यावेळी जायबा माझ्याकडे तक्रार घेऊन आला तवा पंधरा दिवस झाले होते. जायबाच्या अंगावरचे चामड्याचे सालडे निघाले होते. जायबाला रोज तीन वेळा उलटे टांगून तळपायावर हंटरचा मार देयाचे, डोळ्यांत मिरची टाकायचे व गांडीत पण मिरची टाकायचे आणि मारायचे. जायबाच्या तळपायाचे व हाताचे चामडे निघाले होते व गांडीवर मोठ-मोठे वळ दिसत होते. ही घटना १९८२ च्या ऑक्टोबर महिन्यात घडली.

जायबाला मारताना पोलीस म्हणायाचे, जोपर्यंत तूर चोरी केली म्हणणार नाहीस तोपर्यंत तुला असाच मार देऊत. अखेर जायबाला मार सहन होईना म्हणून जायबा चोरी केली म्हणून कबूल केला. साहेब पैसे घरी आहेत चला देतो म्हणून जायबाने पोलिसांना घरी घेऊन गेला. पोलिसांनी सर्व घर तपासले. जायबाच्या झोपड्यात काहीच नव्हते. त्याला अटक झाल्याने याच घरात उंदरांना खाण्यासाठीसुद्धा काही नव्हते. ज्वारीचा दाणा घरात नव्हता, तर पैसे कोठे राहणार?

जायबा माराच्या भीतीनं वेड्यासारखा काहीबी सांगू लागला. यावेळी जायबाची बायको व मुलगा शेतात होते. मग पोलीस जायबाला घेऊन शेतात जायबाच्या बायकोकडे घेऊन गेले व बायकोला बोलावून इच्यारू लागले, "सांग पैसे कुठे आहेत." बायको म्हणाली, "साहेब, आम्हा गरिबाजवळ कुठले पैसे?" तवा सोबतच्या फौजदाराने त्या बाईला उभ्याने बुटाच्या पायासहित लाथ घातली. जायबाची दुर्दैवी बायको कोसळून खाली पडली. तवा सोबतच्या जमादाराने तिच्या नाजूक केसाच्या बुचड्याला धरून तसंच वरी उचललं आणि "ढोंग करतीस काय रांड." म्हणून परत त्या बाईला बेदम मार दिला. हा मार जायबाला पाहू वाटेना. त्या बाईला परत खाली पाडून त्या राक्षसी काळजाच्या नरपशूंनी बेदम मार दिला. हा अनावर झालेला मार जायबाला पाहवेना. त्यानं विचार केला की, माझ्या समोर माझ्या बायकोची ही दशा होत आहे. हा आपला जीव ठेवून काय उपयोग म्हणून जवळच शेतात विहीर होती. जायबानं हिंमत केली आणि बायकोला धरला आणि विहिरीत दोघंही पडून जीव देऊ; पण हा मार खाण्याची हिंमत नाही म्हणून विहिरीकडे धाव ठोकली. दोघंही विहिरीच्या काठावर येऊन उडी मारणार तेवढ्यात पोलिसांनी त्यांना पळून जाताव का म्हणून धरलं.

जायबाच्या बायकोला व जायबाला मारू लागल्याने आजूबाजूचे सर्व शेजारी तिथं येऊन पाहू लागले व त्यांच्यातल्या काहींनी हिंमत करून पोलिसांना सांगितले, "साहेब, जायबा शेतकरी हाय, चोर नाही." पण पोलीस उलट त्यांनाच म्हणाले, "त्याने स्वतःच गुन्हा कबूल केलाय." तेवढ्यात जायबाने त्यातल्या एका शेतकऱ्याला सांगितले, "साहेब, माझे शेत ठेवून घ्या आणि मला दोन हजार रुपये द्या." तवा तो शेतकरी जायबाची हालत पाहून पैसे देण्यास तयार झाला. सर्वजण पोलिसाच्या जीपमध्येच गावाला गेले. पोलिसांनी शेत गिरवी कसे ठेवावे याच्या अर्जाचा नमुना त्याच्या हाताने लिहून दिला. एवढेच काय पण त्या फौजदाराने जमादाराला सांगितले, "आणखीन पाचशे रुपये जास्त लिहा. आपल्याला खर्चाया होतील म्हणून, दोन हजाराच्या जागी अडीच हजार खाडाखोड लिव्हले." तो कागदसुद्धा माझ्याकडे मी पुरावा म्हणून ठेवला आहे.

मग दुसऱ्या दिवशी त्या शेतकऱ्याने लातूरच्या बँकेतून पैसे काढून पोलीस स्टेशनमध्ये नेऊन त्या फौजदाराला दिले. मग त्यातील पाचशे रुपये स्वतःकडे ठेवून बाकीचे दोन हजार रुपये कोर्टात दाखवले. यावर मी जायबाला सोबत घेऊन अनेक पत्रकारांकडे घेऊन गेलो, कारण मी जायबाच्या प्रकरणाला वाचा फोडू इच्छित होतो. जायबा जिथं जाईल तिथं आपले शर्ट व धोतर वरी करून

दाखवायाचा. याचा म्हणावा तेवढा परिणाम झाला नाही; पण थोड्याच दिवसांनी दहा हजाराचे जे पाकीट चोरीला गेले होते तो गुन्हा करणारा गुन्हेगार सापडला तवा मी पोलीस स्टेशनला जाऊन त्या बिनकाळजाच्या फौजदाराला भेटलो. तवा त्या फौजदाराने मला सांगितले की, जायबा निर्दोष आहे; पण दुसऱ्याच्या सांगण्यावरून मला त्याला अटक करणं भाग पडलं. मी त्याचे पैसे कोर्टात जमा केले आहेत. जर जायबाच्या बाजूने निकाल नाही लागला तर मी माझ्या पदरून ते पैसे देतो; पण गायकवाड साहेब माझ्या विरोधात तुम्ही काही करू नका.

अखेर मी ७ नोव्हेंबर, १९८२ ला महाराष्ट्राचे मुख्यमंत्री बाबासाहेब भोसले लातूरला आले होते तवा जायबाच्या कुटुंबावर झालेल्या अन्यायाचे पत्रक काढून वाटले व चौकशी करण्याची मागणी केली; पण काही झाले नाही. मी हे लिहीत असतानाच जायबाच्या कोर्टातील केसचा निकाल १९८६ च्या डिसेंबर महिन्यात जायबाच्या बाजूने लागला. जायबा निर्दोष सुटला; पण कोर्टाने पैसे दिले नाही. मग मातर मी ठरवले की, आतापर्यंत जो अन्याय झाला त्याचा उठाव करण्यासाठी एक प्रचंड मोर्चा काढावा.

अशातच लातूर जिल्हा झाला आणि ए. एस. पी. पटनाईक असल्याने भेऊन कोणीही एकही मोर्चा काढायला तयार नव्हता; पण मी मात्र ठरवले की, लातुरात एक तरी आगळा वेगळा मोर्चा काढायचा. कारण हे होणारे अन्याय थांबविणे आवश्यक होते. यासाठी एकजुटीचे प्रदर्शन जरुरीचे समजून व भटक्या विमुक्तांवर अन्याय करणाऱ्याला इशारा म्हणून मी हे कत्ती हातोडा मोर्चा म्हणून नाव डिक्लेअर केले. ह्या मोर्च्याला नाव देण्याच्या मागे उद्देश होता की, आमच्यावर आता अन्याय करणाऱ्याशी आम्ही कत्तीने व हातोड्याने मुकाबला करणार आहोत. या मोर्च्याच्या तयारीसाठी सबंध मराठवाड्यात मी फिरलो व कार्यकर्त्यांना भेटून तयारी केली.

तयारी करीत असताना निलंगा येथे पत्रके देण्यासाठी निघालो; पण औसाच्या मोडवर माझ्या मोटारसायकलचा ॲक्सिडंट झाला. माझ्यासोबत असलेला उत्तम माने वीस फूट दूर जाऊन पडला. मी जमिनीपासून मोटारसायकलसह उंच उडालो. एका मोठ्या खड्ड्यात पडलो. खरं तर मी मोटारसायकल सोडलो नाही म्हणून बचावलो. पेट्रोलच्या टाकीचा अवघड ठिकाणी मला मार लागून बेशुद्ध अवस्थेत पडलो. मला तिथल्या लोकांनी पाणी पाजऊन उठवलं व औसा येथील दवाखान्यात नेलं. मी बरा झालो; पण मी मोर्च्याच्या तयारीसाठी ज्या मित्रांची

मोटारसायकल आणली होती त्याचे बरेच नुकसान झाले. मला त्याचेच जास्त दुःख वाटू लागले.

मोर्चा २५ नोव्हेंबर, १९८२ ला असल्याने मी तसाच फिरू लागलो व अखेर विमुक्तांसाठी तो सोन्याचा दिवस उजाडला. २५ नोव्हेंबरला लातूरच्या नेहरू चौकातून मोर्चा निघाला. यामध्ये संपूर्ण मराठवाड्यातील लोक एवढ्या प्रचंड प्रमाणात जमले की, या मोर्च्याची चर्चा लांब-लांब होऊ लागल्या. या मोर्च्यात परंपरागत वेशभूषात अनेक जाती-जमातीचे लोक आले होते. मसनजोगी, राईदंर, वासुदेव, गोंधळी, वडार, पाथरुट, गोसावी, कैकाडी, वैदू, पारधी, मांग गारुडी, कातकरी, भिल्ल, लमानी, शिकलकरी, घिसाडी, असे अनेक लोक गाढव, कुत्रा, डुक्कर, कोंबडे, कत्ती व हातोडे हातात घेऊन दहा हजारांच्या आसपास प्रथमच एकत्र आले व आम्हाला अन्यायापासून वाचवा, 'घर द्या', 'काम द्या', 'जातीच्या नावावर गुन्हेगार समजू नका', 'पुनर्वसन करा' अशा घोषणा देत होते. या मोर्च्यासाठी लक्ष्मण माने, बाळकृष्ण रेणके आले होते. निवेदन देण्यासाठी गेलो असता कलेक्टर साहेब वेळ नाही म्हणून घरी निघून गेले व त्याची नोंद सर्व पत्रकारांनी घेतली.

एवढा मोठा मोर्चा लातूरच्या इतिहासात निघाला नाही. रानावनात राहणारे लोक आता कुठे आपल्यासाठी न्याय मिळावा म्हणून रस्त्यावर आले होते. कलेक्टर काही न ऐकता घरी जातो म्हणून सर्व पत्रकारांनी सबंध महाराष्ट्रात याच्या बातम्या पेपरमधून छापून आणल्या. अनेक विचारवंतांनी मोर्चाच्या बाजूने महाराष्ट्रात लिहिले. कित्येक पेपरनी अग्रलेख लिहिले. मोर्च्यानंतर मात्र भटक्या विमुक्ताचा अत्याचार कमी होण्यास मदत झाली; परंतु अत्याचार संपला असे म्हणता येत नाही.

भटक्या विमुक्तांच्या चळवळी मोठ्या प्रमाणात वाढल्या. सतत संघर्ष करून लोकपण कंटाळले होते. आक्सफामचे पैसे घेण्याचे बंद करावे असा मी विचार करू लागलो. मी हे जे पैसे घेत होतो ते चळवळीसाठी खर्च करीत होतो. पैसे घेणं बंद केल्याने आता घरचा प्रश्न परत पुन्हा पुढे आला. यामुळे परत जीवन विस्कटीत होऊ लागले. जीवन सोबतीण सौ. छबूबाई गायकवाड, मोठी मुलगी कु. संगीता, कु. मंजुषा व मुलगा प्रफुल्लकुमार यांना सांभाळायाची जबाबदारी माझ्यावरच अवलंबून असल्याने मी परत आर्थिक अडचणीच्या कोड्यात सापडलो होतो. काही दिवस मला माझ्या चळवळीला मित्रांनी पैसे पुरवले व माझी मदत

केली. मीपण हिंमत न हारता भटक्या विमुक्तांच्या संघटनेचे काम सतत करीत होतो. पैशाचा अभाव असूनसुद्धा ते बंद पडू दिले नाही; पण याचदरम्यान माझी परिस्थिती एवढी हाताच्या बाहेर जायाची की अक्षरशः मुलांना एक टाईम जेवण देणेदेखील अवघड व्हावयाचे. मला आठवते एकदा मी बाहेर असाच भटक्या विमुक्तावर हल्ला झाला म्हणून उस्मानाबादला गेलो. त्यावेळी माझा सर्वांत छोटा मुलगा प्रफुल्लकुमार खूप आजारी पडला. त्याला दवाखान्यात न्यायला पैसे नाहीत म्हणून दोन दिवस घरीच ठेवण्यात आले. मंग माझा एक कार्यकर्ता मित्र सुडे निलंग्याहून मला सहज भेटाया आला व हसत हसत तो सहज नेहमीसारखे सौ. छबूला म्हणाला, "वैनी, मला जेवाया काहीतरी असेल तर द्या." पण त्या दिवशी प्रफुल्लकुमार आजारी होता. त्याला दवाखान्यात नेवयास पैसे नव्हते. घरातसुद्धा जेवाया दाणा नव्हता. माझ्या सहवासात सौ. छबू असली तरी तिला बरीच सामाजिक जाणीव झाली होती व त्यामुळे तिने त्या कार्यकर्त्यासमोर मन मोकळे केले, की बघा हे गेल्या पाच-सहा दिवसांपासून घरी नाहीत. प्रफुल्लला बरे नाही. त्याला दवाखान्यात नेण्यासाठी पैसे नाहीत व घरीपण ज्वारी नाही. लेकरं उपाशी आहेत. तवा सुडे याने खिशात हात घालून पटकन चाळीस रुपये दिले. तवा प्रफुल्लला दवाखान्यात नेण्यात आले व घरी ज्वारी आणून छबूने लेकरांना जेवाया घातले. मी घरी आल्यावर छबूने सर्व मला सांगितले. मला खूप वाईट वाटू लागलं. दुनियाचे अठरा पिढ्याचे दारिद्र्य माझ्याच वाट्याला का येऊ लागले. परत कुठे नौकरी करावी का कुठे हॉटेल टाकावे, याचा विचार करू लागलो. अशाच वेळी माझा तरणाताठा भाऊ भगवान गायकवाड हा दारू जास्त पिल्याने अचानक मेला. तो लातूरच्या सूतगिरणीत काम करत होता. रोज दारू पेयाचा; पण त्या दिवशी त्याचे जुने साथीदार भेटले. देशी दारू पिल्यानंतर रात्री तेलकट भजे खाल्ले. त्यामुळे रात्री उचक्या देऊ लागला. दुसऱ्या दिवशी सकाळी माझी वैनी केसरबाई येऊन सांगू लागली. तुमच्या अण्णाला दवाखान्यात नेयाचंय चला, जास्त झालंय. मी घाबरून गेलो. अण्णा काल पर्वा चांगला होता. अचानक कसं काय जास्त झालं, मग मी भगवान अण्णाला रिक्षात घेऊन दवाखान्यात दाखवलो; पण केस हाताबाहेर गेली होती. अण्णाला कायबी सुचत नव्हतं. तो सारखा उचकी देयाचा. अखेर झटक्यात जीव गेला. डॉक्टर म्हणाले, "घरी घेऊन जावा. याच्यात काहीच राहिले नाही." मला खूप रडू कोसळले. माझ्यापरीस आता अण्णाच्या मुलांची

काळजी वाटू लागली. अण्णाला एक मुलगी, तीन लहान लहान मुले आहेत. त्यांचे शिक्षण कसे होणार याची काळजी वाटू लागली. मग अण्णा मेल्याची वार्ता चोहीकडे कळवली. पाहुणे मंडळी आली. परत आमच्या रिवाजाप्रमाणे पाहुणे दारू आणू लागले आणि दुखवटा काढू लागले. माझा थोरला भाऊ माणिकदादा दुखवटा म्हणून जे कोणी पाहुणे दारू पाजवायला घेऊन जायचे त्यांच्यासोबत जायचा आणि दारू पिऊन अण्णाच्या मड्यावर पडून रडायचा. अण्णाची ताटी बांधण्यासाठी पैसे नव्हते. मग माझा औरंगाबादचा भाऊ येईल. थोडा बरा पैसा पाळून तो आहे. म्हणून अण्णाच्या मड्यासाठी लागणारा खर्च भरील म्हणून वाट पाहू लागलो; पण तो लवकर येईना झाला. वैनीला मागावे तर तिचा नवरा मेला आहे. तिला पैसे कसे मागावे या चिंतेत होतो. मग अखेर संभाभाऊ औरंगाबादवरून आला. मग भावाला सर्व सांगितलो. आम्ही तिघे भाऊ मिळून पैसे किती लागतील ते बघितलो. काय खर्च होईल ते तिघं मिळून खर्च करू असे ठरले. मी एका मित्राकडून सकाळीच पन्नास रुपये घेऊन आलो होतो. ते भावाच्या हवाली केले आणि तेथून ताटीचं सामान, गवऱ्या, सरपण गोळा केले. मग माणिकदादाला पाहुण्याने एवढी दारू पाजवली की, त्याला सावरण्यासाठीच एक माणूस ठेवला. अण्णाच्या बायकोला (वैनीला) कोणी तर म्हणाले की, या बाईनंच नवऱ्याला कायतरी दारूत घालून मारलं. तवा वैनीला एक तर नवरा मेल्यालं दुःख आणि परत लोक तिच्यावर संशय घेऊ लागले. त्यामुळे ती एवढी रडू लागली की तिच्या दातखिळ्या बसू लागल्या. मग आम्हीच समजूत काढली. लोक काही म्हणाले तरी, काय झाले तरी आम्ही आहोत, असा धीर दिला. अखेर अण्णाच्या ताटीची सर्व तयारी झाली. माणिकदादाला शिकाळी धराया लावायची होती; पण त्याला एवढी नशा झाली होती की, त्याला स्वतःच काहीच सुधरत नव्हतं. संभाभाऊला तर औरंगाबादला लवकर जायाचं. शिकाळी धरण्यासाठी कोण बी नव्हतं. शेवटी मलाच सर्व म्हणू लागले, लक्ष्मण सर्वांत धाकटा आहे त्यालाच शिकाळी धराया लावा. सर्व तयारी झाल्यावर अखेर माझी इच्छा नसतानाही मला इच्छेविरुद्ध शिकाळी धरणं भाग पडलं. मी परंपरेला जरी न मानणारा व देवाला न जुमानणारा असलो तरी तेथे आलेल्या पाहुण्यांच्या आग्रहामुळे मला धरणं भाग पडलं. मला आणि अण्णाच्या प्रेताला अंघोळ घातली. शिकाळ तयार केली. त्या शिकाळीत गाडगं व विस्तू ठेवला.

सर्वांनी अण्णाचं मडं उचल्लं. जेवढ्या लोकांनी खांदे दिले होते तेवढेजण दारूच्या नशेत तुल्ल होते. पुढे हालक्या वाजत होत्या. एवढ्यात माणिकदादा दारूच्या नशेत दुसऱ्याच्या खांद्यावर ताटी देण्याच्या प्रयत्नात एक बाजू पूर्णपणे सोडून दिली. अण्णाचं प्रेत खाली पडणार, एवढ्यात बाजूच्या पाहुण्यांनी कसं तर आवरून धरलं. तेपण दारू पेल्यालं होते. मागे आमच्या घरच्या बायका रडत येत होत्या. त्यात कोणी दारू पेल्याल्या नव्हत्या; पण पुरुषात मात्र कोणीच रडत नव्हतं. कारण दुःख अनावर होऊ नये म्हणून सर्वजण दारू पेल्याले होते. काही बहादूर तर अधेमधे जाऊन दारू पेऊन परत येयाचे. असं करीत करीत एकदाचे कसंतरी आम्ही ताटी स्मशानभूमीत आणले.

सर्व पाहुण्यांनी मिळून अण्णाला सरणावर ठेवलं आणि अण्णाच्या तरण्याताठ्या बायकोचे काकण फोडले. मंगळसूत्र तोडले. तिचं कुंकू पुसलं. पोत, बांगड्या अण्णाच्या प्रेतावर टाकल्या. वहिनी सारखी रडत होती. दातखिळ्या बसत होत्या. अखेर आम्ही सर्वांनी मिळून अण्णाच्या प्रेताला अग्नी दिला. मला ओल्या कापड्यानेच शिकाळीच्या गाडग्यात पाणी आणाय लावलं व त्या आग लागलेल्या सरणाच्या चोहोकडून फेऱ्या माराव्या लावल्या. मग आम्ही सर्वजण घरी आलो. त्या दिवशी चूल पेटून स्वयंपाक करायचा नसतो. शेजारच्या लोकांनी भाकरी आणून दिल्या होत्या. काही लोक खात होते. मलापण म्हणाले, "लक्ष्मण रडून पडून काय उपयोग, जाणारा जातो, खाऊन घे थोडा तुकडा." कसं तरी खाल्लो. मला भूत लागेल म्हणून हातात कुऱ्हाड दिली आणि काजळकाळ घालू लागले. कपाळाला काळे लावू लागले. यामुळं भूत लागत नाही म्हणून सांगू लागले. मला कोणीच शिवूनपण घेईना झाले. म्हणायचे, "अण्णाचा आत्मा माझ्या अंगात तीन दिवस राहतो." म्हणून मला एका कोपऱ्यात बसविले. जेवायला वरूनच वाढायचे. माझे ताट तांबे वेगळेच ठेवले. मला वाटू लागले की, लहानपणी मला पाथरुटाचं म्हणून गावातील लोक शिवून घेयाचे नाहीत; पण आज घरातच मला अण्णाची शिकाळी धरल्याने शिवून घेईना झाले.

तिसऱ्या दिवशी कडू घास काढायचं ठरलं. मग राख सावडायची झाल्यावर खांदेकऱ्यांच्या खांद्याला दही, तेल, दूध, लावून खांदे उतरावले. याच रोजी सर्व खांदेकऱ्यांना सर्व शिवून घेऊ लागले, बरं मला अजूनबी शिवून घेईना झाले. मी एकाद्या बाळंतीण बाईसारखं चादर पांघरून हातात कुऱ्हाड धरून बसत होतो, माझी मोकळीक कधी होईल असं वाटू लागलं. उगीच शिकाळी धरलो म्हणून मनातल्या मनात वाईट वाटत होतं. अशा वेळी माझा नाइलाज होता. मला जसे

सांगितले तसे करणे भाग पडत होते, कारण माझ्या नास्तिक विचारापरीस सर्व घरचे व पाहुण्याचे मन अशा वेळी दुखवणे शक्य नव्हते. आज रोजी खांदेकरी मोकळे झाले; पण मला मात्र आमच्या गावाच्या नदीला नेयाचे ठरले. याच रोजी कोंबडं कापलं. अण्णाला ज्या ज्या सवयी असतील त्या वस्तू घेतल्या. भजे, पान, सुपारी, तंबाकू, बांबील, एका बाटलीत दारूपण घेतली. मला खूप वाईट वाटू लागलं. ज्या दारूनं अन्ना मेला तीच दारू मेल्यावरसुद्धा पाजवाया नेत आहेत. अखेर या सर्व वस्तू एका नव्या सुपात घेऊन नदीला गेलो. तिथं कोंबड्याचे मटण शिजवलं. निवद केला. वारीक सोबतच आणला होता. माझ्या डोक्याचे सर्व केस भादरायचे ठरले. मी म्हणू लागलो. "माझे केस कशाला भादरता. वाटलं तर पाच दहा केस कापा." पण सर्वच सोयरे बिघडले. म्हणू लागले, "तुम्ही लोक शहरी वस्तीत जाऊन बिघडू लागलाव, मागचं समदं विसरताव का? असं जमायचंच नाही. रीतरिवाज सोडून असं वागायचं नाही. तुमच्या भावाच्या आत्म्याला शांती मिळायची असेल तर आपल्याच जातीच्या रिवाजाप्रमाणे करावं लागेल." तवा मी म्हणलं, "जाऊ द्या आता आपण शिकाळी धरूनच फसलो." वारकाच्या पुढं डोकं केलो. त्याने वस्तऱ्याने सर्व केस भादरून काढले. डोक्याची आग पडू लागली. अशी हजामत गावी असतानाच दादानी, भाऊनी, अण्णांनी पत्तीने केली होती. आज मात्र बऱ्याच वर्षाने आठवण झाली. जो अण्णा लहानपणी आपली हजामत करायचा त्याच भावासाठी आज हजामत कराया काय हरकत नाही असं मी समाधान मानलो; पण पुढं तर वेगळं सुरू झालं. मला नदीत अंघोळ कराया लावले. ओल्या कपड्यांनी घरी आणले. तोपर्यंत झाडाची पानं आणून त्याच्यावर बसवले. कोंबड्याचे मटन आणि निवद जेवाया वाढले. यापूर्वी मला एका कपात बाटलीतील दारू पेयाला दिले. मी नको म्हणालो; पण अखेर थोडी दारू पिणे भाग पडले व जातीचा रिवाज मानावा लागला. मी एकटाच विरोधात. सर्व एकाच बाजूला. त्यामुळे माझी अडचण झाली. मला सुपातच जेवाया दिले. मी कसा तर त्या नदीवर दोन घास खाल्लो. अण्णाला ज्या सवयी होत्या सर्व केल्याच तर अण्णाच्या आत्म्याला शांती होते म्हणून जेवायाचं झाल्यावर पान खायाला दिले. मी तंबाखू खात नाही. तरीपण त्यांनी दिलेली तंबाखू खाणं मला भाग पडलं. मी तंबाखू तोंडात धरल्यावर सर्व अंगाला काटा आला म्हणून मी तंबाखू तोंडात टाकल्याबरोबर खाली थुंकून दिलो. हे सर्व झाल्यावर माझ्या डोक्यावर सर्व निवद सुपात घालून ठेवले ... मला पंधरा-वीस लोकांनी धरून खोल नदीच्या पाण्यात नेले. मला सुपासहित पाण्यात बुडविले आणि थोड्या

अंतरावर मला वरी काढले आणि सूप पाण्यातच टाकले. एकाएकाने मला अंघोळ घातली. मी आता मोकळा झालो. माझ्यात अण्णाचा आत्मा समाविष्ट झाला होता. तो आता संतुष्ट होऊन नदीच्या पाण्यात गेला असे सांगितले. मग घरी आल्यावर परत समद्या लोकांनी जेवण केलं. नदीवर पण कावळ्याला, गाईला निवद चारले आणि परत घरी नेले. मी मात्र आता ठरवलं कोणी जरी मेलं तरी आता शिकाळी धरायाची नाही.

अशाच परिस्थितीत मला माझा आर्थिक प्रश्न भेडसावू लागला. खूपच बंडाळ होऊ लागली. मी ठरवलं की, आता नोकरी किंवा दुकान घालून जमायाचं नाही. आता पैसे कसे कमावयाचे याच विचारात असतानाच मला माझ्या एका मित्राने सांगितले की, कमी दिवसांत भरपूर पैसे कमावयाचा मार्ग गुत्तेदारीच आहे.

औरंगाबादला जायकवाडीला एक इंजिनिअर होता. त्याला कामाबाबत विचारले. त्याने काम देण्याचे आश्वासन दिले. कामासाठी मला भांडवल हवे होते. माझा एक प्लॉट लातूरच्या बाहेर फार पूर्वीच कमी किमतीत घेतला होता; पण लातूर जिल्हा झाल्याने प्लॉटच्या किमती फारच वाढल्या. मग मी तो प्लॉट पाच हजाराला विकला आणि गुत्तेदारीसाठी जायकवाडीला गेलो. नवीनच कामाला गेल्याने व कसलाच अनुभव नसल्याने मला फार त्रास व्हायचा. अखेर तिथल्या डेप्युटी इंजिनिअरने मला मातीकामाचे एक टेंडर २४ हजाराचे दिले. मी कामाला सुरुवात केली. काम एका महिनाभरातच बरेच झाले व माझे पैसे संपले. मग मी रनिंग बिल काढण्यास इंजिनिअरना सांगितले. त्यांनी माझे बिल काढले. याच काळात त्या भागातील पैठण व अंबड तालुक्यातील बरेच गुत्तेदार ओळखीचे झाले. त्यातील एका मित्राला विचारले, आता बिल निघाले. पुढे काय? तवा त्याने सांगितले, बघा गायकवाड चार पैसे मिळवायचे असतील तर लोकाला (परसेंटेज) टक्केवारी द्यावीच लागते. तर पुढे ते काम देतात. कामात सवलत देतात. मी त्याला टक्केवारी विचारलो. त्याने सांगितले, "सर्व साहेब लोकांना मिळून ३० ते ३५ टक्के वाटप करावे लागते. डी. इंजिनिअर १० टक्के, ज.इं. इंजिनिअर १० टक्के इ. इ. इंजिनिअर टक्के, टे. असिस्टंट एक टक्का, टे. इंजिनिअर एक टक्का, अकाउंटंट, कॅशिअर चेक देणाऱ्यास २५ रु., पंधरा रु. शिपायास, ओ. एस. डिव्हिजनचा क्लार्क, गोडाऊन या सर्वांना दोन टक्के वाटावे लागतात." मला तर लाच देणे माहीत नव्हते. सतत लाच घेणारे ऑफिसरच्या विरोधात तक्रार करणं माहीत होतं. इथं तर चक्क लाच द्यावी लागणार. म्हणजे

इतके दिवस चळवळ केली, अन्यायाच्या विरोधात भांडलो. आज आपणच लाच देयाची याचं वाईट जरूर वाटलं; पण घरची परिस्थिती समोर उभी ठाकली. त्यामुळे मी ठरवले की, आपल्याला जर गुत्तेदारी करायची असेल तर हे सर्व करावे लागेल. मी पहिल्यांदाच डिव्हिजनहून १५,०००/- रु.चे. बिल घेऊन गेलो. माझे बिल गेल्यावर नवीन गुत्तेदार म्हणून डिव्हिजनचे लोक वेगळ्या नजरेने पाहात होते. डी. इंजिनिअर यांना नमस्कार केला. सर्वांना चहा पाजवला. ओळख करून घेतली. मी सांगितले, "साहेब, जे असेल ती मी टक्केवारी तुमची देतो." त्यांनी ते मान्य केले व सरळ १५० रु. दिल्यावर पुढे बिल गेलं. तिथंपण पैसे देतो असे सांगून पुढं एम. बी. पाठवली. एकंदर एम. बी. पास होऊन आली. दुसऱ्या दिवशी चेक वठवला आणि सर्वांची टक्केवारी दिली. अगदी सरळ सरळ खुला व्यवहार आमचा चालायचा. आपण लाच घेतो असं कधी या लोकांना वाटायचंच नाही. उलट आम्ही गुत्तेदारांना काम देतो, त्यांचा फायदा करतो म्हणून ते हक्काचीच टक्केवारी समजायचे. मी २५,००० रुपयाच्या आत ए-वन काम घेयाचा. तवा २५,००० रुपयांच्या कामाला दहा हजार रुपये खर्च येयाचा. १५,००० रु. उरायचे. त्यात निम्म्यापेक्षा जास्त परसेंटेजमध्ये जायाचे. कधी-कधी लेबर पेमेंट जास्त असेल तर मी एखाद्या साहेबाला डुम्मा मारायचा; पण दुसरे बिल घेऊन गेलो की मागे तुम्ही त्या साहेबाची टक्केवारी दिली नाही म्हणून दोन दिवस बिल होऊ देयाचे नाही. ऑफिसमध्ये सर्वांची एकी होयाची. माझ्याजवळ कधी-कधी तर चहापानाला, गाडी खर्चाला पैसे राहायचे नाहीत. लेबर पेमेंट अडवायचे. लेबर मागाया यायचे मग अशा वेळी मागचे पैसे का दिले नाहीत म्हणून साहेब लोक बिलाला आडवाआडवी करायचे. मी एवढा कार्यकर्ता असूनदेखील अशा वेळी हात टेकायचा. एखाद्या गुत्तेदाराच्या हातापाया पडून पैसे घ्यायचा. सर्व साहेब लोकांना टक्केवारी देयाचा. साहेब लोक उघड उघड टक्केवारी घेयाचे. साहेब लोकांना पैसे देऊनसुद्धा साध्या ज.इ.ला, क्लर्कला मी एवढा गयावया करायचा, "हात जोडतो साहेब. लौकर बिल काढा" म्हणायचा. एकदम लाचार होयाचं. मला खूप वाटू लागलं आपण वाट चुकलो आहोत. भ्रष्टाचाराच्या विरोधात गर्जना करणारा आज या भ्रष्टाचारासमोर हात टेकलो असं वाटायचं. जिथं आभाळच फाटलंय, जिथं पावलोपावली भ्रष्टाचाराचे पाटच वाहत आहेत, तिथं कुठं कुठं काय काय करायचं? जायकवाडीचं पाट जिथं गेलं तिथं १० रु. १५ रु. ला सुद्धा सिमेंट

पोते विकायचे म्हणून अनेक गावांत गरिबांनी सुद्धा आपली घरे सिमेंटने बांधलेली दिसतात. गुत्तेदार आणि इंजिनिअर मिळून हजारो पोते सिमेंट विकायचे. औरंगाबाद, परभणी येथे अनेक इंजिनिअर, गुत्तेदार यांचे मोठमोठे बंगले बांधलेले दिसतात. वाटायचे मी एकटा कोठे बांध घालणार? माझ्या बरोबरीचे अनेक गुत्तेदार, काही मजूर लखपती झाले. मी त्या भागातील काही डी. ज्युनिअर, इं. इंजिनिअर असे पाहिलेत ते काही गुत्तेदारांना काम न करता ३० ते ४० लाख रुपयांचे बोगस बिल द्यायचे. कॅनॉलच्या मधला गाळ काढायचे टेंडर काढायचे. प्रत्यक्ष गाळ न काढता बिल काढायचं आणि पाटाला पाणी सुटले की दुसरा गाळ येऊन बसला म्हणून दाखवायचे. त्यामुळे भ्रष्टाचाराला कोणी चॅलेंज करायचं नाही. सर्वांच्या संगनमताने चालायचे. यात एस.इं., चीफ इंजिनिअर यांचासुद्धा हात राहायचा. एवढंच काय पण जिथं काम चालू तिथं तिथं १० रु. पोते सिमेंट विकले जायचे. अशी लॉटरी लागावी म्हणून मी साहेबाजवळ जायचा, ओळख करून घ्यायचा. पार्ट्या देयाच्या; पण ते माझी चौकशी करायचे. मी लीडर आहे म्हणून टाळायचे. त्यांचे ठरलेले गुत्तेदार राहायचे. जायकवाडीला गुत्तेदार व इंजिनिअर मोठी कामे पार्टनरशिपमध्ये करायचे. सध्या ज.इं. चे सुद्धा महिना ३० ते ४० हजार दरमहा कमवतात. वरचे अधिकारी तर खूपच कमवतात. डिपार्टमेंटच्या खरेदीमध्ये तर १२ टक्के वाढवले तर लाखो रुपयाची आमदानी असते. म्हणून डी. इंजिनिअर व ई. इंजिनिअर बिगर बंगल्याचे नाहीत. काही अपवाद असतील. कित्येक इंजिनिअर तर जिथं ट्रान्सफर होईल तिथे एखादा तरी बंगला बांधत असतात. कधी कधी गंमत होते. मोठ्या अधिकाऱ्याने एकट्यानेच सर्व गबाळ मारले अथवा बोगस बिल काढून खालच्या लोकांना दिले नाही तर मग मात्र त्या वेळी बोंबाबोंब होते. ऑफिसचा माणूसच एकदा पुढाऱ्याला नसता पत्रकाराला डिटेल माहिती देतो. कित्येक वेळा पुढाऱ्याचे अथवा पत्रकाराचे तोंड बंद करण्यासाठी अधिकारी हजारो रुपये देतात. अशा घटना पैठण, जालना, पाथरोई, परभणी इत्यादी ठिकाणी घडलेल्या आहेत; पण याला पुरावा देता येणार नाही. एवढं मात्र आज वाटतं की, विमुक्तजाती, भटक्या समाजातील काही लोकांना समाज व पोलीस चोर समजतात. त्यांच्या घराची झडती घेतात. त्यांचे फुटके भांडे-कुंडेसुद्धा नेतात; पण या अधिकाऱ्याकडे अवाढव्य संपत्ती असूनही त्यांची साधी चौकशी होत नाही, याचा मला जवळून अनुभव आला. गुत्तेदारी करीत करीत जालना, बीड, परभणी जिल्ह्यात मी

भटक्या विमुक्तांचे अनेक कार्यक्रम घेत होतो. भटक्या विमुक्तांची चळवळ वाढवण्याचा प्रयत्न करीत होतो. जायकवाडीमुळे गुत्तेदार, दलाल; काही पुणेरी पत्रकार यांचा मात्र विकास झाला आहे. आज काही मोठे ऑफिसर तर १०-१५ हजारांचे कुत्रे हौसेसाठी पाळतात. कुत्र्याचेसुद्धा मुके घेतात. हे मी स्वतः पाहिले म्हणून मला वाटते आमचे लोक पोट भरण्यासाठी शिकारीचे कुत्रे पाळतात. आणि या मोठ्या अधिकाऱ्यांना पैसा जास्त झाल्यामुळे मुके घेण्यासाठी ते कुत्रे विकत आणतात.

एकदा कवठा येथे जातपंचायत बसली. माझ्या बायकोच्या बहिणीसाठी. तिचं नाव साळूबाई. साळूबाईचं लग्न सोलापूरला झालं होतं. बरं तिचा नवरा चांगल खिस्तंग मतणारा (खिसे मारणारा) असल्याने आणखीन त्याने दोन बायका केल्या होत्या. त्यामुळे साळूबाईच्या मायनं रीतिरिवाजाप्रमाणं नवऱ्याला २५१ रु. देऊन साळूबाईला मोकळी केली. पुढे साळूबाई आईवडिलापाशी कवठ्यालाचं राहू लागली. बरं साळूबाई तरणीबांड होती. त्यामुळं तिचं प्रेम कवठ्यातल्याच आमच्या लोकाच्या रावण याच्यावर बसले. रावण याने तिला प्रेमपाशात अडकावलं आणि तिच्याशी लग्न करतो, माझं अजून लग्न झालेलं नाही म्हणून तिच्याबरोबर (सोबत) एक दोन वर्षे घालवली. साळूबाईला एक पोरगी झाली. ती पोरगी झाल्यावर समद्या कवठ्यास माहीत झालं तरी कोणी म्हणलं नाही. मग रावणाच्या आईवडिलांनी दुसरीच पोरगी बघून रावणचं लग्न करायचं ठरलं. साळूबाई तरी आधी लग्न झाल्याली. बरं, रावणचं लग्न झालं नाही, म्हणून लग्न करायचं ठरलं. तवा साळूबाईनं जातपंचायत बोलावली. जातपंचायतला लांबून लोक आले होते. रावणाच्या पोटची पोरगी झाली हाय तवा साळूबाईला रावणनं करून घ्यावं, दुसरं लग्न करू नये असे ठरले. तवा बराच गोंधळ झाला. मग शेवटच्या दिवशी माझा सासरा म्हणाला, "हे बघा सोयरे हो, साळूबाई गाय हाय. तिला आधी एका मालकाला विकली. त्याच्या दावणीला काही दिवस राहिली. मग तिथून ती गाय दुसरीकडे आली आणि कवठ्यात बिना मालकची राहिली." जातपंचायत झाली. साळूबाईच्या मुतात रावणनं नाक बुडवावं आणि साळूबाईला २५१ रु. दंड द्यावं, यावर सर्वांच एकमत झालं. साळूबाईनं एका वाटीत मुतून आपला मूत धरून आणून जातपंचायतमध्ये दिला. त्या मुतात रावणनं नाक बुडवलं आणि दुसऱ्या लग्नाला

मोकळा झाला. खरं तर माझा सासरा एका डोळ्याने आंधळा हाय म्हणून मला हा न्याय देताना वाटलं आंधळे करामती असतात. खरं तो मुळात आंधळा नाही. सासऱ्याने एकदा दहा हजाराचं पाकीट मारलं तवा सोलापूरचे पोलीस पत्ता काढत कवठ्याला आले आणि वेढा दिला; पण एका पोराला घेऊन माझा सासरा एका शेतात उसाचा गूळ तयार करतात त्या चुलवणात चार दिवस बिना अन्नपाण्याचे लपून बसला होता. तिरंग उपाशी मरू लागला म्हणून चुलवणीतून बाहेर आला. पोलिसालाही कळालं तवा पोलिसांनी पैसे कुठं आहेत सांग म्हणून एवढा मार दिला की, त्याचे पाय त्याच्या गळ्यात अडकून मारताना पोलिसाच्या पट्ट्याचा पितळी बक्कल माझ्या सासऱ्याच्या डोळ्यात एवढा जोरात बसला की, डोळ्याचं बुबळ फुटून बाहेरच निघाले. ते बुबळ लोंबू लागलेलं. हातानं तोडलं. तवापासून माझ्या सासऱ्याचा डावा डोळा कायमचा गेला. आणि दहा हजार रुपये पचवले. जातपंचायतचा आपण निकाल कोणत्या डोळ्यातून काढला की, त्याच्या म्हणण्यावर सर्व जातपंचायत तयार झाली. आणि साळूबाईला हार पत्करावी लागली. आज साळूबाईची पोरगी सहा-सात वर्षांची झाली; पण बापाचं नाव नसल्याने तिला शाळेत घेत नाहीत आणि ती बिनाबापाची अडाणीच राहणार आहे. आणि शेवटी कोणी तरी तिला चोरी कराया शिकवणार.

कार्यकर्ता म्हणून सबंध मराठवाड्यामध्ये अनेक कार्यकर्त्यांशी माझ्या ओळखी झाल्या होत्या. तसा मी कोणत्याच पक्षाचा सदस्य नव्हतो. फक्त भटक्या विमुक्त जमाती संघटनेचा मराठवाड्यात संघटक म्हणून काम करत होतो. अशाच वेळी लोकसभेची निवडणूक आली. तसं तर मला विधानसभा, लोकसभा काय असतात याचा अर्थच कळत नव्हता. असे असतानादेखील चळवळीतला एक चांगला कार्यकर्ता म्हणून बहुजन समाज पार्टीचे लोक माझ्याकडे आले आणि एकदम खासदारकीच्या निवडणुकीला उभा रहा म्हणाले. सुरुवातीला मला एकदम वाटले आपल्यासारखा फटीचर आणि गरीब माणूस तोही खासदारकीच्या निवडणुकीला उभा राहणार असे कधी घडेल का? वाटायचे, तसं तर मी राजकीय लोकांपासून व पक्षापासून अलिप्त राहून फक्त संघटनेचे काम करायचे ठरविले होते; पण शेवटी बहुजन समाज पार्टीच्या लोकांनी मला खूपच भरवले व म्हणाले या समाजव्यवस्थेमध्ये जोपर्यंत आपण राजकारणात पडणार नाही तोपर्यंत येथील दलित, पीडित, शोषित गरिबांना न्याय मिळणार नाही. मला त्यांचं हे म्हणणे

खरे वाटले. आणि मी खासदार होणार असे स्वप्न बघत लोकसभेला उभा राहण्याचा त्यांना होकार दिला. मला वाटले जर एक गरीब कार्यकर्ता म्हणून निवडून दिले तर आपण ज्या लोकांकरिता काम करतो त्यांचा आवाज आपण मराठवाड्याऐवजी दिल्लीला उठवू शकू. शेवटी लोकसभेला उभा ठाकायचे ठरवले. नुकतेच गुत्तेदारीचे आठदहा हजार रुपये माझ्याजळ शिल्लक होते.

बहुजन समाज पार्टीच्या लोकांचा पण विचार पडला होता. माझ्या निवडणुकीसाठी पन्नाससाठ हजार रुपये खर्च करूत म्हणून त्यांनी मला लोकसभेच्या निवडणुकीला उभे केले. मी त्यांच्या दोन-तीन मीटिंगला जाऊन आनंदाने भारावून गेलो. आपण एवढी मोठी लोकसभेची निवडणूक लढवणार. अखेर निवडणुकीचा फॉर्म भरायचा दिवस उजाडला. मी पाचशे रुपये डिपॉझिट देऊन साक्षीदाराच्या सह्या करून फॉर्म भरला. लातूरचे सर्व राजकीय लोक म्हणू लागले लक्ष्मण गायकवाड निवडणुकीला उभा राहिला. आता तो भटक्या विमुक्तांचे एक लाखांपेक्षा जास्त मते खाणार, मला तर साध्या ग्रामपंचायतच्या निवडणुकीला उभे राहायचे माहीत नव्हते; पण आता मी लोकसभेची निवडणूक लढवू लागलो. दोन मोटारसायकली, (त्यात माझी खटारा जावा गाडी होती.) आणि सहा सायकली निळे झेंडे अडकावून प्रचारासाठी लातुरात फिरू लागल्या. अनेक मोक्याच्या ठिकाणी, भिंतीवरती माझे नाव झळकू लागले. तशी जिल्हाभर माझी चर्चा सुरू झाली. मी माझ्या परीने कसून प्रयत्न करीत होतो; परंतु बहुजन समाज पार्टीच्या लोकांनी ज्या पद्धतीने निवडणुकीमध्ये खर्च करायचे ठरवले होते तो त्यांनी केला नाही व बोललेले शब्द पाळले नाहीत. कारण बहुजन समाज पार्टी पण पैसेवाली नव्हती, वर्गणी गोळा करूनच पैसे देणार. माझ्या समोरचे उमेदवार मोठे पैसेवाले होते. लाखो रुपायांचा चुराडा खाण्या-पिण्यामध्ये करीत होते. मी इकडे माझ्या बायकोला रोज पाच-दहा किलो ज्वारी आणायला लावून रात्री बेरात्री पिठलं-भाकरीचे जेवण कार्यकर्त्यांना द्यायचं, प्रचाराकरिता नाव टाकण्यासाठी इकडे-तिकडे जिल्हाभर फिरायचे. सुरुवातीला या कामासाठी माझ्या जवळील आठ नऊ हजार रुपये संपून गेले. मी परेशानीत पडलो. आता मतदान तर दहा बारा दिवसांवर आले. मला तर बहुजन समाजानं पार्टीच्या लोकांनी वीस-पंचवीस दिवसांत जीप व पैसे पाठवण्याचे कबूल केले होते; परंतु जीपही नाही आणि पैसेही नाही. पैसे नसल्यामुळे माझे तर दिवाळे वाजले होते. कार्यकर्त्यांना काही मित्रांकडून पैसे उसने घेऊन, कसे तरी जेवू घालत होतो. एवढ्यात लाऊडस्पीकरवाले, रिक्षेवाले त्यांच्या प्रचाराचे पैसे न दिल्याने घरासमोर येऊन

बसू लागले. पैसे दिल्याशिवाय जात नाही म्हणून शिव्या देत होते. अशाच काळात एक जबाबदार कार्यकर्ता श्री.वांझरशे हा माझ्यापासून फुटून जाऊन दुसऱ्या उमेदवाराच्या प्रचाराला काही कार्यकर्ते घेऊन जायचा आणि म्हणायचा, "गायकवाड साहेब, मी तुमच्या सर्व खेड्यांनी प्रचार करून आलो" आणि वरून सांगायचा "आमच्या बरोबरीचे दुसरे कार्यकर्ते रोज चिकन, मटण, बिर्याणी खात आहेत. खिशात शंभरा-शंभराच्या नोटा घेऊन दुसऱ्या उमेदवाराच्या प्रचाराला जात आहेत. तुम्ही तर आम्हाला पिठलं-भाकरीही वेळेवर देईना झालंत. आम्ही आणखीन दोन दिवस वाट पाहू. तुमचं असंच चालणार असेल तर आम्ही दुसऱ्या उमेदवाराच्या प्रचाराला जाऊ." हा जबाबदार कार्यकर्ता माझ्या परस्पर सौदा करत फिरायचा आणि दुसऱ्या उमेदवाराकडून पैसे घेऊन यायचा आणि माझ्याकडील कार्यकर्त्यांना सांगायचा, "लक्ष्मण गायकवाड काय आहे. तो स्वतः भिकारी आहे. एक टायमाचा जेवण देऊ शकत नाही. तुम्ही माझ्या सोबत चला." पैसे देऊन माझ्याकडील कार्यकर्ते फोडायचा.

बहुजन समाज पार्टीचे पैसे येणार म्हणून रिक्षावाले, लाऊडस्पीकरवाले, यांना पैसे देण्याचे मी वायदे करायचा; पण त्या कबुलीने पैसे न दिल्याने आता तर दररोज रिक्षेवाले प्रचाराला जाण्याऐवजी शिव्या देण्यासाठी घरी यायचे. मी खूप त्रासून गेलो. आणि सकाळी पहाटे पाच वाजताच रिक्षावाले, स्पीकरवाले पैशासाठी शिव्या देतात म्हणून प्रचार करायचा सोडून देऊन कोठेही लपून बसू लागलो. मला वाटू लागले, बहुजन समाज पार्टीच्या लोकांनी मला फसविले. त्यांच्या प्रचारासाठी माझा विनाकारण उपयोग केला असे वाटू लागले. अखेर त्यांचा कांबळे नावाचा एका कार्यकर्ता आला. त्या दिवशी मी लपून बसलो होतो. बी. एस. पी. चे लोक आले आहेत हे कळाल्यावर मी आलो, त्यावेळी त्यांच्या समोरच रिक्षावाले, स्पीकरवाले शिव्या देऊ लागले. माझी ही दयनीय अवस्था पाहून त्याने चटकन हातातील सहा माश्याच्या सोन्याची अंगठी काढून दिली. मी ती अंगठी विकली व सर्वांचे थोडे-थोडे पैसे सारले. बी. एस. पी. चे असे जिद्दी व त्यागी कार्यकर्ते पाहून या पार्टीविषयी प्रेमपण वाटायचे.

मग आता आठच दिवस मतदानासाठी राहिले होते. तेव्हा बी. एस. पी. च्या लोकांनी एक जीप पाठवून दिली. त्या जीपने कसातरी प्रचार मी चालू केला. मीच गाडीत बसून ॲडव्हर्टाइज करायचा. 'गरिबासाठी गरिबाला मते द्या. लक्ष्मण गायकवाड यांना निवडून द्या' असे मीच बोलू लागलो. त्या गाडीसोबत बी.एस. पी. लोकांनी डिझेलसाठी फक्त पाचशे रुपये पाठविले होते. मला उभा करताना

चाळीस ते पन्नास हजार रुपये तुमच्यासाठी खर्च करू म्हणणाऱ्यांनी फक्त पाचशे रुपये पाठविले होते. ते पैसे तर दोन दिवसांच्याच डिझेलसाठी पुरले नाहीत. आता डिझेल नसल्यामुळे गाडी दारासमोरच पडून राहिली. मी अक्षरशः एक वेळा तर रडत बसलो. पार्टीच्या लोकांनी एवढे चांगले बोलून मला असे का केले असेल. मी यांचे काय वाईट केले होते, म्हणून मी आणि बायको घरात रडत बसलो. मला बी. एस. पी. चा विचार चांगला वाटला. कार्यकर्ते जिद्दीचे व चिकाटीचे वाटले. बहुजन समाज पार्टीचे बरेच कार्यकर्ते प्रामाणिक पाहिले. माझ्याकडे प्रचारासाठी नांदेडवरून एक कलापथक आले होते. ते उपासीपोटी पैसे न घेता रात्रनूदिवस प्रचार करत. अनेक जागी गाणी म्हणून फिरत. भिंतीवरती नावे टाकीत. मला घाबरू नका म्हणून धीर द्यायचेच. बरेच कार्यकर्ते नौकरी असूनही तळमळीने माझ्याकडे येऊन परस्पर प्रचार करायचे. यामुळे मला त्यांच्या शिस्त व प्रामाणिकपणाबद्दल आक्षेप नाही; परंतु मला त्यांनी असे का केले, निवडणुकीमध्ये सहकार्य का दिले नाही, याचे गूढ मला अजूनही समजलेले नाही.

त्यांनी पाठविलेली जीप ही बिघडल्यामुळे माझे फारच हसू झाले. अशा परिस्थितीत मी आणि माझे काही कार्यकर्ते यांनी प्रचार चालूच ठेवला. मला मानणारे कित्येक कार्यकर्ते उपासीपोटी सायकलवर प्रचार करू लागले.

लातूरची निवडणूक तर सर्व भारतात गाजत होती. माझ्या समोरचे दोन मोठे उमेदवार लाखोंनी खर्च करत होते. एका उमेदवारासाठी तर आपल्या जातीचा माणूस म्हणून अनेक ठिकाणाहून प्रचारासाठी कार्यकर्ते आले होते व जात म्हणूनच प्रचार सुरू झाला. काही उमेदवार पाठिंबा मला द्या म्हणून मला आमिष दाखवत होते. ते मी नाकारले. माझी जिद्द होती की, शेवटपर्यंत निवडणूक लढवावयाची. मनात खूप असूनही तसा शेवट झाला नाही. ब. स. पा. च्या लोकांनी साथ दिली नाही. निवडणुकीमध्ये पैशापैशाला मोताद झालो. देणेकरी येऊन शिव्या देऊ लागले. काही कार्यकर्ते फुटून जाऊन दुसऱ्याच उमेदवाराचा प्रचार करू लागले. अशाच वेळी आम्ही काही कार्यकर्त्यांनी विचार केला की, आता निवडणूक लढविणे कठीण आहे. म्हणून एका काँग्रेसच्या उमेदवाराला पाठिंबा देण्याचे ठरविले. तसा माझ्या नजरेत दोन्ही उमेदवार म्हणावे तेवढे गरिबांचे कैवारी नव्हते. तरी सुद्धा 'दगडापेक्षा वीट मऊ' या म्हणीप्रमाणे मी ठरविले की, या समोरील उमेदवारापैकी एक उमेदवार थोडा बरा वाटल्याने माझ्या सोबतच्या कार्यकर्त्यांनी विचार केला की, शेवटी आपले बरेच लोक काँग्रेसलाच मते देतात आणि काँग्रेसचेच राज्य आहे. सत्ता त्यांच्या हातात

असल्याने ते आपल्या लोकांना मदत करतील. मला जाणवले की, या देशात निवडणूक लढविण्यासाठी कार्यकर्ते चांगले असून चालत नाही तर त्यांच्याकडे पैसा, संपत्ती, प्रतिष्ठा आणि उच्च जातीत जन्मायला पाहिजे आणि त्यासोबत गुंडगिरी, मारामाऱ्या करणे, खोटी आश्वासने देणे, एवढ्या कला अवगत असल्या तरच राजकारणात पडणे योग्य. विशेषतः निवडणूक लढवायची असेल तर हे सर्व गुण अंगी असणे आवश्यक असते, हे मला या निवडणुकीत कळाले. याच्यातील एकही गुण माझ्यामध्ये नसल्याने खरे तर मला निवडणुकीत उभा ठाकण्याचा अधिकारच नव्हता. आपण दुसऱ्याचे ऐकून फार मोठी चूक केली असे वाटले. आणि दोन-तीन कार्यकर्ते सोबत घेऊन स्वतः होऊन काँग्रेसच्या उमेदवाराकडे गेलो आणि सांगितलो, “साहेब, मी आपणास पाठिंबा देणार आहे.” तेव्हा ते आश्चर्यचकित झाले. त्यांना खरेच वाटेना.

मतदान आता तीनच दिवसांवर आहे आणि लक्ष्मण गायकवाड आपल्याला पाठिंबा देईल असे वाटत नाही, काही तरी याची चाल असेल अशी त्यांची आतमध्ये चर्चा चालू होती. त्यांनी माझा पाठिंबा देत असलेला आवाज पहिल्यांदा टेप करून घेतला. त्यांनी मला अटी विचारल्या. मी त्यांना स्पष्ट सांगितले, “मला रिक्षाचे, स्पीकरचे, गाडीभाडे असे एकूण पाच-सात हजार देणे आहे तेवढे द्या आणि तुम्ही निवडून आल्यावर भटक्या विमुक्त जातींच्या लेकरांसाठी चांगली कामे करा. आम्हा कार्यकर्त्यांना काम करण्यासाठी कमिट्यावर घ्या. बस! एवढेच.” सुरुवातीलाच माझ्या एका कार्यकर्त्याला दुसरीकडे नेऊन पाच हजार रुपये दिले. मी ती रक्कम घेऊन शिव्या देणाऱ्या रिक्षावाले, स्पीकरवाले, मंडप, गाडीवाले यांचा किराया पहिल्यांदा सारला. मग दोन दिवस प्रवास करताना कार्यकर्त्यांना जेवणासाठी व किरायासाठी आणखीन दोन हजार रुपये दिले. एवढ्यावरच मी तडतोड केली. मला वाटलं, निवडून आलेला उमेदवार आपली आठवण ठेवेल; पण तसे झालेच नाही. उलट मला फारच वाईट अनुभव आले. निवडणुकीत पाठिंबा दिल्याने चळवळीतील अनेक कार्यकर्ते नाराज झाले. एवढेच नाही तर सर्व लोकांत चर्चा सुरू झाली की, लक्ष्मण गायकवाडला दीड लाख रुपये दिले. त्याचे तोंड बंद केले. कोणी म्हणायचे गायकवाड यांनी भरपूर गबाळ मारले. माझी खूप बदनामी झाली. मी अनेक मित्रांना सांगितलो, “मी पैसे घेतलो नाही. माझा झालेला खर्चसुद्धा त्यांनी पूर्ण दिला नाही.” परंतु कुठपर्यंत खुलासा करू? एवढा मात्र अनुभव आला की, माझ्यासारखे कार्यकर्ते जर पुढे येत असतील तर त्यांना लोक बदनाम करून सोडतात. लोकांच्या नजरेत वाईट

ठरवतात व कायमचा दावणीला बांधून ठेवतात. माझ्या बाबतीत हा अनुभव कितपर्यंत खरा ठरेल हा काळच ठरवील; परंतु सध्यातर माझा राजकीय बळी घेतला गेला आहे. मी याला बळी न समजता एक राजकीय कटू अनुभव समजतो. यापासून सावध कसे राहावे व नेते मंडळी किती विश्वासाने निवडणुकीत आश्वासने देतात आणि पाळत नाहीत, किती खोटे असतात याची जाणीव कायम मनात घर बनून राहिली आहे. निवडणूक झाली; पण पुढे काय सर्वच अस्थिर वाटू लागले. आता काय करायचे ते समजेना.

मराठवाड्यात भटक्या विमुक्तांचे काम करण्यासाठी एक जावा मोटारसायकल घेतली. ती चार हजार रुपयाला विकली. आणि कसे तरी घर चालवत राहिलो आणि संघटनेचे काम परत जोरात चालू ठेवलो. पोटापाण्याचा प्रश्न सोडवून संघटनेला पूर्ण वेळ देऊन भटक्या विमुक्तांच्या लोकांमध्ये काम करावे म्हणतो; परंतु गेल्या दहा वर्षांपासून माझ्या जगण्याचा प्रश्न काही सुटत नाही.

बायकोला परत बँकेचे कर्ज काढून एक जनरल स्टोअर्स टाकून दिले आहे. माझी बायको छबू ही काही शिकलेली नाही. तरीपण ती मला चळवळीत चांगले सहकार्य करते. ती मोर्चात सहभागी होऊन सर्व स्त्रियांना सुधारण्याचे आव्हान देते. मला आता दोन मुली संगीता, मंजुषा व एक मुलगा प्रफुल्ल हे सर्व शाळेत जातात. सध्या तरी लातुरात राहतो. माझे आई-वडील, भाऊ उचलेगिरी आणि पोट भरण्यासाठी भटकत फिरत होते. परंतु मी मात्र या समाजव्यवस्थेत सामाजिक परिवर्तनासाठी न्याय, हक्क व समतेसाठी आज राजकीय व सामाजिक चळवळीत भटकत आहे. माझ्या भटकण्यात व परंपरेच्या भटकण्यात नक्की बदल झाला आहे; परंतु भटक्या विमुक्तांचा एकही प्रश्न सुटलेला नाही असे मला आजही वाटते. मी व माझ्या जमातीमुळे आजही राजकीय व सामाजिक लोकांचा माझ्याकडे पाहण्याचा दृष्टिकोनच वेगळा असतो. मी पुढे येऊ नये म्हणून राजकीय लोक प्रयत्न करतात. आपल्या जवळचे नातेवाईक व जातीचे लोक राजकारणात पुढे आणतात. मला मात्र गोड-गोड बोलून भटक्या विमुक्ताचा कार्यकर्ता आमच्या बरोबर काम करतो म्हणून माझा राजकीय व सामाजिकदृष्ट्या उपयोग करून एक प्रकारे माझे शोषणच करत आहेत.

आता मला पहायचे आहे की, विचाराच्या दृष्टीने चळवळी वाढवून भटक्या विमुक्तांचे, दलितांचे, शोषितांचे, पीडितांचे परिवर्तन कसे करता येईल. यासाठी मी सतत प्रयत्नशील राहीन याची मला जाण आहे.

■■■